கோட்டை வீடு

கோட்டை வீடு

ம. காமுத்துரை

எதிர் வெளியீடு

கோட்டை வீடு
ம. காமுத்துரை

முதல் பதிப்பு: டிசம்பர் 2014
இரண்டாம் பதிப்பு: மார்ச் 2024

எதிர் வெளியீடு,
96, நியூ ஸ்கீம் ரோடு, பொள்ளாச்சி – 642 002
தொலைபேசி: 04259 226012, 99425 11302

விலை: ரூ. 250

Kottai Veedu
M. Kamuthurai

First Edition: December 2014
Second Edition: March 2024

Published by
Ethir Veliyeedu, 96, New Scheme Road, Pollachi – 2
email: ethirveliyedu@gmail.com
www.ethirveliyeedu.com

ISBN: 978-93-84646-20-2
Cover Design: Vijayan
Printed at Jothy Enterprises, Chennai.

All rights reserved. No part of this book may be reprinted or reproduced or utilised in any form or by any electronic, mechanical or other means, now known or hereafter invented, including Photocopying and recording, or in any information storage or retrieval system, without permission in writing from the Publisher.

சுண்டு விரல் கொடுத்து இலக்கிய வீதியில்
எனை நடத்திச் செல்லும்
ச. தமிழ்ச்செல்வனுக்கு

விடுபட்ட புள்ளியைத் தேடல்

கோட்டை வீடு – இது எனது மூன்றாவது நாவல். ஒரு நல்ல படைப்பு என்பது, தன்னைத் தானே எழுதிக்கொள்கிறது என்கிற கோட்பாட்டினை எனது மூன்று நாவல்களுமே மெய்ப்பித்துள்ளன. முதல் அத்தியாயம் மட்டுமே எனது முகாந்திரப்படி உருவானது. அடுத்தடுத்த அத்தியாயங்கள், எந்தவிதத் திட்டமிடலும் இன்றி, தன்னைத் தானே உருவகித்துக் கொண்டன. இதைக் காளிதேவியின் அருள் எனச் சொல்ல மாட்டேன். உள்ளார்ந்த ஈடுபாடும், இலக்கியத்தின் மீது நான் கொண்ட மாறாக் காதலுமே, அதைச் சாத்தியமாக்கும் என்பது அனுபவம்.

குங்குமம் பத்திரிக்கைக்காக, நான்கு வாரத் தொடர் ஒன்று எழுதத் திட்டமிட்டுத் துவங்கியதில், கோடுகள் அழிந்து – கோட்டை வீடாக உருவாகி விட்டது. இந்தக் கோட்டை வீடு, ஒவ்வொரு மனிதனின் அடி மனதினுள்ளும் தேடிப் பார்த்தால், தரை தட்டி நிற்கும் கப்பலாய், ஆழம் புதைந்து கிடக்கும். உறவுகளும் சொந்தங்களும் இல்லாத மனித வாழ்க்கை கிடையாது. பாசத்திற்கும், அன்பிற்கும், பரிதவிப்பிற்கும் ஏங்காத உறவுகளே இல்லை. இவை இணையும் புள்ளியில்தான் சமூகம் இயங்கிக் கொண்டிருக்கிறது. ஒவ்வொரு மனிதனுக்குள்ளும், ஏதாவது ஒரு புள்ளித் தேர்வு நிகழ்ந்துகொண்டே இருக்கும்.

அவ்வாறு தேர்வாகிற புள்ளியில் நகர்ந்து செல்கிறது அவனுக்கான வாழ்க்கை. ஆனாலும் விடுபட்ட புள்ளியிலேயே எல்லோரது கவனமும் குவிந்து கிடக்கும். அதன்பால் ஒரு குற்ற உணர்ச்சி ஏறி நிற்கும். அந்தப் புள்ளியினைக் கண்டு, அதனைத் தூண்டி சமநிலைப் படுத்துதலே எழுத்தாளரின் கடமை எனக் கருதுகிறேன். இதில் நானும் ஒரு புள்ளியினைத் தூண்டி இருக்கிறேன். ஒவ்வொருவரது மனதிலும் இருக்கிற கோட்டை வீட்டிற்கு இந்நாவல் உங்களை அழைத்துச் செல்லும்.

இந் நாவலை நீங்கள் எந்த இடத்திலிருந்தும் தொடங்கலாம். ஏனெனில், இது கதை மட்டுமல்ல, வாழ்க்கை. இந்நூலைப் படித்து முடித்து, விடுபட்ட புள்ளியினைத் தேடும் உங்கள் மகத்தான பணியில், நீங்களும் குற்ற உணர்ச்சிக்கு ஆளாவீர்கள். அதுவே எனக்கான, எனது எழுத்திற்கான சன்மானமாய்க் கருதுகிறேன்.

இந்த நேரத்தில் நாவல் உலகில் எனக்குப் பெருத்த அங்கீகாரத்தை – மில் நாவலுக்குப் பரிசும் – விருதும், வழங்கிக் கௌரவித்த – சுஜாதா – உயிர்மை அறக்கட்டளைக்கும், 2010—ன் சிறந்த நாவலாசிரியர் விருது வழங்கிய விகடன் நிறுவனத்தாருக்கும் எனது நெஞ்சார்ந்த நன்றியையும், வணக்கத்தையும் காணிக்கை யாக்கிக் கொள்கிறேன்.

முப்பொழுதும் என்னை உற்சாகப்படுத்திக் கொண்டிருக்கிற தோழர்கள் ச.தமிழ்ச்செல்வன், அ.உமர் பாரூக், போடி மாலன், நோபிள், ம.மணிமாறன் மற்றும் பிரஞ்ச் இன்ஸ்டிட்யூட் கண்ணன், போப்பு யாவருக்கும் எனது அன்பு. எப்பொழுதும் என்னுள் நிறைந்து நிற்கும், எனது ஆயா – ரத்தினம்மாளுக்கும், பெற்றோர் மணியபிள்ளை – பழனியம்மாளுக்கும், வழக்கம் போல எனக்கு, கிரியா ஊக்கியாக விளங்கும் வாசக நண்பர்களுக்கும் எனது அன்பும் நன்றியும்.

ம. காமுத்துரை
9ஏ, தம்பா தெரு,
அல்லி நகரம், தேனி - 625531.
கைபேசி -9150095266
makamuthurai@gmail.com

1

"ஆயா, தானா சாகுற மாதிரி ஏதாச்சும் செய்ய முடியுமா?"

வீட்டிலேயே முதன் முதலில், எனக்குத்தான் அந்தக் கொடிய எண்ணம் உதயமானது. என் மீது எனக்கே கடுமையான விமர்சனமும் பிறந்தது. இப்படியான யோசனையை எல்லாம் எப்படி அனுமதிக்க முடிகிறது? ஒரு வேளை, கூடுதலான வெளிப்பழக்கமும், வாசிப்புப் பழக்கமும் ஏற்படுத்திய பாதிப்பா! சாதாரணமாக ஒரு மூட்டைப் பூச்சியைக் கொல்வதில் கூட, நேரடியாய் விரலை பிரயோகிக்கத் தயங்கி, தம்ளரில் தண்ணீர் பிடித்து, அதற்குள் அதை மூழ்கச் செய்து, நாலைந்து தெரு தள்ளி ஆழமான ஒரு சாக்கடையைத் தேடிச்சென்று கொட்டிவிட்டு வருகிற அந்தக் கோழை(?) மனசு எங்கே ஒளிந்துகொண்டது. ஒருவேளை இது அதன் மறுபக்கமோ!

ஆயாவின் உடல் நலம் பற்றிய விசாரிப்புக்காக உதயனோடு ஆஸ்பத்திரிக்குப் போனபோதுதான், அதுவும், அங்கே ஸ்டெச்சரில் ஒடுங்கிப்போயிருந்த ஒரு நோயாளியை, மயக்க நிலையில் கண்ட நேரத்தில்தான், பறவை எச்சமாய் சட்டென மனதில் விழுந்து படர்ந்தது, அந்த எண்ணம்.

உடனே அதனை இருப்பு வைக்காமல் வார்த்தைகளை இடம் மாற்றி உதயனிடம் சொல்லிப் பார்த்தேன். "பேசாம ஆயா செத்தாக்கூட நல்லது உதயன்."

"அதுக்குக் கூட டாக்டர்கிட்ட யோசன கேக்கலாம்ங்

கறீங்களா?" என்று அவரும் தாமதிக்காமல் கேட்டதில், அதற்கு மேலும் என்னால் அந்தப் பிரச்சினையில் அரிதாரம் பூச முடியவில்லை.

"நீங்க வீட்ல ஆயாவப் பாத்தீங்கன்னா, உங்களுக்கே தோணும் உதயன். நம்ம கஷ்டம்ங்கறது வேற. ஆனா, ஆயா படுற அவஸ்தயப் பாக்குறப்ப, யாருக்கும் வேற மாதிரி யோசிக்கவே வராது" என்றேன்.

நான் சொன்னதை ஆமோதிப்பது போல தலையை ஆட்டினார்.

'ஆயா மேல் என்னைவிடப் பற்று உள்ளவர் யாருமில்லை' என்பது என் முடிவு. அம்மாவைப் பெற்றவர். அம்மா அவரை ஆயா என்றுதான் கூப்பிடும். எதோ ஒரு பழக்கத்தில் நானும், தம்பி, தங்கச்சியும் பாட்டியை ஆயா என்று கூப்பிட்டுப் பழக்கமாகிப் போனது. இப்போது தெருவில் எல்லாருக்குமே அது ஆயாதான்.

ஆயாவுக்கு அம்மா ஒரே பிள்ளை என்பதால், அவரது அந்திமக்கால இருப்பு எங்கள் வீட்டிலேயே என்றாகிவிட்டது. தாத்தா போய் சேர்ந்த பிறகு, ஆயாவை ஒத்தையில் விட எங்களுக்கும் மனமில்லை. ஆயாவின் சாத்வீகமான பழக்கமும், வார்த்தைகளின் உச்சரிப்பில் ஊறித் ததும்பும் குழைவும், அன்பும் எவரிடத்தும் காணக் கிடைக்காத ஒன்று.

தாத்தாவின் மறைவிற்குப் பிறகு, சிலநாள் தனிமை மறக்க இங்கே இருக்கட்டும் என்றுதான், வீரபாண்டியிலிருந்து ஆயாவை அப்பா அழைத்துவந்தார். பிற்பாடு, அது பேரன், பேத்திகளிடத்தில் கரைந்து நிற்பது கண்டு, "ஊர்ல போய் என்னா செய்யப்போறீக?" என்ற கேள்விக்கு, "என்னா செய்யப் போறேன்..." என்று அப்பாவின் கேள்வியையே பதிலாக்கியதோடு, ஊரில் இருந்த 'ஆஸ்தி, பாஸ்தி' எல்லாவற்றையும், அந்த நிமிடமே அம்மாவிடம் ஒப்படைத்துவிட்டு, வீட்டின் வாசலில் இருந்த சிறிய திண்ணையில், ஒரு மறைப்பை ஏற்படுத்தி உட்கார்ந்துகொண்டது.

இரண்டு எருமை மாடுகள், ஒரு கன்றுக்குட்டி, பித்தளைப் பாத்திரங்கள், செம்புப்பானை மற்றும், வெங்கல — ஈயப் பாத்திரங்கள், தனது தாலிக்கொடி, தங்கச் சரடு, காதுக்கொப்பு.. என அனைத்தையும் அம்மாவிடம் கொடுத்துவிட்டது.

தண்டட்டி இல்லாமல் பார்க்க எங்களுக்கும் விருப்பமில்லை. காதில் ஊசலாடும் தண்டட்டியின் அழகே, ஆயாவுக்கு தனி தேஜஸைக் கொடுத்தது. ஆயா தனது சொந்த ஊரில் இருக்கும்போது, வெற்றிலை போடுவதும் என்.வி.எஸ் பட்டணம் பொடி உபயோகிப்பதுமான பழக்கத்தை வைத்திருந்தது. எங்களோடு வந்து சேர்ந்த நாளிலிருந்து பித்தளையால் செய்யப்பட்டிருந்த வெத்திலைப் பெட்டியை, மற்ற பொருட்களோடு சேர்த்து அம்மாவிடம் தந்துவிட்டது.

'இந்த மூக்குப்பொடிச் சனியனத்தே விடமுடியல...விட்டா தடுமம் புடுச்சு, மண்டையிடிக்கிது. இது, கட்ட போற நாள்லதே கழியும் போல...' என்று ஓசிப்பொடி கேட்போரிடம் சொல்லிக் கொள்ளும்.

'ஆமா...மா.. பெத்த புள்ளயாவே இருந்தாலும், பேச்சுப் போக் குல ஒரு சொல்லு வந்துரக் கூடாதுல்ல...' கூடிப் பேசும் கிழவிகள் ஒத்துப் பாடுவார்கள்.

'அப்படியெல்லா இல்ல மச்சி...' ஆயா யாரையும் சட்டென முறை வைத்து அழைத்துவிடும். 'பெத்த மக கூட வெத்தல வேணுமா ஆயானு கேக்காதப்ப, இவுக அப்பா..' எங்களை தொட்டுச் சொல்லும், 'சந்தைக்கு போனாருனா, பொடி டப்பா வும், தூள் பாக்கும் பொட்டணங்கட்டி வாங்கீட்டு வருவாரு...'

'மருமகனுக்கு மாமியா மேல அம்புட்டுப் பிரியம்.'

'ஒரு மருவாததே.' ஆளாளுக்குச் சொல்ல ஆயா வெக்கப்படும்.

'அதனாலதே. படிப்படியா வெத்தலய விட்டுத் தொலச்சாச்சு. இந்தப் பொடிச் சனியனயும் தொலச்சு விட்டுட்டா...'

ஆயா எங்கள் வீட்டுக்கு வந்தபோது நான் – தனம் – சரவணன் மூன்று பேரும் பள்ளிக்கூடத்துக்குப் போய்க் கொண்டிருந்தோம். இனிமேல், எந்த ஒரு லீவு நாளிலும், ஆயாவின் ஊருக்குப் போக முடியாதே என்கிற வருத்தம் இருந்தது. ஆனால், அதையெல்லாம் மறக்கச் செய்யுமளவு, ஆயாவின் வாஞ்சை எங்களை ஆக்ரமித்துவிட்டது.

ரவிக்கை அணியாத தேகம். தோள்களில், புஜத்தில் துவங்கி கைவிரல்களின் புறப்பகுதி முழுவதும், இரண்டு கைகளிலும், படங்களும், புள்ளிக் கோலங்களுமாய் பச்சை குத்தி இருக்கும். குதிரை, மான், சிங்கம், நந்தி, காளை மாடு, தேள், மயில் என்று விதவிதமாய் வரையப்பட்டிருக்கும்.

'எதுக்கு ஆயா இவ்வளோ படம். குளிக்கும்போது இது அழியாதா...' என்று தனம், பள்ளிக்கூட அழி ரப்பரை எடுத்து நன்றாக அழுத்தி அழித்துப் பார்த்தது.

அந்த நேரத்தில் தனத்தின் செய்கைக்கு ஒத்துழைத்தது ஆயா. ஆயாவின் உடம்பில் வரைந்திருக்கும் படம் அழியாது என்ற நம்பிக்கைக்குத் தனம் வந்த பிறகே, தனத்தை அள்ளிக் கொஞ்சி மடியில் உட்கார வைத்துப் பதில் சொன்னது. 'இது அழியாது ராசாத்தி...எரிக்கலம் பால் தொட்டு, மலக்குறத்தி வந்து குத்துன பச்ச..'

'இது எதுக்கு ஆயா...' நான் கேட்டதாக ஞாபகம்.

'எதுக்குன்னா.. ஆயா செத்த பிறகு செவலோகம் போவேன்ல....அங்க.... நம்மளப் படச்ச கடவுளு, 'பூமிலருந்து எனக்கு என்னா கொண்டுகிட்டு வந்துருக்கே'ன்னு கேப்பாரு. ஆரும் கைச்செம எடுத்துப் போக முடியாதுல்ல... அதால, 'இந்தா கடவுளே, சிங்கம்... இந்தா புலி... இதோ மயிலு...'ன்னு வகவகையா எறக்கிவிடலாம்ல. அதுக்குத்தே...'

ஆயா சொல்லச் சொல்ல கண்களில், சிவ லோகம் படமாய் விரியும். ஆயாவும் – சிவனும் பேசிச் சிரிப்பதும், அவர்களைச் சுற்றிலும் பல தெய்வங்களும், அரக்கர் படைகளும் – நாரதர், விநாயகர் என பல முனிவர்களும், கையில் வாளும் கேடயமுமாய் உலா வருவதும், புகைபுகையாய் வெண்மேகங்கள் பறந்து திரிவதும், சில வேளைகளில் அதன் குளுமையைக் கூட உணரவும் முடியும்.

'ஆயா... அப்ப நிய்யி நாளைக்கி செத்துப் போயிருவியா?' கடைக்குட்டியாயிருந்த சரவணன் கேட்டான். அவனும் ஆயாவின் மடியில் உட்கார்ந்து, ஆயாவின் நாடியை தன் பக்கம் திருப்பித்தான் பேசுவான். அப்படித் திருப்புகிறபோது, காதுகளில் தொங்கும் தண்டட்டி அவனது கையில் இடிக்கும். ஒரோர் சமயம் சரவணன் தண்டட்டியிலேயே கவனமாய் இருப்பான். அவனது கண்ணுக்கு, அது ஏதோ

ஒரு விளையாட்டுப் பொருளாய்த் தென்படும் போலிருக்கிறது. ஆயாவின் மீது ஊர்ந்து கொண்டு இருப்பவன், திடீரெனப் பாய்ந்து, மாங்காய் பறிப்பது போல தண்டட்டியைப் பிடித்துத் தொங்குவான். அந்தக் கணப் பொழுதில் ஆயா ரொம்பவும் உசாராய்த்தான் இருக்கும். சரவணன் ஆயாவின் காதைத் தொட்ட உடனே, ஆயா சரவணனின் கையோடு தனது கையையும் சேர்த்துப் பொத்தி, காது இழுபடாமல் காத்துக்கொள்ளும். அதே நேரம் சரவணன் ஏமாந்து விடக்கூடாது என்பதற்காக ஆயா பொய் அழுகையும் அழும்.

'ஆ.. தம்பிப்பய.... காத அத்துப்புட்டானே... காது போச்....காது போச்சே...' ஆயாவின் அந்த நடிப்பினைக் கண்டு சரவணன் சிரிப்பான். தன் கைப்பிடியினையும் விட்டுவிடுவான்.

ஆயாவின் காது தப்பித்தது கண்டு மறுபடி எட்டிப் பிடிக்க முயல்வான். அப்போதும் கோபமோ ஆத்திரமோ கொள்ளாமல் அவனை கோழிக்குஞ்சாய் தன் மார்பில் புதைத்துக் கொண்டு முகத்துக்கு முகம் வைத்து சமாதானம் சொல்லும். 'ஆயாவுக்கு காது அறுந்து போச்சுன்னா... ஆயா மூளிக்காதா திரிவேன். என் ராசா மாருக இருக்க வீடு, மந்திரிமாருக வாழற எடம்... இங்கன ஒரு கெழவி மூளிக்காதோட திரிய ஆகாது அப்பனூ....'

ஆயாவின் அந்த தத்துவார்த்தமான பேச்சுக்கள், அப்போது எனக்கு உட்படப் புரியாது. ஆனாலும், ஆயா உயிரோடு இருக்க வேண்டும் என்பது மட்டும் புத்தியில் நின்ற காலம். அதனால் அவ்வப்போது ஆயாவுக்கு ஆதரவாய் நான்தான் குரல் கொடுப்பேன்.

'தம்பி.. ஆயாவுக்கு காது அந்து போச்சுன்னா ஆயா செத்துப் போகும்ப்பா...' என்பேன். சாவு என்றால்தான் பயம் வரும் என்று, அந்த வயதில் கிடைத்த ஞானம். உடனே அதற்கு பலனும் கிடைக்கும். தனம் மட்டும்தான் எதிர்க்கேள்வி கேட்கும்.

'காது அந்துபோச்சுனா ஆராச்சும் செத்துப் போவாங்களா... அண்ணெ பொய்தான சொல்லுது. ஏனாயா? நீ... சாக மாட்டீல்ல?' தனம் கண்களை உருட்டி உருட்டிப் பேசும்.

'நீங்க மூணு பேரும் கொமருகளாகி, டாக்குட்டரு... கலெக்ட்ட ருன்னு வேலயப் பாத்து... தங்கமா சம்பாரிச்சு,

கலியாணம் முடிச்சு, பேரப்பிள்ளைகளுக்கு ஆயா சேன ஊட்டி, அவகள சீராட்டிப் பாராட்டி,... தொட்டி கட்டிப் போட்டு.... ராராரோ பாடாம எனக்குச் சாவு இல்ல கண்ணு. யேம் பொண்ணு மக்கா...' சொல்லி முடித்ததும், மூன்று பேரையும் ஒரு சேரக் கட்டிக்கொள்ளும் ஆயா.

2

துணுக்கெனக் கண்களில் கண்ணீர் திரண்டு, ஒரு துளி கன்னத்தில் விழுந்து உடைந்தது.

"என்னங்க இது? கண்ணுல தண்ணீ! தொடச்சுக்குங்க" தோளைத் தட்டிக், கிசுகிசுப்பாய்ச் சொன்னார் உதயன். அப்போதுதான் கண்களில் நீர் கோர்த்ததும், அது கன்னத்தில் இறங்கி உடைந்ததும் எனக்கு உறைத்தது. கைக்குட்டையை எடுத்து துடைத்துக்கொண்டேன்.

நாங்கள் ஆஸ்பத்திரியின் முன்புற வளாகத்தில் உட்கார்ந்திருந்தோம். பத்து, பதினைந்து இருக்கைகள், பூட்டப்பட்ட அறை. மனிதச் சங்கிலி போலக் கைகோர்த்து, அத்தனை இருக்கைகளும் சுவரோரமாய் தரையில் அறையப்பட்டிருந்தன. அந்தக் கறுத்த இருக்கைகளுக்கு எதிர்த்தாற்போல பெரிய மேசை. பளபளவென எல்லாமும் அங்கேதான் போல் இருக்கிறது. மேசைக்கு உள்புறம் இரண்டு சேர்கள் போடப்பட்டிருந்தன. அந்த சேர்களின் தலைக்கு மேல் ஒரு இலவச வண்ணத் தொலைக்காட்சிப் பெட்டி, சுவரில் அறையப்பட்ட – இரும்பு ஸ்டாண்டின் மேல் அமர்த்தப்பட்டிருந்தது. எந்த நேரம் அதனை முடுக்கி விடுவார்கள் எனத் தெரியவில்லை. எங்களைச் சேர்த்து அங்கே நாலைந்து பேர்கள்தான் இருந்தோம். ஒரு வேளை இருக்கைகள் நிரம்ப வேண்டுமா? அல்லது மாலை நேரத்தில் மட்டுமா?

வேறொரு சமயமாக இருந்திருந்தால், யாராவது ஒரு

மருத்துவ மனை ஊழியரைப் பிடித்துக் காரணம் கேட்டு, இயக்கவும் செய்திருப்போம். மேலும், இது இளங்காலை நேரம். எட்டு, எட்டரை மணி இருக்கலாம். ஒரு வேளை பத்து மணிக்கு மேல் ஓட்டிவிடுவார்களோ!

"உதயன்.."

மருத்துவமனையின் உள்புறத்திலிருந்து வந்த கம்பவுண்டர் எங்களை அழைத்தார்.

"சார்." சட்டென உதயன் எழ, நானும் கூடவே எழுந்தேன்.

அவர் எங்கள் அருகில் வராமல், நின்ற இடத்தில் இருந்தபடியே சைகையால் அழைத்தார்.

அவர் நிற்பது மருத்துவமனைக்கு உள்புறமாய் செல்கிற பாதை. வாலோடியாய் அது நீண்டு கிடந்தது. பாதையின் இருபுறமும் அறைகள். இடதுபுறம் நோயாளிகளுக்கானதும், வலப்புறம் அலுவல் அறைகளுமாய்த் தெரிந்தன.

வலது பக்க முடிவில் மாடிப்படி அமைந்திருந்தது. மாடிப் படியை ஒட்டி இருந்த அறைக்கு அவர் எங்களை அழைத்துச் சென்றார். அது புதிய கட்டிடமாகையால், அதன் தாக்கம் உள்ளங்காலில் – தரையில் துவங்கி பக்கத்துச் சுவர், மேற்கூரை என தொட்ட இடமெல்லாம் – ஜிலீர் என உறைத்தது. நோயாளிகள் அறையில் கால் பகுதியளவுக்கு மட்டும் கதவுகள் திறந்திருந்தன. அலுவல் அறைகளில் பெரும்பாலானவை மூடியே கிடந்தன.

நாங்கள், திறந்திருந்த அறை ஒன்றினுள் நுழைந்தோம். உள்ளே ஒரு ட்யூப் லைட்டின் வெளிச்சத்தில், ஒரே ஒருவர் மட்டும் உட்கார்ந்து, பெரிய நோட்டு ஒன்றை வைத்துக் கட்டம் கட்டமாய் வரைந்துகொண்டிருந்தார். எங்களது வருகை அவருக்கு முன்பே தெரிந்திருக்கும் போலிருக்கிறது. எந்தப் பதட்டமும் இல்லாமல் கிஞ்சிற்றும் சலனமில்லாது தன் வேலையில் கவனமாய் இருந்தார்.

"சேர் வேணுமா சார்." நாங்கள் அவரைக் கடந்தவுடன் கேட்டார். அப்போதும் தன் இருப்பைக் குலைக்கவில்லை.

எங்களை அழைத்து வந்த கம்பவுண்டர், எங்களை அறையின் உட்புறமாய் இருந்த மேசைக்குக் கூட்டிச்சென்றார்.

அங்கிருந்த சேர்களில் அமரச் சொன்னார். மூன்று பேருக்குமே இருக்கை இருந்தது.

"இருக்கு சார்".

உதயன் முதலில் உட்கார, தயக்கத்திற்குப் பிறகு நான் அமர்ந்தேன். உதயன் என்னை அறிமுகப்படுத்தினார். எனக்கும் அவர் யாரென அறிமுகம் செய்வித்தார். நான் அனுமானித்தது போலவே அவர் கம்பவுண்டர்தான், பார்மஸிஸ்ட். இந்த மருத்துவமனையின் முக்கிய பொறுப்பாளர். டாக்டருக்கு அடுத்த நிலையில் இருப்பவர். உதயனுக்கு ரொம்பவும் வேண்டப்பட்டவர்.

"சொல்லுங்க...."

கம்பவுண்டர் சார், தனது இருக்கையில் பட்டும் படாமலும் அமர்ந்தவாறு கேட்டார்.

வார்த்தைகளற்ற பிரதேசத்தில் நிற்பது போல, பேச்சு வராமல் கொஞ்ச நேரம் திணறினேன் நான்.

3

ஆயாவின் தோளில் கிடந்த என்னால் கைகால்களை அசைக் கவோ, பேசவோ முடியவில்லை. ஆனாலும், சுற்றிலும் நடக்கிற நிகழ்வுகளை உணர முடிந்தது.

அப்போது எனக்கு எட்டு – ஒன்பது வயது இருக்கலாம். தனத்திற்கு ஐந்து வயது. சரவணன் கைப்பிள்ளையாய் இருப்பான் போலிருக்கிறது.

பள்ளிக்கூட விடுமுறையில் ஆயாவின் வீட்டுக்கு வந்திருக் கிறோம். வீரபாண்டியில் வீடு. தாத்தா, நெல் வாங்கி அவியல் போட்டு, அரிசி ஏவாரம் பார்க்கிறவர். மூன்று கட்டு வீடும், ஒரு ஆக்குப் பாறையும், வாசலை ஒட்டிக் குளிப்பறையும், விஸ்தாரமான முற்றமுமாய்ப் பெரிய வீடு. ஆனாலும், நாங்கள் உறங்குவதெல்லாம், கட்டு வீட்டிற்கு மேல் இருக்கும் மொட்டை மாடியில்தான். கீழிருந்து மாடிக்குச் செல்லப், படி வசதி செய்யப் படவில்லை. மரத்தால் ஆன ஏணிதான் போடப்பட்டிருந்தது.

வழக்கம் போல, ஆயாவிடம் கதை கேட்டு, பேசி, விளையாடி விட்டு, உறங்கியபோது, பின்னிரவில் ஏதோ ஒரு கனா கண்டு 'ஆயா…' என்று அலறி இருக்கிறேன். அந்த வார்த்தைக்குப் பிறகு, எனக்குப் பேச்சு வரவில்லையாம். கண்கள் திறந்திருக்கின்றன. முழித்திருக்கின்றன. இமைகளில் துடிப்பில்லை. மூச்சு வந்து போவது தவிர, வேறு எந்த அசைவும் உடம்பில் இல்லை. கைகால்களும் துவண்டு கிடக்கின்றன. உட்கார வைத்தால், உட்காரவோ, நிறுத்தினால்

நிற்கவோ முடியவில்லையாம். வாயில் எச்சில் வடிந்தபடி இருந்திருக்கிறது. அவ்வப்போது விக்கல் வந்து வந்து போனதாம்.

தாத்தாவும் வீட்டில் இல்லை. நெல் அளப்பதற்காக, சாக்குக் கட்டுகளைத் தூக்கிக் கொண்டு வெளியூர் போயிருந்தார். ஆயாவின் கூச்சல் கேட்டு, அக்கம் பக்கத்து வீடுகளிலிருந்து ஆட்கள் ஆணும், பெண்ணுமாய்த் திரண்டு விட்டனர். மொட்டை மாடியிலிருந்து, கீழே இறக்குவதற்கு எல்லோரும் தயங்க, ஆயாதான் தன் தோளில், என்னைத் தூக்கிப் போட்டுக்கொண்டு – மற்றவர்கள் மேலேயும், கீழேயுமாய் ஏணியைப் பிடித்துக்கொள்ள, அந்த பதற்றத்திலும் தீர்க்கமாய், ஒவ்வொரு படியாய் கால் வைத்து, அலுங்காமல் இறக்கி – உள் வீட்டிற்குள் என்னைச் சேர்த்திருக்கிறது. ஆயாவின் முதுகெல்லாம் எனது வாயொழுக்கல்.

முதலில் மாரியம்மன் கோயில் மருளாளியைக் கூப்பிட்டு வந்து, மந்தரித்து இருக்கிறார்கள். அந்த வருசமே தீச்சட்டியெடுக்க உத்தரவும் கொடுத்திருக்கிறார். விபூதி மந்தரித்து உச்சந்தலையில் இருந்து உள்ளங்கால் வரை நீவி விட்டிருக்கிறார். அதற்குள், அந்தக் கருக்கிருட்டு வேளையிலும், ஊர் முச்சந்தியில் இருக்கும் பெரிய கோயிலுக்கு, ஓடிப்போய்த் தீர்த்தம் எடுத்து வந்திருக்கிறார்கள். சங்கில் வைத்து ஒரு மடக்கு உள்ளே புகட்டி இருக்கிறார்கள். ஒரு சொட்டுக்கூட தொண்டைக்குள் செல்லவில்லையாம். கடவாய் வழியே வடிந்து விட்டதாம்.

ஆயாவுக்கு பயம் இன்ன அளவு என்றில்லை. 'விருந்தாடி வந்த பிள்ள, இப்பிடி விருமுட்டி அடிச்சுக் கெடக்கானே... அய்யா...அப்பனு... சாமி... ராசா...' பல விதங்களில் என்னைப் பெயர் சொல்லி உசுப்பி இருக்கிறார்.

'பச்சப் பிள்ளய மொட்ட மாடில படுக்க வெக்கலாமா?'

'சீதளக்காத்து பெரிய மனுசருக்கே சேரமாட்டேங்குது...'

'வீட்டுக்குப் பின்னாடி முருங்க மரம் நிக்கிதுல்ல. அதயாச்சும் வெட்டிச் சாச்சிருக்கணும்.'

வந்த சனம் ஆளுக்கொன்றாக ஐதீகம் பேசி, அவர்களே பதிலும் சொல்லிக் கொண்டார்கள்.

‘புள்ள, இன்னிக்கி நேத்தா படுக்கிறான்...? அம்மத்தா வீட்டுக்குன்னு வந்தா, பனி நாளைல கூட மெச்சு மேலதான படுத்துக்கெடக்குது...’

‘ஒரு வேள, ராத்திரி எண்ணப் பலகாரம் எதும், கூடுதலா தின்னுட்டானோ!’

‘வெளாட்டுப் போக்குல, மிதிக்கூடாத எதையும் மிதிச்சிட்டு வந்திட்டானா?’

புதுசு புதுசாய் சந்தேகம் கிளப்ப, விடியக் கருக்கலில், உப்பார்பட்டி உண்ணாமலையம்மாள் வீட்டுக்கு தூக்கிப்போக முடிவானது. நல்ல கைராசியான மருத்துவச்சி என்றார்கள். பச்ச மருந்தும், தைலமும் மட்டுமே தந்து, சகல நோய்களும் தீர்க்கும் பெரிய மனுஷி என்றார்கள்.

‘பேய்க்குப் பாத்தாச்சு... இனி நோய்க்கும் பாருங்க!’

மாட்டுவண்டி தயார் செய்து வருவது வரை கூட பொறுக்க வில்லை ஆயா சடாரென சேலையை மாற்றிக் கொண்டு, சுருக்குப் பையை எடுத்து இடுப்பில் சொருகிக் கொண்டு, மந்தரித்துத் தந்த விபூதியை முந்தானையில் முடிந்து கொண்டு, ‘வீட்டப் பாத்துக்கங்க...’ என பொதுவாய்ச் சொல்லிவிட்டுக் கிளம்ப, தனம் தானும் வருவேனென அழுதிருக்கிறது.

‘நாலும் நாலும் எட்டுக் கல்லு ஆத்தா... நடந்தே தீக்கணும்’ என ஆயா கெஞ்ச, பக்கத்து வீட்டார் பலபேர் சொல்லியும் தனம் கேட்கவில்லையாம். ‘ஆயா தூக்க மாட்டேன். நடந்துதே வரணும்’. அத்தனை நிபந்தனைகளுக்கும் மறுப்புத் தெரிவிக்காமல் தனம் கூடவே நடந்து வந்திருக்கிறது. ஆயாவின் துணைக்கு என்று, யாரோ ஒரு கைப்பிள்ளைக்காரப் பெண் உடன் வந்திருக்கிறார்.

ஊர் விலக்கில் இருக்கும் மாரியம்மன் கோவிலுக்கும், வீரபாண்டிக்கும் கிழக்கே வயல்பட்டி வரைக்கும் – சரளைக்கல் பதித்து கெட்டிரோடு போட்டிருக்கிறார்கள். அந்த வழி போனால் அரை மைல் தூரம், சுத்திப் போக வேண்டும் என்பதால், ஆயா ஊருக்குத் தெற்கே தேரி மேட்டு மிளகாய்க் களம் வழியாகப் புறப்பட்டுச், சாணார் ஓடையில் இறங்கிச் செல்ல திட்டம் போட்டது. பொத்தக் கள்ளி முள்ளும், கருவேலம் புதர்களையும் கடந்து செவல்காட்டையும்,

வாழைத் தோப்புகளையும் வரப்பு வழி நடந்து கடந்துள்ளது.

ஊர் விலக்கை அடையும் முன்பு, விரியோடையைத் தாண்ட வேண்டும். பொட்டியம்மன் கோயில் பக்கம் பெரிய சிமிண்ட் குழாய்கள் பதித்து, ஓடைக்குப் பாலம் அமைத்து இருக் கிறார்கள். அதனால், மழைக் காலத்தில் கூட, மனுச மக்களும், மாட்டுவண்டியும் பயமில்லாமல் விரியோடையைக் கடக்கலாம். பாலம் போடுவதற்கு முன்பெல்லாம் லேசான தூறலுக்குக் கூட ஓடையைக் கடக்க முடியாது. ரெண்டு பக்கமும் ஆட்கள், வெள்ளம் வடியுமட்டும் நின்றுதான் போக வேணுமாம்.

தேரிமேட்டுப் பாதையில், ஆயா நடந்து வந்ததால், விரியோடை யில் இறங்கி கடக்க வேண்டி வந்தது. பெயருக்கு ஏற்ற மாதிரி ஓடை, ஆழமும் அகலமுமாய் இருந்தது. மூங்கில் புதரும், நாணல் தட்டைகள் பூத்தும் கரைகளில் மண்டிக்கிடந்தன. நல்ல வேளை யாய் ஓடையில் தண்ணீர் அருகித்தான் ஓடிக்கொண்டிருந்தது.

ஆயாவுக்குத் துணையாய் வந்த கைப்பிள்ளைக்காரி, ஆயாவின் வேகமான நடை கண்டு அத்தனை வசவு வைதாளாம். 'பாதகத்தி... நீ ஓம்புள்ளய வைத்தியச்சிகிட்ட கொண்டு போய்ச் சேக்குங்குள்ள, எங்களப் பூராம் எமெ வீட்டு வாசல்ல கொண்டித் தள்ளீருவ போல, பொம்பளயா நிய்யி. செத்த பொறுத்துத்தே நடந்தா என்னா...' திட்டிக்கொண்டே தனத்தையும் பிடித்த கை விடாமல், கரையில் சறுக்கி விழாமலும், ஓடையை எறங்கி ஏறித் தீர்த்தார்களாம்.

ஓடையில் இறங்கிய ஆயா, நடுத் தண்ணீரில் நின்றபடி, வடக்கே திரும்பி சரளைக்கல் ரோட்டின் மேலிருக்கும், பொட்டியம்மன் கோயிலைக் குறிவைத்து முறையிட்டது. 'அடியே... காமுத்தாயி. தெய்வமாய் உறைந்து நின்ற தேவதை – நீசச் சிறுக்கி, ஊருல பொறக்குற தலப் பிள்ளக்கி, தவறாம ஓம் பேர வக்கிறாங்கல்ல...ஒரொரு குடும்பமும் ஒனக்கு மஞ்சப்பூசி, மருக்கொளுந்து மால போட்டு, தலமொட்டையும், காப்பரிசி காணிக்கையுமா ஒனக்கு கப்பங்கட்டி கும்புடுறதுனால... ஒனக்கு கூடிப் போச்சாடீ. இந்தப் பச்ச மண்ணு ஒங் கண்ணவா புடுங்குச்சு. இல்ல ஒன்னியப் போல, ஊர்லருக்க வீடெல்லா கடம்படணும்னு வம்பு புடிச்சுச்சா, ஊரு வழமப்படி, ஓம்பேரத்தான சொல்லி வச்சம். அதுல என்னா

கொற. வேற எதுனாச்சும் தீங்கு இருந்தா, என்னப் போல கெழடு கெட்டைக்குத் தள்ளிவிட்டு ஒங் கடுப்ப தீத்துக்க வேண்டியது தான. மஞ்சக் காப்பு தேச்சுத் தேச்சு ஒங் கண்ணுமுழி மங்கிப் போச்சா? வாழக் குருத்தா ஓடித் திரிஞ்ச பாலகன, இப்பிடி புடுங்கிப் போட்ட கீரச் செடியா கெடத்திப் புட்டியே, நீ வெளங்குவியா...? ஒனக்கெல்லா ஒரு கோயிலா? ஒங் கெட்ட கேட்டுக்கு நாளுக்கொரு பூச, மாசத்துக்கொரு கும்புடு? மருத்துவச்சி வீட்டுக்குப் போய்ட்டு, ஊரு எல்லைய மிதிக்கையில, எம் பேரெ எந்திரிச்சு நடக்கல... ஒனக்கு இருக்க கோயிலு இருக்காது. கும்புட, சாமியா நீயும் இருக்க மாட்ட.'

ஆயாவின் ஆங்காரம் கண்டு விரியோடையும் செவல்காடும், தானாய்த் திறந்து வழி விட்டதாக கைப்பிள்ளைக்காரி காலமெல் லாம் சொல்லித் திரிந்தாள்.

“பொம்பளயா ஒங்க ஆயா? யாத்தே பேய் புடிச்சவ போல, கல்லுன்னு பாக்காம, முள்ளுனு நிக்காம, சதக்கு சதக்குன்னு எட்டு வச்சு ஓடுறா. பாவம் தனம், கழுத்துல கயறு கட்டாத ஆட்டுக் குட்டியா லொங்கு லொங்குன்னு இழுபட்டு ஓடிவாரா. நல்ல வேள, அந்த பொட்டியம்மெ உசுரோட இல்ல. இருந்திருந்தா அந்த மானைக்கி, நாண்டுகிட்டுத்தே செத்திருப்பா. ஏற்கனவே அவ, கெணத்துல எறங்குன தச்சுரு. ஒங்க ஆயா பேசுன பேச்சுல– எங்குட்டும் ஊரவிட்டே ஓடிப் போயிருப்பாளோன்னு சந்தேகம் வந்துருச்சு...” என்றாள்.

மேலும் “நல்ல வேள. நாங்க போன நேரம் மருத்துவச்சி வீட்ல இருந்தா. சித்த பிந்தி வந்திருந்தா வயலுக்குப் போயிருப் பாளாம். நல்ல ஓங்கு தாங்கான பொம்பள. கையி காலெல்லா கரண கரணயா ஆம்பள போல, வளப்பமான ஒடம்பு. கெண்டங் காலுக்கு சீல கட்டிப், பின் கொசுவம் சொருகி இருந்தா. லவுக்க கெடையாது. நெத்தில, உள்ளங்கையளவு வட்டப்பொட்டு வச்சு, வாய் நெறய வெத்தல போட்டுருந்தா”.

‘ஒங்க ஆயா, ஒன்னிய மருத்துவச்சி முன்னாடி நெடுஞ் சாண்கெடையாப் போட்டா. ஒனக்கு அப்பவும் விக்கல் நிக்கல...'

‘அந்தப் பொம்பள, ‘என்னா கன்னுட்டீ...’ன்னு பதறாம ஒந்தலய தடவி விட்டா. ‘இப்பதான வெத்தலயப் போட்டேன்'னு சொல்லிட்டு, ‘வெளிய திண்ணைக்கு தூக்கிட்டு வாம்மா’ன்னுட்டு, கொல்லையில போயி

வெத்தலயத் துப்பிட்டு வாய் கழுவி வந்தா.'

'அதுக்குள்ள நாம் போயி ஒரு கவுளி வெத்தலயும் ஊதுவத்திக் கட்டு ஒண்ணும் வாங்கியாந்து காணிக்கையா வச்சேன்.'

'எப்ப இருந்து?' ஒரே ஒரு கேள்வி மட்டும் கேட்ட அந்த மருத்துவச்சி, வீட்டுக்குள்ளிருந்து ஒரு கொழா எடுத்து வந்தா, 'கெட்ட காத்து அடச்சிருக்கு'ன்னு வாய்க்குள்ள கொழல வச்சு, 'ப்பூ'ன்னு அமட்டி ஊதி விட்டா. அம்புட்டுதே. விக்கல் போன மாயந் தெரில. வயித்தையும் நெஞ்சையும் தொட்டுப்பாத்து, 'பித்தமுஞ் சூடுந்தே.. கவல வேண்டாம்'னு ஏதோ ஒரு பச்ச எலைய நசுக்கி வாயில ரெண்டு சொட்டு விட்டு, எலைய தலைல தேச்சு விட்டா...

'யப்பா... அந்த எல, எம்புட்டு காட்டம். பக்கத்துல நின்ட எனக்கே தாங்க முடில. வாயெல்லாம் கசப்பு. ஓங்கரிச்சு தொண்டையெல்லா கமறுது.'

'தூக்கிட்டுப் போங்க'ன்னா, 'வீடு போயச் சேரங்குள்ள, புள்ள கீழ எறங்கிருவான்'..னா. 'கம்மாய் பக்கமா போனா நல்லது'ன்னா.

'அவ சொன்னது மாதிரியே பொட்டியம்மெங் கோயிலத் தாண்டல.. வாந்தியும் பேதியுமா பீச்சி அடிக்கிது. ஓங்க ஆயா சேல பூராமும் மூத்தரமும் பீயிந்தே.. ஓடைல வச்சுக் கழுவி குளிப்பாட்டினா.'

'நா நடந்து வாரே ஆயா'ன்னு நீ நடக்க ஆரம்பிச்சிட்ட தெரிமா...? என்று பாரதக் கதை போல் சொல்லுவாள் கைப்பிள்ளைக்காரி.

அது மட்டுமில்லாமல் இன்னமும் சொன்னது, 'ஓடையில நின்னு, கும்புடுற சாமிய அம்புட்டுப் பேச்சுப் பேசுன ஓங்க ஆயா, மருத்துவச்சிகிட்ட ஒரு வார்த்த பேசட்டுமே? 'ஆத்தா.. காப்பாத்து! விருத்தியா வந்த புள்ள விழுந்து கெடக்கா...'ன்னு அந்த ஒரே வார்த்ததே...' என்று நாடகத் தனமாய், என்னைக் காணும் போதெல்லாம் பேசிக் களிப்பார்.

4

“என்ன உதயன் சார்! ஒங்க ஃபிரண்டு அப் – நார்மலா இருக்காரு. சொல்லப்போற மேட்டர மனசுக்குள்ள ட்ரயல் பாக்குறாறா?” கம்பவுண்டர் சார், எனது செயலற்ற நிலையைக், கண்டு கொண்டது போலப் பேசினார்.

உதயனுக்கு, அது ஒரு சங்கடத்தை ஏற்படுத்தி இருக்க வேண்டும். நண்பர் பற்றியோ, நட்பு சம்பந்தமாகவோ, அவரிடம் யாரும் இரண்டாம், மூன்றாம் நிலையில் வைத்துப் பேசிவிடக் கூடாது. பொறுக்க மாட்டார். தோழமையில், அத்தனை அணுக்கமான உறவினைப் பேணுகிறவர்.

“அதெல்லாமில்ல சார்... ரொம்ப நுட்பமா பேசக் கூடியவர்தான். ஆரம்பத் தயக்கம் இருக்கலாம் சார்” என்றார். கம்பவுண்டர் இறக்கி விட்டதற்குப் பதிலாய், ஒரு படி மேலே ஏற்றி வைத்துச் சொன்னார்.

“அப்படியா...அப்ப எதும் ஃபிளாஷ் பேக்ல ட்ராவல் பண்றார்றா?” கம்பவுண்டர் சார் நேரடியாய் என்னிடமே பேசலானார்.

“சொல்லுங்க.”

என்னுடைய தடுமாற்றத்திற்கும், தயக்கத்திற்கும் மன்னிப்புக் கேட்டுக்கொண்டேன். அவரும், ‘இட்ஸ் ஓக்கே...’ என தலையை குலுக்கி மேலே தொடரச் சொன்னார்.

“எங்க ஆயா – பாட்டி சம்பந்தமா, ஒங்ககிட்ட கொஞ்சம்

கலந்து பேச வேண்டி இருக்கு சார். ஜஸ்ட் ஐடியா..." என்று துவங்கினேன்.

"பரவால்ல சொல்லுங்க. கன்சல்டிங்குக்குதே ஃபீஸ். ஐடியாவுக் கெல்லா நோ ஃபீஸ்" என்றவர் உதயன் பக்கம் திரும்பி "உங்க பிரண்ட். பேச்சாளர்ங்கறத ஒத்துக்கறேன்" என்று சொல்லிச் சிரித்தார்.

எனக்கும் கூட, அவரது பேச்சு ஒரு இறுக்கத்தைத் தளர்த்தியது போலிருந்தது.

"வீட்ல அம்மாவப் பெத்த பாட்டி இருக்காங்க சார். அவங்க..." ஆயாவின் நடவடிக்கைகளை எப்படி விளக்குவது என்பதில் தடுமாற்றம் வந்தது.

"பிராப்ளம் பாட்டிக்கா. பாட்டியே பிராப்ளமா.." இடைமறித்த கம்பவுண்டர், "நானும் பேச்சாளர் மாதிரி பேசறேன்ல." எனப் புன்னகைத்தார்.

உதயனும் உடனே குறுக்கிட்டு, "பாட்டிக்கு பிராப்ளம் வந்ததால, பாட்டியே பிராப்ளம் ஆயிட்டாங்க சார்" என்றார்.

"கரெக்ட் உதயன். நீங்களும் பேச்சாளர்ங்கறத ப்ரூஃப் பண்ணிட் டீங்க, வெல்டன்." உதயனை கைகுலுக்கிப் பாராட்டினார்.

"பகல்ல அவங்ககிட்ட எந்தப் பிரச்சனையுமில்ல. நல்லா ஆக்டிவா இருக்காங்க. வேணுங்கறதக் கேக்குறாங்க. குடுக்கறத வாங்கிக்கிறாங்க. அமைதியா இருக்காங்க. ராத்திரில தான் சிக்கலே. அதும் சொல்லி வச்ச மாதிரி, பதினோரு மணிக்கு மேல் பன்னண்டுக்குள்ள, வீட்ல ஒர்த்தரும் நிம்மதியா இருக்க முடியறதில்ல..."

"ஓ! என்ன செய்றாங்க?"

"மொதல்ல கதவத் தட்டுவாங்க சார்."

"தனி ரூம்ல அவங்கள வச்சிருக்கீங்களா?"

"இல்ல சார். வீட்ல கால்வச்சு நொழஞ்சதுமே, ஒரு சின்ன 'சிட் அவுட்' மாதிரி. ஒரு அடக்கமான ரூமு. அங்கயே பாத்ரூம், லெட்ரின் அடங்கி இருக்கு சார். அடுத்து ஒரு அளவான ஹால். அதத் தாண்டி கிச்சன். கடேசியா ஒரு

ம. காமுத்துரை | 25

பெட்ரூம். எல்லாமே எட்டு, பத்து சைஸ்தான் சார்."

"அளவான வீடு".

"ஆமா சார். மேல மெத்துல, ஒரு ரெண்டு ரூம் போட்டுத், தகரம் போட்டுருக்கம் சார்."

"மாடில"

"ஆமா சார். ஆயா, பாட்டிய நாங்க ஆயான்னுதேங் கூப்பிடுவம். அது மட்டும் முன் ரூம்ல இருக்கும் சார்."

"ஓ... தனியா? கதவ அடச்சிருவீங்களோ?"

"ஆயாவே, பூட்டிக்கத்தா சொல்லும் சார்."

"ஓ...சரி. ஒங்க பாட்டி... கதவத் தட்டுவாங்க?"

"ஆமாங்க சார். மொதல்ல நாங்க என்னமோ, ஏதோன்னு பயந்து போய்த் தெறந்தோம். தெறந்தா, ஏதோ ஒரு அமானுஷ்ய சக்தி ஏறுனாப்போல ஆயா, கதவத் தெறந்தவங்களத் தள்ளிவிட்டு, வீட்டுக்குள்ள நொழையும் சார். நாங்களும் சரி, தனியா இருக்கப் பயப்படுதாக்கும்னு நெனச்சம். ஆனா, அது வீட்டுக்குள்ள வந்தா, ஒரு எடத்துல நிக்கமாட்டேங்கிது. வீடு பூராவும் பரபரன்னு சுத்தும். என்னமோ ஒரு பாஷைல பேசுது. யாரையுமே அதுக்கு அடையாளம் தெரியல? இருக்க பொருள்களப் பூராம் எடுத்து, கீழ வீசி எறியுது. ஒரெடத்துல ஒக்கார வக்க முடில. கயிறு வச்சு கட்டிக் கூடப் போட்டம் சார். சத்தம், சத்தம்... ஊரையே கூப்புடுற மாதிரி பெருங் கூப்பாடுதே."

கம்பவுண்டர் சாருக்கும், உதயனுக்கும், எனது விவரிப்பு காட்சியாய் ஓடியிருக்க வேண்டும். மிகுந்த அமைதி காத்தனர். நுழைவாயிலில் எழுதிக் கொண்டிருந்த, அந்த நபர் மட்டும் இப்பவும் அதே சலனமற்ற நிலையில் எழுதியவாறே இருந்தார். அறையில் குளிர்ச்சி குறைந்து வெப்பம் பரவியது. வெளியில் சூரியனின் ஆதிக்கம் அதிகரித்தது போலும்.

"கதவு தெறக்காம இருந்தா?" கம்பவுண்டர் சார்பில் உதயன் கேட்டார்.

"கதவ ஒடைக்கிற மாதிரித் தட்டுவாங்க. அய்ய்யோனு கூச்சல் போட்டு அலறுவாங்க. 'என்னிய ஒத்தையில விட்டுட்டு

எங்குட்டுப் போனீகன்னு...” கத்துவாங்க.”

“அப்ப...கான்சியசோடதே இருக்காங்க?” “அப்படியான நேரத்துல தெறந்து விட்டீங்களா... ?” என்றார் உதயன்.

“திறந்து விட்ட பிறகுதான பிரச்சனங்கறாரு...” கம்பவுண்டர் சார்.

“அப்பவும் நெலம மாறலியே சார். உள்ள வந்தா படுக்க மாட்டேங்கிறாங்க.”

“அது மட்டுமில்ல சார். அவங்க ரூம்லயே லெட்ரின் பாத்ரூம் இருக்கு. அந்தக் கதவயும் வேற ஒடச்சு.... சமயத்துல பாத்ரூமுக் குள்ளயே புகுந்து வழுக்கி விழுந்து....ரொம்ப அவஸ்த சார். நைட்டு ஆயிட்டாலே, எல்லாருக்கும் உடம்பு வெலவெலப்பு கண்டுக்கிது.”

“பகல் நேரத்துல அமைதியா இருக்காங்களா?”

“ரொம்பப் பாந்தம் சார்.”

“அப்பப் பேசுவீங்களா?”

“பிரயோஜனமில்லீங்க. எதுவுமே தெரியலங்கும் சார்.”

“பிரயோஜனமில்லீன்னு முடிவு பண்ணாதீங்க. முயற்சி பண்ணலேன்னு சொல்லுங்க.”

யோசித்துப் பார்க்கையில் கம்பவுண்டர் சாரின் அனுமானம், சரியாகத்தான் இருக்கும் போலிருக்கிறது. ஆயா, இரவில் நடத்துகிற அல்லது நடக்கிற கூத்து — காலையில் எழுகிறபோது எரிச்சலாகத்தான் பொழுது விடிகிறது. பயங்கரக் கோபத்துடன், படுக்கையை விட்டு வெளியே வந்தால், வராண்டாவில் அடித்துப் போடப்பட்ட கீரிப்பிள்ளையாய் ஆயா மூச்சு வாங்கித் தூங்கிக் கொண்டிருக்கும். அல்லது அப்போதுதான் எழுந்து கை, கால் சுத்தம் செய்யும். சில நாட்களில் வாசல் தெளித்துக் கோலமோ கூடப் போட்டுக்கொண்டிருக்கும். நாங்கள் கதவு திறப்பதைக் கண்டவுடன், முகத்தை சேலைத் தலைப்பால் மூடிக்கொள்ளும். வெளியில் நின்றிருந்தால் பக்கத்து சந்துக்குள் நகர்ந்துவிடும். தாலியறுத்த மூளி முகத்தில் யாரும் முழிக்கக் கூடாதாம். தூங்கிக் கொண்டு இருந்தாலும், முகத்தைப் பொத்தித்தான் உறங்கும். எங்களுக்குப் பிறகுதான்

எழுந்து நடமாடும்.

ஆயாவின் இந்த நிலைப்பாடுகளில், அதன் இரவுக் கோலத்தைப் பற்றிப் பேச பேச்சு வராது. அது கனவு போலவே தோணும். பக்கத்து வீட்டுக்காரர்கள் வந்தால் தான், ஆயாவிடம் குறைபட்டுப் பேசுவார்கள்.

'இப்பிடியா பண்ணுவீக... ஒரு பெரிய மனுஷி.'

'சங்கடமாத்தே இருக்கு... புள்ளகளப் பூரா இமுசப் படுத்துறேம் போல...' கிசுகிசுப்பாய்ச் சொல்லிக் கண் கலங்குவார்.

'நேத்திக்கு முந்தா நாளெல்லா... ஆருக்கோ தொட்டிகட்டிப் பாட்டுப் பாடுனீங்க.... எம்புட்டுச சத்தம்?'

'அது கூடப் பரவால்லேயே.... நடுகுடு சாமத்துல ஒப்பு வக்கிறியே... நாயமா.' வேறொரு பெண் வந்து நேரடியாய் சத்தம் போட்டாள்.

'ஒப்பாரியுமா.... கடவுளே!'

'யாத்தே... தெருவே என்னமோ ஏதோன்னு எந்திரிச்சு வந்திருச்சு தெரிமா? என்ன கெத்து. எம்புட்டு சத்தம். அழுதழுது...'

'அழுகையா? தாத்தா செத்தப்ப கூட, அப்பிடி ஒப்பு வச்சியான்னு தெரில! கால நீட்டி ஒக்காந்துக்கிட்டு, தலய விரிச்சுப் போட்டுக்கிட்டு, மாலமாலயா கண்ணுத் தண்ணிய விட்டுக்கிட்டு... நண்டு..., சுண்டுமா புள்ளைக இருக்க வீட்ல, ஒரு பெரிய மனுஷி, இதெல்லாஞ் செய்யலாமா? வீடு விருத்தியாக வேணாமா...'

'வாச்ச மருமகெ கொணசாலிங்கப் போயி, ஓம் பொழப்பு ஓடுது. பெத்த புள்ளயே ஆத்தாள அடுச்சு வெரட்டற நாள்ல.... நீ குடுத்துவச்ச ஆத்துமாதே."

போகிற போக்கில் பெண்கள் எல்லோரும், என்னுடைய தகப்பனாரின் தயாள குணத்தை ஒருவரும் பாராட்டாமல் போவதில்லை. அதுதான் அவர்களறியாமல் ஆயாவுக்குச் செய்கிற நல்ல காரியம். அந்தப் பாராட்டுக்காகவே அப்பாவும், ஆயாவின் பாடுகளை சகித்துக் கொண்டிருக்கிறார்.

நாங்களெல்லாம் கீழ் வீட்டில் படுக்க, அப்பா மட்டும் மாடிக்குச் சென்றுவிடுவார். ஒருவேளை மாடிக்கு, ஆயாவின் சேட்டைகள் குறைவாகக் கேட்குமோ என்னவோ? அப்படி இருக்க வாய்ப்பில்லை தான். ஆனாலும் முரட்டுப் பிடிவாதம் கொண்ட அப்பா, ஆயா விசயத்தில், எப்படி இத்தனை மௌனம் காக்கிறார் என்பது இன்றளவும் விளங்கவில்லை.

அம்மாதான், ஆயாவை சத்தம் போடும். அதுவும் அப்பா இருந்தாரேயானால் வீர் வீரென குதித்துக் கத்தும். அதுவும் ஒரு நாடகமாகத்தான் இருக்கும். தனது தாயை, புருசன் கோபிக்க, அது வேறு விதமான விளைவை ஏற்படுத்திவிடக் கூடாது என்கிற, உள் அச்சத்தின் காரணமாகவும் இருக்கலாம். ஆனால், அதையும் மீறிச் சில சமயம், அவளே இவளே என அம்மா, ஆயாவை வசை பாடவும் செய்யும். அச் சமயம் என்னால் சகிக்கவும் முடியாது. அதனைத் தடுக்கவும் முடியாது.

ஆயாவுக்கான உணவு, உட்கார வைக்க, தூக்க, படுக்க வைக்க என்ற பணிவிடைகள் மற்றும் வைத்தியம் என, அத்தனை பாடுகளையும், ஒற்றை ஆளாய் செய்கிறபோது, அதன் எதிர் நிலையாய், சலிப்பாய், சுமப்பவளின் வலியாய் வெளிப்படுகிற வார்த்தைகள் – வசவுகள் என்பதால், யாரும் அம்மாவை குறை சொல்வதில்லை.

மேலும், தாய்க்கும் மகளுக்குமான உரையாடலில், எனது தலையீடு மனோரீதியாக இருவரையும் நேரடியாகப் பாதிக்கலாம். தங்களின் அந்தரங்கம் ஊரறியத் தெரிகிறதே என்று ஆயாவும், மனம் நோகலாம். எல்லாமும் மாறிவிடும் என்ற நம்பிக்கையில், கண்டும் காணாத மாதிரியே கடந்துபோய் விடுவதை, வீட்டின் அத்தனை நபர்களும் வழக்கமாக்கிக் கொண்டிருந்தோம்.

5

உதயனும் நானும் ஆஸ்பத்திரியை விட்டு வெளியில் வந்தோம். வெய்யில் நன்கு விளைந்திருந்தது. ஆஸ்பத்திரியின் குளுமை அறவே நீங்கி இருந்தது.

"டீ சாப்பிடலாமா?"

ஆஸ்பத்திரியின் எதிர்ப்புறமிருந்த,ஒரு கடையில் நின்றார் உதயன். நான்கு புறமும் திறவையான கடை அது. சாலையை விட்டு ரொம்பவும் கீழிறங்கி அமைந்திருந்தது. டானா வடிவத்தில் அமைந்த, இரண்டு மர ஸ்டால்கள் நிறுத்தப்பட்டிருந்தன. அதன் உட்புறமாய் டீ மாஸ்டரும், கல்லாவில் முதலாளியும் நிற்க, வியாபாரம் நடந்து கொண்டிருந்தது. அதற்கும் உள்ளே எட்டுக்குப் பத்து அளவில், ஒரு சிறிய அறை கண்ணுக்குத் தெரிந்தது. அதனை ஆரமாக வைத்துத்தான், வெளிப் புழக்கத்தை ஏற்படுத்தி இருக்கிறார்கள். அந்த உள் அறையில், ஒரே ஒரு அடுப்பு. அதில் பால் காய்ந்து கொண்டிருந்தது. சுவரில் நாலைந்து சாமி படங்கள்.

மற்றபடி தண்ணீர் ட்ரம் இரண்டு, வடசட்டி, அரிகரண்டி, ரிப்பேர் ஆன இன்னொரு அடுப்பு, சேவுக்கட்டை, மிக்சர் உழக்கு, நாலைந்து பால்கேன். இவை எல்லாம் போக, ஆமை வடிவத்தில் ஒரு பண்பலை வானொலி. அத்தனையும், அறைக்கு வெளியே, ஆளுக்கொரு இடம் பிடித்து அடைந்து கிடந்தன. வானொலி மட்டும் ஒய்யாரமாய், உயரத்தில் சுவரில் அறையப்பட்ட ஆணியில் கயிறுகட்டித் தொங்கிக்கொண்டிருந்தது. ஸ்டால்களில் டீ பாய்லர்,

வடைத்தட்டு, மிக்சர் தட்டு, பால்பன் அடுக்கு என சரக்குகள் வரிசையாய் இடம் பிடித்திருந்தன.

உதயனே டீயைச் சொன்னார்.

உதயன் சொன்னதை வாங்கி, மாஸ்டருக்குக் கடத்திய கடைக் காரர். உதயனைப் பார்த்துப் புன்னகைத்தார்.

“வாங்க சார்”

கடைக்காரரின் புன்னகையைத் தலையை ஆட்டி ஏற்றுக் கொண்ட உதயன், அதனை மெருகேற்றும் விதமாய், ‘நம்ம ஊர்லயே இன்னமும் பாய்லர் வச்சிருக்க டீக்கட, இது ஒண்ணுதான...” என்று என்னிடம் கேட்டார். அது கடைக்காரருக்கும் தெளிவாகவே கேட்டிருக்கும். அதன் எதிரொலியாய், அவரது முகத்தில் பெருமிதம் தாண்டவமாடியது. ஆனால் உடனடியாய் அதனை வெளிப்படுத்த முடியாத வண்ணம், ஒரு ஆளுக்கு பாக்கிச் சில்லரையும், இன்னொருத்தருக்கு, இனிப்புக்கு காரமும் தர வேண்டி இருந்தது. அந்த இடைவெளியில் எனக்கொரு சந்தேகத்தை உதயனிடம் கேட்டேன்.

“பாய்லர் டீ பாய்லர் டீ...ங்கறேங்களே. அதுல என்னா விசேசம்.” உண்மையாகவே தெரியாமல்தான் கேட்டேன். பழமையை வரவேற்கிறார்களா.. இல்லை பகுமானத்துக்கான பேச்சா? என விளங்கிக்கொள்ள வேண்டி இருந்தது.

“தெரியாதா பிரபு? இதிலதான் டீயோட உண்மையான சுவை கிடைக்கும்.” உதயனுக்கு பக்கத்திலிருந்தவர் பதில் சொன்னார்.

“எப்படீ?” எனக்குப் பக்கமிருந்தவர் இந்தக் கேள்வியினைக் கேட்டார்.

இப்போது அவருக்கு உதயன் பதில் சொல்லலானார். “மத்த கடைகள்ல டீ எப்படி போடுறாங்க?” கேள்விக்கே கேள்வி. இதுதான் உதயன் பாணி.

கேட்டவர் கொஞ்சம் தடுமாறினார். “எல்லாக் கடைலயும்.... பாலத் தனியாகக் காய வக்கிறாங்க. கௌாசுல சீனியப் போட்டுட்டு, டீப் பையில பால ஊத்தி, டிக்காசன எறக்குறாங்க. அப்பறம் பால ஊத்தி, கடசில டீப் பைய

புழிஞ்சு, லேசா ரிங் சுத்தறாங்க...” அப்பாடா செய்முறை விளக்கம் தெரிவித்தவர் தப்பித்ததைப் போலப் பரவசம் கொண்டார்.

“கரெக்ட். ஆனா இங்க, ஒரே ஒரு விசயம் மட்டும் மாறி இருக்கும். பால் எல்லாம் சரி. டீ டிக்காசன் எறக்குறதுல தாம் மாத்தம். மத்த கடைல கொதிச்ச பால ஊத்தி எறக்குவாங்க. இங்க, சுடுதண்ணிய விட்டு டிக்காசன் எறக்குறாங்க. அதாவது டீத் தூளோட பால சேத்துக் காச்சாம, தூள மட்டும் தனிக்காச்சல் காச்சறதால, டீயோட தனிச்சுவை கெடைக்கும். ஸ்ட்ராங்கும், டேஸ்ட்டும் நாக்குல நிக்கிம். அதனாலதே பாய்லர்ல வெந்நீர், எந்த நேரமும் கொதிச்சுகிட்டே இருக்கும். என்னாங்க சார்..” கடைக்காரரிடமும் ஒப்புதல் வாங்கினார் உதயன்.

“உண்மைதாங்க. அதெல்லா ஆருக்குத் தெரிது? பளபளன்னு கடயப் பாத்தா, பத்து ரூவா சொன்னாலும் மூச்சுக் காட்டாமக் குடுத்துப்புட்டு, டிப்ஸ் வேற தனியா தந்துட்டு வருவாங்க. நம்ம கிட்ட, நால் ரூவா டீக்கி, ரெண்டு ரூவா கடெஞ் சொல்லிட்டுப் போவாங்க. கேட்டா ரோட்டுக் கடதான...ம்பாங்க” என்று தன் னுடைய ஆற்றாமையை கொட்டிய கடைக்காரர், எங்களுக்கான டீயைத் தந்தபோது, ”இன்னொன்னு சார்...பக்கத்தில் ஒன்னுக்கு ரெண்டு ஆசுபத்திரி இருக்கதால, பொழுதுக்கும் வந்து சுடுதண்ணி கேக்கறாங்க. இல்லேன்டு சொல்ல முடில... அதுக்காகவும் பாய்லர் தேவப்படுது” என்ற தனது இன்னொரு பக்கத்தையும் வெளிப்படுத்தினார்.

“உண்மையிலேயே நல்ல காரியம் செய்றீங்க. அருமையான விசயம்” என்று உதயன் பாராட்டிச் சொன்னபோது, தம்பி சரவணன் கடைக்கு வந்தான்.

“நமக்கொரு டீ போடுண்ணே... அரக்கௌாஸ், ஸ்ட்ராங்கா“ என மாஸ்டருக்கு சொல்லிவிட்டு, எங்கள் பக்கமாய் வந்து நின்றான்.

“வா, வா, சரணா.... எப்படி இருக்கீங்க?” உதயன் நெருக்கமாய் வந்து விசாரித்தார்.

‘இந்தா... இருக்கம்ல அண்ணே சொல்லீர்ப்பார்ல. ஆயாளுக்காக டர்ரு வாங்கித் திரியறம்” என்று, மறைமுகமாக

ஆயாவைப் பற்றிச் சொன்னான்.

சரவணன் என் போலில்லை. எதையும் பட்பட்டென உடைத்துவிடும் சுபாவம். யாரிடம் பேசினாலும் தடங்கலில்லாது பேசக் கூடியவன்.

"ஹ... அப்பபடியெல்லா ஃபீல் பண்ணக் கூடாது சரவணன். எல்லார் வீட்டிலேயும் எதாச்சும் ஒரு பிரச்சனை இருந்து கிட்டுத்தான் இருக்கும்.."

டீ வந்தது.

உதயனின் சமாதானத்தில் அவனுக்கு உடன்பாடில்லை. பலமாய் மறுத்தான். "இல்லண்ணே,.... பத்தோட ஒரு பிரச்சனையா, இத ஈசியா ஆக்கிக்க முடியாதுண்ணே. ரொம்ப கடுமையான விசயம். நேத்து வரைக்கும், அய்யா அப்பனுன்னு பாசத்தத் தொட்டி கட்டிக் குடுத்துக்கிருந்த ஆயா, தலகீழா மாறி, எதுத்து வருதுன்னா,... எவனோ ஒருத்தன் செய்வின சடங்கு செஞ்சிருக்காண்ணே.."

"செய்வினையா?" உதயன் ஆச்சர்யப்பட்டார்.

"அணேய்... நம்புண்ணே. சத்தியமா இருக்குணே..." தலையில் அடிக்காத குறையாய்ச் சொன்னான்.

"சரி. அப்படியே வச்சுக்குவம் சரவணா. காலம் போன கடசீல, ஒங்க ஆயாவுக்கு ஏவி விட்டு என்னா காரியத்தனம் பண்ணப் போறாக?"

"இங்கதான்ணே மெத்தப் படிச்சவங்க ஏமாறுற எடம். ஏவல், செய்வின பூராம் எங்களுக்குத்தே. அதுக்கு ஒரு கருவியாத்தே ஆயாவ பிடிச்சிருக்காங்கெ. அதாவது கைகாலு வெளங்காமச் செய்யறது, குடும்பமே நாசக் காடாப் போறது ஒது விதம்னா.. இப்பிடி வீட்ல ஒரு ஆள் மூலமா, நமக்கு இம்சயக் குடுத்து, வீட்டவே விருமுட்டி தட்டிப் போகச் செய்றது ஒரு வகை." தீர்மானகரமாகச் சொன்னான் அவன்.

ஒரு கட்டத்திற்கு மேல், உதயனால் அவனைத் தொடர முடியவில்லை. அதற்கு மேல் செல்வது நாகரீகமல்ல என்று, முடித்துக்கொண்ட உதயனின் உள்ளக்கிடக்கை எனக்குப் புரிந்தது. அவரளவில் சரிதான். ஆனால், எங்கள் குடும்பத்திற்காக நான் வாதிட வேண்டும். இப்படியெல்லாம்

கூட யோசிக்க முடியும் என நான் நினைக்கவே இல்லை. சரவணன், பேசினால் வீட்டில் நம்பிவிடும் வாய்ப்பு உண்டு. ஆகவே, உதயனது வாதத்தை, நான் தொடர்ந்தே ஆக வேண்டும்.

அவன் வழியில் போக வேண்டி வந்தால், குடும்பம் ஏகப்பட்ட பிரச்சனைகளை எதிர்கொள்ள வேண்டும். சாமியார், குறி சொல் பவன், பில்லி, சூனியம், அதனை மீட்டு எடுக்கிற மந்திரவாதி, இப்படிக் கதை கந்தலாகிவிடும்.

மூன்று பேருக்குமான டீ செலவை சரவணனே கொடுத்தான். "டாக்டரப் பாக்கப் போகணும்னாரு, பாத்தீகளா ?.." சட்டென அடுத்த கிளைக்குத் தாவினான்.

"டாக்டரப் பாக்கப் போகல, ஓரலா ஒரு ஐடியா கேக்கப் போனம்" உதயன் பொறுப்பாய் பதில் சொன்னார். "நரம்பு சம்பந்தப்பட்ட வியாதியா இருக்கலாம்... தேவப்பட்டா 'சைக்கிரியாடிக்ட்' கிட்டக் கூடக், காமிக்கலாம்னு பொதுவாச் சொன்னாரு."

"பேய் பிடிக்கறது கூட நரம்புத் தளர்ச்சின்னு தான சொல் றாங்க."

"ஆ...மா. அவக படிச்சு வந்த்த்தான சொல்ல முடியும். நம்மளப் போல பில்லி சூனியம்னு பேசுனா படிப்புக்கு என்னா வேல்யூ?" இடைவெளி விடாமல்தான் பேசினார் உதயன்.

"ணேய்,.. அப்புடியா சொல்றீக. ரொம்பப் படிச்சவகதே சைலண்டா இங்க வந்து போறாக. தெரிமா?" என்றவன். "அப்ப.... ஆஸ்பத்ரில சேக்கவா?" கேட்கும்போதே அவனுள் ஒரு விடுதலை பெற்ற உணர்வு தோன்றியது. உள்ளூர அதைத்தான் விரும்பு கிறானோ?. "ஆமாண்ணே எதாச்சும் ஒரு ஏற்பாடு செய்யணும்ல. என்னாண்ணே...." தொடர்ந்து பேசினான்.

"கரெக்ட் சரவணா... ஆனா, ங்கொண்ணெ ஆஸ்பத்திரினு போனா, அதிகச் செலவாகுமேன்னு யோசிக்கிறாப்ல.." என்றார் உதயன்.

"செலவப் பாத்தா... விடியக் விடிய குடும்பமே, முழிச்சுக்கிட்டு இருக்கச் சொல்றாரா ?. அப்பறம் மொத்தமா குடும்பம் பூராமு,

ஆஸ்பத்திரில போய்க் குடியேற வேண்டிதே. அந்தச் செலவு பரவால்லியா?"

"பொறுங்க உதயன்...." இருவரையும் பேச விட்டால் நான், காணாமல் போய் விடுவேன் போலத் தெரிந்தது. "இன்ன வியாதின்னு தெரியாம. எப்படி ஆஸ்பத்திரில சேக்கறது?" மெதுவாய் வாய் திறந்தேன். இதற்கும் பதில் வைத்திருப்பான். டீக்கடையை விட்டு, இன்னமும் விலகி வரவில்லை. காலை வெயிலுக்கு இதமான நிழலும், குளிர்ச்சியும் இருந்ததால், கடை யாவாரத்திற்குப் பாதிப்பில்லாமல் ஓரமாய் நின்று கொண்டோம்.

கடையில் வடைகள் மொறுமொறுவென சூடாய் சுட்டுச் சுட்டு அடுக்கிக் கொண்டிருந்தார்கள். வாடிக்கையாளர்கள், அளவாய்க் கிழித்து வைக்கப்பட்டிருந்த பேப்பர்களை வாங்கி, வடையின் மேல் போர்த்தி, அதே கையில் அமுக்கி, எண்ணெய் பிழிந்து, கை பொசுக்க, வாய் பொசுக்க வடை தின்று கொண்டி ருந்தார்கள்.

"எந்த வியாதின்னு, யாருக்குத் தெரியும்?" கூப்பிட்டுப் போய் ரெண்டுநாள் படுக்கப் போட்டா, அவக கண்டுபிடிச்சிட்டுப் போறாக. எங்குட்டோ சொஸ்தமானா சரி. என்னா உதயண்ணே..."?

"ஆஸ்பத்திரியப் பத்தி தெரியாமப் பேசறான்" என்றேன்.

"நீதே தெரியாமப் பேசற..." என்று என்னைத் திருப்பினான். இன்னிக்கி மண்ணுல இருந்து தண்ணி வரைக்கும், அத்தனையும் ஏவாரந்தே. அப்பிடி இருக்க, கோடிக் கணக்குல பணத்தப் போட்டு, ஆஸ்பத்திரி கட்டுனவெ, நமக்கு ஓசியாவா வைத்தியம் பாப்பான்...? நமக்கு பிரச்சன தீரணும். அதுக்குத் தகுந்தாப்ல, உதயண்ணனப் போலத், தெரிஞ்சவங்கள வச்சு, எம்புட்டுச் சலுகையாப் பாக்க முடியுமோ, அப்பிடிப் பாத்துக்கற வேண்டிதெ. அத விட்டுப்புட்டு, வீட்லயே வச்சு, வேடிக்க பாக்க முடியுமா? வேணும்னா ஒண்ணு செய்யலாம்.." என்றவன். கொஞ்சம் நிறுத்திச் சொன்னான், "மக வீட்ல ஒனக்கென்னா ரைட்டு" ன்னு வெளிய பத்திவிடலாம்" என்று தயக்கமே இல்லாமல் சொன்னான்.

"பாவி, பாவி... ஏண்டா, பெத்த மகளே தஞ்சம்னு, சொந்த பந்தங்களப் பூராவும் ஒதறிப் போட்டு வந்த மனுஷிடா...

ஓடிப் போடின்னு வெரட்டி விடணும்னு பேசுற. நாளக்கி வயசாச்சுன்னா, ஒனக்கும் இப்பிடித்தாண்டா கெடைக்கும் கொலைகாரப் பயலே...." எங்களுக்கு அருகாமையிலிருந்த, ஒரு பெரியவர் – நடுத்தெரு போத்தி நாயக்கர், வட்டகப் காப்பியை சுழற்றிச் சுழற்றி ஆத்தியபடி, ஆவேசமாகப் பேசினார்.

"தப்பா பேசல நைனா.... சின்னவெ, எப்பவும் பட்டா சாத்தான வெடிப்பான். அன்னையிலிருந்து இன்னவரைக்கும், கெழவிய ஆருவச்சு காப்பாத்துறாக. பேச்சுத்தே..." உதயன் சரவணனுக்காக நாயக்கருக்குப் பதில் சொன்னார்.

"அதெல்லாஞ் சரித்தானப்பா... ஆருக்குமே அவதிப்பட்டா, அஞ்சுல ஒரு வார்த்த, ஆகாத வார்த்த வரத்தேஞ் செய்யும். ஆணானப்பட்ட அரிச்சந்திர மகராசாவே, பொண்டாட்டி பிள்ளய வெலச் சொன்னார்ல. ஆனாலும், இப்படிப் பேசக் கூடாது. எல்லாஞ் செஞ்சும், அதுக்குப் பலெ இல்லாமப் போகும்" என்றவர். "பேசாம ஏர்வாடிக்கு கூப்புட்டுப் போறீகளா? வயசானவங்க, மனநல மாறுனவங்கள, ஏதோ மந்திரிச்சு பாக்குறாகளாம்ல..." யோசனை சொன்னார்.

"அய்யய்யோ... இது இவனக் காட்டியும் மோசமான யோசனையாவுல்ல இருக்கு. ஏர்வாடில கொண்டுட்டுப் போயி விடுறதுக்குப் பதிலா, அங்க இருக்க கடல்ல, கயத்தக் கட்டி எறக்கி விட்றலாம். நிம்மதியாவாச்சும் போய்ச் சேர்வாங்க..." என்ற உதயன், கண்களால் சைகை காட்டி கிளம்பச் சொன்னார்.

மூன்று பேரும் டீக்கடையிலிருந்து இறங்கி நடக்கலானோம்.

6

வீட்டில் தனம் வந்து உட்கார்ந்திருந்தது. ஒருகால் குத்தி, மறுகால் சம்மணம் போட்டபடி, தோசை சாப்பிட்டுக் கொண்டிருந்தது.

"தனம்..." ஆவலாய்க் கூப்பிட்டேன்.

"அண்ணே..." தனம் சிரித்தது. "எனக்கு போதும்மா...ந்தா அண்ணெ வந்திருச்சு. அதுக்குச் சுட்டு வையி." அம்மா கொண்டு வந்த தோசையை, வாங்க மறுத்தது.

முன் அறையில் செருப்புக் கழட்டி வைக்கும் இடத்தில், கதவோரமாய் ஆயா உட்கார்ந்திருந்தது. கொஞ்சம் தள்ளி, இரும்பு கேட் அருகே செருப்பை விட்டேன்.

நான் வீட்டுக்குள் செல்ல, ஆயா தன்னை ஒதுக்கிக்கொண்டது.

"வீட்டுக்குள்ள வா ஆயா.... அதேன் வ்ஓ எல்லையாக்கும்...." தனம் ஆயாவைக் கூப்பிட்டது.

"ச்ச்..." வெட்கத்துடன் சிரித்த ஆயா "இருக்கட்டும் ஆயி... உள்ள வந்து, என்ன செய்யப் போறேன்..."

ஆனாலும், தனம் பிடிவாதமாய் வாதம் செய்தது. நான் ஆயா வாசம் செய்யும் இடத்தை நோட்டம் விட்டேன். எப்போதும் போல இடம் வெகு சுத்தமாய் இருந்தது. ஆயாவின் படுக்கை வழக்கம் போல பாத்ரூமின் மேல் புறத்திலிருந்த ஸ்லாப்பில், சுருட்டி வைக்கப்பட்டிருந்தது.

அநேகமாய் பல் தேய்த்து முடித் திருக்கும் போலிருக்கிறது. தலைக்கு எண்ணெய் தடவி, நெற்றி நிறைய திருநீறைப் பூசி, பளிச்சென உட்கார்ந்திருந்தது.

தனத்தின் சொல்லுக்கு கொஞ்சம் நகர்ந்து உட்கார்ந்தது.

நான் பாத்ரூமுக்குள் சென்று, கைகால் அலம்பிக்கொண்டு, வீட்டின் உள்ளே நுழைந்தேன்.

"சாப்பிடுறியா?.. குளிக்கப் போறியா?..." எனக் கேட்டது அம்மா.

"மொகம் கழுவிருச்சுல்ல. சாப்பாட்ட எடுத்து வையி. இனி எந்நேரம் குளிச்சு... எந்நேரம் சாப்புட. சட்டுப் புட்டுன்னு சாப்பாடப் போட்டுட்டா, ஒனக்கும் கைவேல குறையும்ல." தனம் பஞ்சாயத்து நடத்தியது.

எனக்கும் மறுத்துப் பேசத் தோன்றவில்லை. விருந்தாடி வந்த பிள்ளயின், விருப்பத்தைக் கெடுப்பானேன்?. சாப்பாட்டுத் தட்டை எடுத்துக் கொண்டு, தனத்தின் அருகில் உட்கார்ந்தேன்.

"இப்பத்தே வந்தியா?"

"ஆமாண்ணே..."

"எல்லாரும் நல்லாருக்காகள்ல,"

"ம். ஒன்னயத்தே, ரொம்ப நாளா ஆளக்காணம். மீட்டிங் அது இதுனு வருவ..." பேசிக்கொண்டே கை கழுவியது. எச்சில் தட்டை எடுத்துக் கொண்டு, கழுவ தொட்டிக்குச் சென்றது.

"தட்ட வச்சிரு தனம். மொத்தமா கழுவிக்கலாம்." அம்மா கரிசனம் மிக்க குரலில் சொன்னது.

"ஆமா. இதுக்கு ஒரு தனி ஆளா....?" சொல்லிக்கொண்டே தட்டைக் கழுவி அலமாரியில் கவிழ்த்து வைத்துவிட்டு, மறுபடி என் அருகில் வந்து அமர்ந்தது.

"ஆயா சாப்பிட்டுருச்சா?" தனம்.

"அது. காலச் சாப்பாடு சாப்பிடுறது கெடையாது." அம்மா.

"யேன்..?"

“தன்னப்போல, மத்தியானந்தா சாப்பிடுவேன் கண்ணு.” ஆயா பதில் சொன்னது.

“அதென்னா கணக்கு. இன்னிக்குச் சாப்பிடுற.” தீர்மானம் போட்டது போலச் சொன்னது தனம்.

தனத்தை மதுரையில் கொடுத்திருந்தோம். மாப்பிள்ளை ஃபென்னரில் வேலை பார்க்கிறார். ஆணொன்றும், பெண்ணொன்றுமாய் அளவான குடும்பம்.

சின்ன வயதில் ஆயா வீரபாண்டியில் இருக்கும் போது நானும், தனமும் தான், ஆயாவுக்கு உயிர் ஆதாரம். எங்களுக்காகவே, வீட்டில் விசேஷ சமையல் நடக்கும். எங்களுக்கு விருப்பமானது மட்டுமே ஆயா செய்யும். எனக்கு இடியாப்பமும் பணியாரமும் பிடிக்கும். தனத்துக்கு இட்லி, தோசைதான். எத்தனை பொன் கொடுத்தாலும், மாற்றிச் சாப்பிட மாட்டோம். அதைப் பற்றியெல்லாம், ஆயா கவலைப்படாது. தினசரி காலையில் இட்லி, தோசை மட்டுமல்லாது, பணியாரமும், இடியாப்பமும் சேர்த்தே தயாரித்து விடும். தாத்தாவுக்கு, ஏதாவது சமைக்க வேண்டுமானால் கூட, எங்களிடம்தான் சிபாரிசுக்கு வருவார். ‘ஒங்க ஆயாகிட்ட சொல்லி அடதோச சுடச் சொல்லு’.

அதுபோல, ஆயாவின் பிறந்த வீடும், சாமானியப்பட்டதல்ல. கம்பத்தில் கோட்டை வீட்டுப் பங்காளி என்பது ஊரறிந்த, ஜமீன் வாழ்க்கைக்கு ஒப்பான குடும்பம். காற்றில் சிதறுண்ட இலவம் பஞ்சாய், வாரிசுகள் பங்கப்பட்டுப் போனார்கள். பெருங்காய டப்பாவாய், கோட்டைவீட்டின் பெருந் தனத் தயாள குணமும், பாசமும், காணும் பொழுதெல்லாம் ஆயாவிடம் முகிழ்த்துக் கொண்டிருந்தன.

இப்பவும் கூட ஆயாவைத் தேடி, அவரை ஞாபகம் வைத்து, பார்க்க அவரது தாயாதிக்காரர்கள், அவ்வப்போது எங்கள் வீட்டுக்கு, வந்துபோவது உண்டு. கம்பம், சீலையம்பட்டி, வீரபாண்டி, ஜெயமங்கலம், மேல்மங்கலம் என, நாலா பக்கமும் அவரது சொந்தங்கள் விரவிக் கிடந்தன. தாத்தா வழிச் சொந்தம் அவ்வளவாய்க் கிடையாது. கோட்ட வீட்டுப் பொம்பள என்று ஆயாவுக்கு ஒரு அடையாளப் பெயர் கூட இருந்திருக்கிறது.

அப்படிப் பிறந்த வீட்டுக் கிழவியைப், பார்க்க

வருகிறவர்கள் என்றைக்கும் வெறுங்கையில் வருவதில்லை. ஏதாவது ஒரு பண்டத்தைக் கையில் பிடித்து வந்தே பார்த்துவிட்டுப் போவார்கள். பதிலுக்கு, ஆயா அவர்களுக்குத் தருவதென்னவோ, வாய் நிறைய வரவேற்பும், மனம் நிறைந்த ஆசியும்தான். இதில், தாத்தா வழியில் அடிக்கடி வந்து பார்க்கும் ஒரு ஆள், ஜெயமங்கலத்திலிருந்து வரும் திருவாசகம் சித்தப்பாதான். அவர் தாத்தாவுக்கு தங்கச்சி மகன். அந்த சித்தப்பாவுக்குத்தான் அம்மாவைக் கலியாணம் முடிக்கப் பேசிக் கொண்டிருந்தார்களாம். அவருக்கு ஜெயமங்கலத்தில் கொடிக்கால் விவசாயம். ஏதோ ஒரு மனத்தாங்கலில், வீம்பு செய்து அம்மாவைத் தரமாட்டேன் என சொல்லிவிட்டாராம் தாத்தா. 'சேத்துக்குள்ள மாட்டோட சுத்துற மாப்புளைக்கு, ஏம் பொண்ணுக் குடுத்து சீப்படணும்னு தலை எழுத்தா?. தேனி டவுனுல காத்தாடிக்குக் கீழக், கணக்கப் பிள்ளயா வேல பாக்குற, கவுரதியான மாப்பிளைக இருக்கானப்பா ஆயிரம் பேரு....' என்று சொன்னது போலவே, அன்னியச் சொந்தமான அப்பாவிற்கே, அம்மாவை முடித்துக் கொடுத்திருக்கிறார்.

ஆனாலும், சின்ன வயதில் ஆயா, நாத்தனார் குடும்பம் என்று திருவாசகம் சித்தப்பா குடும்பத்தாரை பிரித்துப் பார்க்காமல், அத்தனை விசேசங்களுக்கும், ஆளுக்கு முதலாய் நின்று காரியம் பார்த்திருக்கிறது. அந்தப் பிரியத்திற்காகவே அவர், தேனிப் பக்கம் வரும்போதெல்லாம், தவறாமல் வந்து தனது, அத்தையைப் பார்த்துவிட்டுப் போவார். என்ன,.. எப்போது வந்தாலும் ஆயாவுக்குப் பிரியமான, ஜெயமங்கலத்தில் பிரசித்தி பெற்ற 'பால்பன்' வாங்கி வருவார். அதுவும் தனது அத்தைக்கு மட்டும் ஒன்றே ஒன்று. அம்மாவுக்கு அது பிடிக்காது.

'கஞ்சப் பயக. வீட்ல பிள்ளைக பொடுசுக இருக்கும்ங்கற நெனப்பே இருக்காது. பழகீர்க்காங்கெ பாரு பழக்கம்... இதுக்குத் தான எங்கப்பெ, இவுக சம்பந்தத்த ஒதுக்குனது...' என்று முனங்கும்.

அப்படி வருகிற, எந்தத் தின்பண்டத்தையும், ஆயா ஒரு விள்ளல் கூடப் பிய்த்து வாயில் போட்டுக்கொள்ளாது. அடை காக்கும் கோழியாய்ப் பத்திரப்படுத்தி வைத்து, பள்ளிக் கூடம் விட்டு வந்ததும், மடிக்கு ஒருவராய் உட்கார வைத்து, சமமாய்ப் பங்கிட்டுத் தன் கையாலேயே எங்களுக்கு ஊட்டிவிடும்.

“தோசைய நல்லா முறுகலா வேக விட்டுக் குடும்மா. சொத சொதன்னு பழய துணியாத் தொங்குது....” அம்மாவிடம் தோசையைத் தூக்கிக் காண்பித்தேன்.

அம்மாவின் சமையலில் குற்றம் சொன்னதில், அம்மாவுக்கு கோபம் வந்துவிட்டது. உள்ளிருந்து தோசைக் கரண்டியுடன் வந்தது. ”ஒனக்கெல்லாம் இட்லிப் பானையில மாவ ஊத்தி மொத்தமா எறக்கிப் போடாம, கால் கடுக்க நின்னு, வக்கணயா ஒண்ணொன்னா சுட்டுப் போட்டா அப்படித்தேன் பேசுவ....” என்றது.

“இப்ப என்னா சொல்லிட்டே. லேசா எண்ணய விட்டுக் கொஞ்சம், மொறு மொறுன்னு சுடுன்னா....”

“ஆமா...மா.... கடக் காட்ல தின்னு தின்னு, ஒனக்கு நாக்குத் தடிச்சுப் போச்சு. எவ வந்து நாக்குச் செத்துத் திரியப் போறியோ....”

சாப்பாடு முடிகிற தருவாய், பக்கத்து சந்துக்குள்ளிருந்து நாகேஸ்வரி வந்தது. தனத்தின் சிநேகிதி. “ஆயாவப் பாக்க வந்தியா தனம்....” மடமடவென அடுக்களைக்குள் வந்து நின்றது. உள்ளூரிலேயே அவளைக் கட்டிக் கொடுத்திருந்தார்கள். இரண்டு ஆண் பிள்ளைகள். அதனால் கர்வம் கூடுதலாய் இருக்கும். “பொட்டப் புள்ள இல்லாத மகராசி“ என்று யாராவது பேசி விட்டால் போதும். உச்சி குளிர்ந்துவிடும். ஆனாலும், ‘நாமளா செஞ்சு வச்சுக்கிறம்.... படச்சவனாப் பாத்து அனுப்புச்சு வக்கிறான்.’ என்று கிழவியாய்ப் பேசும். புருசனுக்கு தேனி கமிசன் கடையில் சிப்பந்தி வேலை. வருமானம் கம்மி. அம்மாவுக்கு, அவ்வப்போது வந்து, வீட்டு வேலையில் உதவி செய்யும். அம்மாவும், மீந்திருப்பதை தாராளமாய் அள்ளித் தந்துவிடும்.

“நாகூ.... எப்பிடி இருக்கவ? என்னா மொகமெல்லா வெளுத்துப் போனாப்ல தெரியிது. பிள்ளைக என்ன செய்துக....” தனம் நாகேஸ்வரியின் கையைப் பிடித்துக் கொண்டது.

“அதெல்லா சூப்பரா இருக்காங்கெ. பெரியவெ ஆறாப்புப் படிக்கிறா. சின்னது இந்த வர்சம் நாலாப்பு.”

“நல்லாப் படிக்கிறாகளா?“

“அதெல்லா இவளுக்குப் புள்ளீக தங்கமால்ல வாச்சிருக்கு.

ரெண்டு பேருமே பஸ்ட்டு ரேங்குதே. அந்த வகைல நாகேஸ்வரி குடுத்து வச்சவ." அம்மா ஆயாவுக்கான அடுத்த தோசையை வார்த்துக் கொண்டே சொன்னது. "ஏய்....நாகு. சாப்பிடுறியாடி..." உபரியாய் ஒரு கேள்வியும் கேட்டது.

பிள்ளைகள் பெருமை கேட்டவளுக்கு வயிறு நிரம்பிவிட்டது. "பசிக்கல அத்த..." என்றாள். "பசிக்கலேன்னா என்னா? ரெண்டு தோசய உள்ள தள்ளு, தானா பசியெடுக்க ஆரம்பிச்சிடும்," சொல்லிக் கொண்டே, தட்டில் இரண்டு தோசையை வைத்துச் சட்டினியை ஊற்றியது தனம்.

"வேண்டாந் தனம், முடியாது. நான் ரேசன் கடைக்கிப் போக ணும்..." தட்டை வாங்க மறுத்தாள் நாகேஸ்வரி.

அவளது பதட்டம் கண்டு தனம் சிரித்தது. "யேய்... இது ஒனக்கு இல்லப்பா. ஆயாவுக்கு, தட்டிவிட்றாத..." என்றது.

"அப்பிடியா.... ஆயா காலைல ஆகாரம் எடுக்காதே. ஏன்த்த..." சாட்சிக்கு அம்மாவைக் கூப்பிட்டது.

"பேத்தி வர்த்தைக்காகச் சாப்பிடுறாக. ஒனக்கென்னடி. நீ சாப்புடுறியா, சேத்து ஊத்தவா...முடிக்கப் போறேன்." இறுதி வாக்கியமாய் நாகேஸ்வரியிடம் கேட்டது அம்மா.

"இல்லத்த... பசிக்கல" என்றவள், ஆயாவக் காணம்..." என்றாள்.

"பாத்ரூம்ல.."

"குளிக்கிதா...."

"கைகால் கழுவும்"

ஆயாவின் சுத்தம் ஊர் மெச்சும். ஒரு நாளைக்கு குறைந்தது. மூணுதரம் கைகால் சுத்தம் செய்யும். அதுவும் சேலையை சுருட்டி முழங்காலிடுக்கில் வைத்துக்கொண்டு, கால், பாதம், விரலிடுக்கெல்லாம் நீர் ஊற்றிக் கழுவும். முகத்தில் துவங்கி கழுத்து, தோள் பட்டை என்று கை எட்டுகிற மட்டும் தேய்த்துக் கழுவும். குளிக்கும்போது சோப்பு உபயோகிக்காது. மங்களூர் கூரை ஓட்டு சில்லு ஒன்றை எடுத்துப் பத்திரப்படுத்தி வைத்திருக்கும். அதன் சொர சொரப்பான முகம்தான், ஆயாவுக்கு தேய்த்துக்

குளிக்க வசதியாய் இருந்தது. கழுவி முடிந்ததும் தனது துவைத்த பழைய சேலையால் அழுத்தித் துடைக்கும். அதே நேரத்தில் தண்ணீர் பட்ட தலைமுடியை நாசூக்காய் எடுத்துப் பின்னுக்கு இழுத்துவிட்டு, கொண்டையை அவிழ்த்து உதறி இறுக்கி முடிந்து கொள்ளும். சன்னல் விளிம்பில் வைத்திருக்கும் திருநீறு டப்பாவைத் திறந்து, விபூதியை அள்ளி, நான்கு விரல்களிலும் பரப்பி, முகம் தூக்கி இடமும் வலமுமாய் 'சிவ சிவா, சிவ சிவா' என உச்சரித்தபடி நெற்றி நிறையப் பூசிக்கொள்ளும். அதன் பிறகுதான் சாப்பிட வரும்.

"அத்தியானுக்கு... லீவா?" அத்தான் என்பதைத்தான் பேச்சு வழக்கில் சொன்னது நாகேஸ்வரி.

"ஆப்— நைட்டு. மதியம் போகணும்." என்றேன்.

வேலை நினைப்பு வந்ததும், கொஞ்சம் தூங்கினால் தேவலை எனத் தோன்றியது எனக்கு. குளித்துவிட்டுத் தூங்கலாமா – தூங்கி எழுந்து குளிக்கலாமா. குழப்பம் சூழ்ந்தது. தனம் வந்திருப்பதால் ஆயாவுக்கான அடுத்த வேலை பற்றிப் பேசி முடிவெடுக்கச் சரியாக இருக்கும் என்ற யோசனையும் வந்தது. தூங்குற நேரம், அது பாட்டுக்கு ஊருக்குப் புறப்பட்டுப் போய் விட்டால், தடுமாற்றம் தொடரலாம்.

தனம், ஆயாவுக்குத் தோசை எடுத்துப் போய்க் கொடுத்தது. ஆயா நன்றாக சம்மணம் போட்டு வழக்கம் போல, வெளி அறை யிலேயே சற்று உள்தள்ளி உட்கார்ந்து கொண்டது. தோசையை விண்டு வாயக்குக் கொண்டு போனதும், பொல பொலவெனக் கண்ணீர் விட்டது ஆயா.

"யே....னாயா.... என்னாச்சு." தனம் பாட்டியின் தோளை அணைத்துப் பதறியது. நாகேஸ்வரியும் அருகில் நின்றிருந்தது.

"என்னால... எல்லாப் பேருக்கும் இமுச..." அடுத்த விள்ளலை கையில் பிடித்தபடி சொன்னது. இன்னும் கண்ணீர் வடிந்து கொண்டுதான் இருந்தது.

"ச். சரி.. சரி. அதெல்லா அப்புறமாப் பேசலாம். சாப்புடு ஆயா..." தனம் ஆயாவின் கையைப் பிடித்து, அதன் வாயருகே கொண்டு ஊட்டி விட்டது. தனத்துக்கும் ஆயாவின் கண்ணீரில் நெஞ்சம் கரைந்தது.

நாகேஸ்வரியும் அருகே வந்து உட்கார்ந்தாள். "ஆர்னாச்சும் ஒங்ககிட்ட அப்பிடிச் சொன்னாகளா?" என்றாள்.

"ஆர் சொல்லணும் நாகேஸ்வரி? தனக்கே தெரியாதா?..."

"அதேன்... அண்ணெ, ஆஸ்பத்திரில போய்க் கேட்டு வந்திருக் குள்ள. எதாச்சும் ரெண்டு ஊசியப் போட்டு, மாத்தர சாப்புட்டா சரியாப் போகும். அழுகாமச் சாப்புடு."

"வாண்டாங் கண்ணு.... இத்தன நாள் என்னிய காவந்து பண்ணிப் பாத்ததே, நா முஞ்செம்மத்துல செஞ்ச, ஏதோ ஒரு புண்ணியம். இன்னியும் ஒங்களுக்கு பாரமா வேணாங்கண்ணு." கையெடுத்துக் கும்பிட்டது.

"வேற என்னா செய்யப் போறீக. வீரவாண்டிக்கே போகப் போறீகளா?.." நாகேஸ்வரி எதேச்சையாய்க் கேட்டாள்.

"அப்பிடித்தே... நாங் கெடந்த எடத்துக்கே, என்னிய அனுப் பிச்சு விட்ருங்க."

"அங்க யாரு இருக்கா. ஆத்தா, அப்பெ, ஒங்கூடப் பொறந்த கெளையாரு, உறவாரு,... அத்தன பேரும் இருந்து கூப்புடுறாங் களாக்கும். சொந்தம் பந்தம், தோட்டந் தொரவு அத்தனையும் தொடச்சுப்புட்டு வந்தாச்சே...." என்றது தனம்.

ஆயாவின் அழுகுரல் கேட்டு அம்மாவும் வந்தது.

"மாரியாத்தா இருக்கா.... என்னைப் படச்ச ஈசெ இருக்கான். பேசாம இந்தக் கட்டய, அவ சன்னதில விட்டுருங்க... இருக்க மட்டும் இருக்கட்டும். முடியலன்னா... ஆத்தோட கடக்கட்டும்." பொல பொல வெனக் கண்ணீர் விட்டது.

"இங்க பட்ட அசிங்கம் பத்தாதுன்னு, அங்கயும் போயி, கோயில்ல பிச்சையெடுத்து அசிங்கப் படுத்தணும்ங்கிறியா? ஒனக்கு எம்புட்டு நெஞ்சழுத்தம்... அம்மா வேறுவிதமாய்ப் புரிந்துகொண்டு, ஆயாவைத் திட்ட ஆரம்பித்தது.

7

முல்லையாற்றில், இதுநாள் வரையில், அப்படி ஒரு வெள்ளம் வர யாரும் கண்டதில்லையாம். நல்ல அகலமான ஆறு. அதே போல் ஆழமும், மணல் கட்டும் பொருந்திய சிந்தா நதி. வருடத்தில் தென்மேற்குப் பருவநிலை தப்பினால் மட்டுமே ஓரிரண்டு மாதம் நீர் வரத்துக் குறைவுபடும். பெரியாற்றின் அணையில் கண் திறந்து விடாவிட்டாலும் கூட, கசிவுகள் ஆங்காங்கே கண் திறந்து, கால் நனைக்கும் வகையில் ஆற்றின் தடம் அழியாமல் காத்துக்கொள்ளும். பேராறில் ஓராறு முல்லைப் பெரியாறு எனும் பெயர் பெற்று, சுருளி மலை கடந்ததும், முல்லைச் சமவெளியைக் காபந்து செய்யும், பேரரசியாய்ப் பற்பல நீரூற்றுகளை உருவாக்கி, நிலமகளுடன் கலந்து, முல்லை எனப் பெயராகி வைகை அணையில் வந்து தவிப்பாறுகிறாள்.

சாந்த சொரூபியான ஆறு. ஒரு சுழி – சுழல் எதுவும் பார்க்க முடியாது. சாதாரணமாய் யாரும் நீந்தி மறுகரை ஏறலாம். எந்த விதமான ஆங்காரமோ, மூர்க்க குணமோ இல்லாதவள் முல்லை. கம்பம் பள்ளத்தாக்கோடு இணைந்து நிற்கிற இந்தப் பகுதிக்கு, தனம் தந்து, தாகம் தீர்க்கப் பிறந்தவள். ஒவ்வொரு நொடியும், தன் நடையழகால் வசீகரிக்கும் வன்மை கொண்டவள்.

ஐப்பசி, கார்த்திகையில் எப்போதும் கரைதொட்டு நடக்கக் காணலாம். நடு ஆற்றில்தான் கூடுதல் ஆழம் காண முடியும். கரையோரம் ஊர்சனங்கள் வந்து துவைத்து, குளித்துச்

செல்வார்கள். ஈஸ்வரன் கோயிலுக்கு மேற்கே, ஆடு பாலத்தைத் தாண்டி, கன்னிமார் கோயில் அருகில், நான்கு மடிப்புகளாய் கட்டப்பட்ட தடுப்பணையில், ஏறி விழுகிற நீரின் ஓசை, அருவிக் குரலாய் ஒலிக்கும். கம்பம், தேனி சாலையில் பேருந்துக்காக காத்திருபவர்களுக்கு, பேருந்தின் ஒலிக்குறிப்புப் போல கால்கடுக்க கேட்கும் ஓசை, வல முகமாய்த் திரும்பிப் பார்க்கச் செய்யும். அப்படிப்பட்ட நாட்களில், ஆடுபாலத்தின் மேல் வந்து நின்று, (நீர் தவழ்ந்து விளையாடும்) அந்தத் தடுப்பணையில் அழகைக் கண்டு ரசிக்காத மனிதர் இருக்க முடியாது. பேருந்தில் செல்கிறபோது கூட, இடமோ, வலமோ அமர்ந்திருந்த வாக்கில் – எழிலார்ந்த மேனியாய், வனப்புக் காட்டி நீரொழுகும், அந்தப் பேரழகைக் காண்பதற்கெனவே, அடிக்கடி பயணிப்போரும் உண்டு.

அப்பேர்பட்ட முல்லையாற்றில், செந்நீர் புறப்பட்டு வருவதாய் ஊருக்குள் சேதி வர, ஊர் அரண்டு போனது. செந்நீர் வருவ தென்பது,.. எத்தனை குடும்பத்தை கருவறுத்துவந்ததோ! எத்தனை ஊர்களை, மாடுகளை, மரம், செடிகொடிகளை, மனிதர்களை, மந்திகளை சமயத்தில் பெருத்த சீவாத்தியான யானையைக் கூட, உருட்டி வந்து கரையோரத்தில் ஒதுக்கிப் போடும், உபாயத்தையும் செய்வதுண்டு.

ஆற்றின் கரையிலிருந்து, தென்புறமாய் அரைக் கிலோ மீட்டர் தூரம் வரையிலும், நெல் வயல்கள், முல்லைப் பாசனம், கரம்பையும், வண்டலும் செழித்தோங்கி, முப்போக விளைச்சல் தரும் பூமி. வயல்களின் முடிவில், ஊர்ச் செலவுக்காக, ஒரு கிளை வாய்க்கால். ஆற்றில் நீர் வருகிற போதெல்லாம், தாயின் விரல் பிடித்து நடந்து வருகிற மழலையாய், பிள்ளை வாய்க்காலில் அயிரைக் குஞ்சுகளுடன் தொடை ஆழத்தில் நீரோடும். தடுப்பணை துவங்கி, ஊருக்குள் வந்தால் கரையெல்லாம் சிறு கோயில்கள். கருப்பணசாமி, பொட்டியம்மன், பெரியாண்டவர்,.. தவிர ஒவ்வொரு படித்துறையிலும் தொந்தி வயிற்றோடு, அரச மர நிழலில் அடைகாத்துக் கிடக்கும் பிள்ளையார்.

நிறை சூலியாய் பெருகி வந்த வெள்ளம், ஆறு நிறைத்து, வயல்கள் ஊடறுத்து, பிள்ளை வாய்க்கால் மேவி, சாமி பேத மில்லாது கோயில்களின் வாசல் தடவி, ஊருக்குள் தெருக்களின் தடம் பரவிய போது தான் ஊரார் வெலவெலத்துப் போனார்கள்.

ஊர் சனங்களையெல்லாம் திரட்டித், தேரி மேட்டில் நிறுத்தி, நீர் வடியக் காத்திருந்தார்கள். விடிய விடியச் சாரலும், வெள்ளத்தின் குரூரமும், ஓய்ந்த பாடில்லை. ஊளைக் காற்றில் சிறு பிள்ளைகளும், பெருசுகளும் ஊன் நடுங்க ஆரம்பித்தனர். வயல்காடுகளில் வண்டல் மூடி, சம்சாரிகளின் வாயில் மண்ணள்ளிப் போட்ட, ஆற்று வெள்ளத்தைச், சபித்தபடி சம்சாரிகளின் சம்சாரங்கள் கலங்கி நின்றனர். பத்துப் பிள்ளை பெத்தவள் மணிக்கொரு தரம், தலை எண்ணிப் பார்த்துத் தவதாயப்பட்டாள்.

தள்ளாத வயசுக் கிழடுகள், ஈரவாடை தாங்க மாட்டாமல், வெள்ளத்தோடு வெள்ளமாய் 'கொண்டு போய்விட' கோவிலில் இருக்கும் தெய்வத்தைக் கூப்பிட்டார்கள். ஊர்ப் பேச்சுக்கு ஆளாக வேண்டுமே என்ற ஒரே ஒரு காரணத்திற்காக, மக்கமார்கள் கிழடுகளைக் கட்டிப் போடாத குறையாக இழுத்து வைத்து இருத்தினார்கள்.

ஊர்ச்சோறு வாங்க நேரமாகி விட்டபடியால், வண்ணாத்தி பிள்ளைகள் அப்பனையும், ஆத்தாள்களையும் காணோமென்று தங்களுக்குத் தெரிந்த சம்சாரிகளிடம் கேட்டுப் புலம்பிக்கொண்டி ருந்தார்கள். தேரி மேட்டுக் காமாட்சி எட்டுப் பிள்ளைகளுக்குச் சொந்தக்காரி. மேற்கே, ஈஸ்வரன் கோயில் கரையில், சுடுகாட்டுப் பக்கமாய் துவைகல் நாலும், துணைக்கல் இரண்டுமாய் ஏக விஸ்தீரணத்திற்கு ஆற்றில் சொந்தம் கொண்டிருந்தாள். நீர்வரத்து கூடிக் குறையும் போதெல்லாம், கற்களை ஏற்றியும் இறக்கியும் நீர்ச்சரிவில் நெருக்கிப் போடுவது வழமை.

எப்பவும் போல அன்றைக்கும், அதிகாலையில் வெய்யில் கிளம்பும் முன்பு, வெள்ளாவிப் பானை பிரிக்கப் போனவளை, நாள் முழுக்கக் காணோம். புது வெள்ளத்தில் ஈஸ்வரன் கோயிலும் – மாரியாத்தாளும், மூழ்கி நிற்கையில், வெள்ளாவிப் பானையோடு காமாட்சி எங்கே போயிருப்பாள்? அவளைப் போல வண்ணாத்திகள் சில பேர், ஆற்றின் சீற்றம் கண்டு, பிள்ளை வாய்க்காலைக் கூடத் தாண்ட முடியாமல், ஊருக்குள் ஓடிவந்து பிள்ளை குட்டிகளோடு சேர்ந்து கொண்டார்கள்.

காமாட்சியின் பிள்ளைகள், அத்தனையும் தட்டுக்கெட்டு அலைந்தன. 'ஆத்தா... ஆத்தா..' என ஊரெங்கும் தேடித் திரிந்தன. பகல் முழுக்கத் தேடியும் பயனில்லாமல் ஆயா

வீட்டிற்கு ராக் கஞ்சிக்கு வந்தார்கள். ஊர்ச் சோறு வாங்க எப்பவும் சின்னவளும் பெரியவனுமாக இரண்டு பேர் மட்டும் இடுப்பில் சட்டியோடும், கையில் தூக்குவாளியோடும் வருவார்கள்.

"ஆயி... வண்ணாத்தி சோறு போடுங்க..." என்று ஒவ்வொரு வார்த்தையையும் எதிராளியின் பதிலுக்குக் காத்திருந்து வரும். எந்த வீட்டிலுமே இல்லை எனச் சொல்ல மாட்டார்கள். 'வண்ணாத்தி கஞ்சிக்கே வக்கில்லாதவ' என்று ஊரார் ஏசிவிடு வார்கள் என்ற அச்சம் பரவி இருந்தது.

அன்றைக்கு வழக்கமாய் வருபவர்களோடு கூடுதலாய் மூன்று பிள்ளைகள் சேர்ந்து வந்திருந்தார்கள். அத்தனை பேரின் முகத் திலும் கலவரம். ஆத்தாளை ஆறு கொண்டு விட்டதோ என்ற அச்சம், ஆத்தாளில்லாமல் எப்படிக் காலந்தள்ள, நினைத்துப் பார்க்கவே ஒவ்வொரு குழந்தைக்கும் திகிலாய் இருந்தது.

ஊருக்கெல்லாம் வெளுத்தாலும் அவர்களின் உள்ளம் அறிகிற சம்சாரி வீடு ஒன்றிரண்டுதான். காமாட்சிக்கு ஆயாதான் உறுத்து. காமாட்சி ஆத்துக்குப் போன நேரம் போக, மீதிப் பொழுது ஆயா வின் வீட்டில்தான் கழியும். பேச்சுக்குப் பேச்சுத் துணையாய, வேலைக்கு வேலைத் துணையாய், தோழியாய்க் கிடப்பாள்.

காமாட்சிக்கு ஆகிருதியான உடம்பு, ஆறடி உயரம், அதற்குத் தகுந்த ஈடு, கரு கருவென இடுப்புவரை வளர்ந்த தலைமுடி. அதனை பந்தாகச் சுருட்டி, பதனமாகச் சொருகிப் பின்புறம் தொங்க விட்டிருப்பாள். எத்தனை கடுசான வேலையிலும் முடிச்சு அவிழாது.

ஆயா வீட்டில், வாரத்தில் இரண்டு, மூன்று நாட்கள் நெல் அவியல் போடுவார்கள். வாசலில் கல் அடுப்பு வைத்து, அண்டா வில் ஊறப்போட்ட நெல்லை, அரித்து அரித்து, அடுப்பில் இருக்கும் இன்னொரு அண்டாவில் நிரப்பி, வாயை சாக்கு வைத்து வேடு கட்டி வேக விட்டால், "பொல பொல வென ஆவி புறப்பட்டு தெருவையே மணத்து நிரப்பும்.

அடுப்பில் இருக்கும் அண்டாவை, ஆள் வைத்துத்தான் இறக்கவேண்டும். காமாட்சி ஒருத்தி மட்டுமே தீயை தணித்துவிட்டு, அண்டாவை வேடு கழற்றி, மேல் நெல் அகற்றி,

மெல்லச் சரித்து தனியாளாய் இறக்கிவிடுவாள். நெல் அவியல் போடுவதென்றால், முதல் நாள் இரவு, ஊறல் போட்டதும், ஊர்ச்சோறு வாங்க வரும், அவளது பிள்ளைகளிடம் சொல்லிவிடும் ஆயா. 'அவியப் போடணும் ஆயா வரச் சொல்லுச்சுன்னு ங்கோத்தாகிட்ட சொல்லிடுங்கடி."

ஆற்றில் வெள்ளாவி முக்கவும், வெள்ளாவிப் பானை பிரிக் கவும் கண்டிப்பாய் காமாட்சி போய் ஆகவேண்டும்.

அதற்காக செங்கமங்கலான பொழுதிருக்கும் போதே, மூத்த பிள்ளைகள் இரண்டு பேரையும் தன்னோடு ஆத்துக்கு இழுத்துக் கொண்டு போய், வேலையை ஆரம்பித்துவிடுவாள். காலைக் கஞ்சி குடித்துவிட்டு, அழுக்குப் பொதியை கழுதைகள் மீதேற்றி ஓட்டிக் கொண்டு, மற்ற பிள்ளைகளும் சமயத்தில் புருசனும் வர, அவர்களுக்குத் துணி பிரித்துக் கொடுத்துவிட்டு, பதனமாய்த் துவைக்க வேண்டிய உருப்படிகளை, தானே ஆற்றில் இறங்கித் துவைத்து, அலசிப் போட்டுவிடுவாள். அதுபோல, முட்டு வீட்டுத் துணி, பேறு கால உருப்படிகளையும் ஆண் பிள்ளைகளிடம் தள்ளிவிட மாட்டாள்.

ரத்தக் கவுச்சிக்குப் பேயும், பிசாசும், ஆளாய்ப் பறக்குமாம். கூடிய மட்டும், அதுபோன்ற வேலைகளை வீட்டிலேயே அலசிப் போட்டுவிடுவாள். முடியாத நாளில்தான் அழுக்கு மூட்டை களோடு தனிப் பொதியாய்த், தானே அவைகளை சுமந்து வருவாள்.

அதுபோல, வேலை மிகுந்திருக்கும் நாட்களில், அப்போதைக்கு அப்போதே ஆயாவிடம் வந்து பதில் சொல்லி விட்டுப் போவாள். 'ஆத்துல வேல இருக்கு ஆயி. பொடிப் பானையில் அவுச்சி எறக்கிக் குமிச்சு மட்டுமே வையிங்க. ஆவாட்டும் (காயப்போடுகிற) போது நான் வந்திர்ரேன்..." ஆயாவும் காமாட்சியைக் கட்டாயப் படுத்துவதில்லை. 'பொழப்புக்காரி... ஆத்துக்குப் போனாத்தே அன்னாடக் கஞ்சி..." என்று காமாட்சி சொன்னது போலவே, அடுப்புக் கூட்டி, அளவான பானைகளில் நெல்லை அவித்துக் கீழே கொட்டி, ஆவி வெளியேறியதும், யாரையாவது, துணைக்குக் கூப்பிட்டுக், களத்தில் காயப்போட்டுக் கொள்ளும்.

அது மாதிரியான நேரத்தில், ஆயாவுக்குக் கைகொடுப்பது இந்திராணி, ஆயாவின் ஒன்றுவிட்ட அண்ணன் மகள். சிறு

வயசிலிருந்தே ஆயா வீட்டிலேயே விளையாடித் திரிவாள். ஆளான பிறகும், அடங்காத குமரியை ஆயாதான் எதோ ஒரு வகையில் வசக்கி வைத்திருந்தது. இந்திராணி வீட்டிலும் ஆறு பெண் மக்களும், மூன்று ஆண் பிள்ளைகளுமாக அவதிப்பட்டனர். இந்திராணிதான் மூத்த பெண். ஆயாவின் வீட்டிலேயேதான் வளர்ப்பு. சின்ன வயசில் என்னையும், தனத்தையும் தூக்கிச் சுமந்திருக்கிறாள். தேரி மேட்டில் காமாட்சியின் வீட்டுக்குப் போகிற வழியில் இந்திராணி வீடு.

பொத்தக் கள்ளியும், பிரண்டைச் செடியும், அரளிப் புதருமாய் காரல் மணத்துக் கிடக்கும் சரளை கொழித்த பூமி, தேரி மேடு. காமாட்சிக்கான ஏவல் பூராவும் இந்திராணியின் வழியாகவே நடைபெற இதுவும் ஒரு காரணம்.

அந்த வெள்ளப் பெருக்கு நாளில் இந்திராணி, ஆயா வீட்டின் மொட்டை மாடியில் நின்று கொண்டு வேடிக்கை பார்த்துக் கொண்டிருந்தாள். கூடவே பக்கத்து வீட்டுப் பெண்கள் சில பேர். பழைய சாக்கைத் தலையில் கொங்காணி போட்டுக் கொண்டும், சேலை வேஷ்டிகளை முக்காடிட்டுக் கொண்டும், பெரியவர்கள் சிலரும் சேர்ந்து நின்றார்கள். அப்போது இந்திராணிக்கு எட்டு வயசாம். அதற்கடுத்து ஒரு வெள்ளம் அஞ்சாம் வருசம் வருகையில், அவள் ஆளானதாய் கணக்குச் சொல்லுவார்கள்.

வானத்தின் கறுப்பும், வெள்ளத்தின் பழுப்பும் மொட்டை மாடியிலிருந்து பார்க்க, ஒரே களரிக் கூப்பாடாய் விரிந்து தெரிகிறது. எதோ ஒரு விசையில், மடமடவென மொட்டை மாடியிலிருந்து கீழிறங்கி ஆயாவிடம் ஓடிவந்தாள் இந்திராணி. ‘அய்ய்யோ... அப்பாயி, தண்ணி பூராவும் அம்ம வீட்டுப்பக்கம் வரப் போகுதே...’ என்று அலறினாள். அந்த சமயம் தான் காமாட்சி மக்களும், ‘ஆத்தாளைக் காணாம் ஆயி’ என வந்து அரற்றுகிறார்கள்.

இரண்டு பேர்களையும் ஒரு சேர அமர்த்தி, அமைதியாய் பேசுகிறது ஆயா.

‘நம்மள மாதிரி அப்புராணிகளுக்கு எந்தத் தெய்வமு தீங்கு நெனைக்காது. வருண பகவானுக்கு எதோ ஒரு ஆத்தரம். யார் மேலயோ கோவம். அதத் தீக்க, இப்பிடி ஒரு வெளயாட்டு வெளயாடுறான். தெய்வத்தோட விளயாட்டு, தெனத்துக்கும் வராது. பொறுமயா இருந்தம்னா பூரா விசயமும் புரியும்....’

‘இல்ல அப்பாயி... மெச்சுல வந்து பாருமே... மாரியம்மெங் கோயிலு, ஈசுவரங் கோயிலு எல்லாமே தண்ணீல போகுது... மரமெல்லாஞ் சாஞ்சு ஒடிஞ்சு, முங்கிப் போகுது. கோயிலு இல்லாட்டி திருவிழா எப்படி நடக்கும்...’

‘கிறுக்கச்சி... அப்பிடியெல்லா ஒண்ணும் நடக்காதுடி... ஆத்தாளும், அய்யாவும் பத்தரமா இருப்பாக. ஒலகத்தக் காக்கத் தெரிஞ்சவளுக்குத், தன்னக் காக்கத் தெரியாதா?’

‘அய்யோ.. மேல வந்து பாரு,...’ இந்திராணி ஆயாவின் கையைப் பிடித்து இழுத்தாள்.

‘காரணமில்லாம ஈசெங் காரியம் பண்ணமாட்டான்டி. இப்புட்டு தண்ணிய, இத்தன நாள் பாத்ததுண்டா? எதோ சில பேருக்கு – எங்கியோ சில எடத்துக்கு தேவப்படுது. அதனால இங்கருந்து நீரத் தெரட்டிட்டுப் போறான். அதப் போல, செல கொழுப்பெடுத்த சிவாத்திகளக் கழிக்க வேண்டி இருக்கு, அவக கணக்க முடிக்கவும் புறப்பட்டு இருக்கான். அவெ விளையாட்ட நீயும் நானுமில்ல... ஊரும் ஒலகமும் ஒண்ணு சேந்து பாத்தாலும், ஒரு பொட்டும் அறிய முடியாது. வேடிக்கதே பாக்க முடியும்’ என்று பக்குவமாய் சொல்லிக் கொண்டிருக்கும் போது, தாத்தா தொப்பல் தொப்பலாய் நனைந்தபடி வீட்டுக்குள் வருகிறார்.

‘கொழுப்பெடுத்த சீவாத்திகன்னு ஆரடி சொன்ன....’என்று வேகமாய் வந்து ஆயாவின் தலை மயிரைப் பிடித்து அறைந்தார்.

8

“ஆயாவுக்கு, ஒடம்புல எந்த சீக்கும் இருக்க மாதிரி தெரிலி யேண்ணே. நாம் பாத்த மட்டுல சொல்றேம்ப்பா...” அரைநாள் பொழுதை ஆயாவோடு கழித்த அனுபவத்தைக் கொண்டு சொன்னது தனம். இப்பொழுது டி.வி.எஸ்..50 ல் பின் இருக்கையில் தனம் அமர்ந்திருக்க வண்டியைச் செலுத்திக் கொண்டிருந்தேன் நான்.

வண்டி அதற்கே உரித்தான அதிர்வுகளோடும், தடுமாற்றங் களோடும், எங்கள் இருவரையும் சுமந்து சென்றது. பொதுவாகவே, இது போன்ற இருசக்கர வாகனத்தில், மற்றவர்களை வைத்து ஓட்டுவதற்கும், பெண்களை உட்கார்த்திக் கொண்டு செல்வதற்கும், பெருத்த வேறுபாட்டை உணர முடிந்தது. கடந்த ஒன்னரை வருடங்களாய் ஓட்டிக் கொண்டிருக்கும் வாகனம், இன்றைக்குப் புதிய ஒன்றாய்த் தெரிந்தது. மிகுந்த கவனத்தோடு கையாள வேண்டிய மனக்கிலேசத்தை உருவாக்கி இருந்தது.

“நல்ல ஒக்காந்துக்க தனம், சமானமா இரு... வளையத்த கெட்டியாப் புடிச்சுக்க...”

ஒவ்வொரு திருப்பத்தின் போதும், சிறு சிறு மேடு பள்ளங்களைக் கடக்கும் போதும், வெகு சிரத்தையுடன் பயணிக்க வேண்டி இருந்தது. அம்மாவை ஏற்றிக் கொண்டு போகும் போதும் இப் படித்தான். ஆனால், அம்மாவுக்கு இந்தப் பதட்டம் பிடிக்காது. சட்டென ஒரு வரியில் பேசி முடித்துவிடும்.

'யேய்...நீ, ரோட்டப் பாத்து வண்டிய ஓட்றா. நெனப்பப் பூராம் பின்னாடி வச்சுக்கிட்டு, கண்ண மட்டும் முன்னுக்கு வச்சுக்கிட்டு, எங்குட்டாச்சும் கவுத்தி விட்றாத" என்று சொல்லும்.

ஆயாவைக் கூட்டிப் போனால் ரொம்ப இம்சை. விறைத்துப் போய் உட்கார்ந்திருக்கும். வண்டி எந்தெந்த கோணத்தில் வளைகிறதோ, அந்தப் படியெல்லாம், ஆயாவின் உடம்பும் வண்டிப் போக்கிலேயே சாயும். ஆயாவை வைத்து ஓட்டுவதும், ஏதாவது ஒரு பொருளை இருக்கையில் கட்டி எடுத்துச் செல்வதும் ஏறத்தாழ ஒன்றுதான். பொருள் விழுந்தால், மறுபடி எடுத்து இறுக்கிக் கட்டிக் கொள்ளலாம். ஆயா விழுந்தால்... அந்த பயம் நிறையவே இருக்கும்.

நல்ல வேளையாக அப்படி ஏதும், இதுவரை எசகு பிசகாய் நடக்கவில்லை.

ஆனால், தனம் அப்படி இல்லை. அம்மா, ஆயாவிலிருந்து தனித்துத் தெரிந்தது. வண்டியின் போக்கிற்குத் தகுந்து, தன்னை லகுவாக்கிக் கொண்டது. பின் பாரம் தெரியாமல் பயணத்திற்கு உவப்பாய் உட்கார்ந்து கொண்டது. ஆனாலும், ஒரு இயல்பான பதற்றம், வண்டியை மிதமான வேகத்திலேயே கொண்டு சென்றது.

"நாஞ் சொல்றது கேட்டுச்சா..."

மறுபடியும் தனம் கேட்டது. உண்மையிலேயே எதிர்க் காற்றில் தனத்தின் பேச்சு, அரை பாதியாகத்தான் கேட்டது. தேனி பஜாரைக் கடந்து விட்டால், இத்தனை கவனம் தேவையில்லை. ஆற்றுப் பாலம் தாண்டி, கிருஷ்ணா தியேட்டர் வளசலில் புகுந்துவிட்டால், பூதிப்புரம் செல்கிறவரை, ஒரே நேர் ரோடு, போக்குவரத்து இடையூறு இல்லாத பகுதி. ஒரு முழு சினிமாவிற்கான கதை வசனத்தையும் விவாதித்துக்கொண்டு பயணிக்கலாம்.

"சொல்லு தனம்... கேக்குது" என்றேன்.

"வேற ஒண்ணுமில்ல. ஆயா, மேலுக்கு எதும் கொற இல்லீன்னு எனக்குத் தோணுது. நல்ல படியாத்தே ஒக்காந்துருக்கு. பல் தேக்கிது. எப்பவும் போலச், சுத்த பத்தமாத்தே நடக்குது. நல்லாவும் சாப்பிடுது... என்னாண்ணே?"

“அது மட்டுமில்ல தனம். ஒன்னயப் பாத்து, நீ அத விசாரிக்க வந்திருக்கேன்னு தெரிஞ்சதும், தன் குற்றம் புரிஞ்சு சங்கடப் பட்டுச்சு பாத்தியா? சாதாரணமா வீட்டுக்குள்ள வந்து போற ஆயா இன்னிக்கி, வாசலத் தாண்டி வரத் தயங்கிச்சில்ல. அப்ப, மனசும் சரியாத்தான இருக்கு...” நானும் விரிவாய்ப் பதில் சொன்னேன்.

தேனி போலீஸ் ஸ்டேசனைத் தாண்டி, ரயில்வே கிராசிங்கைக் கடக்கும்போது, பெத்தாச்சி விநாயகர் கோயிலுக்கு முன்புறம், வேகத் தடையில் ஏறி இறங்க வேண்டி இருந்தது. இறுக்கமாய் பிரேக் போட்டு ஏறி இறங்கினேன். அந்த இடைவெளியில் தனம், விநாயகரை கண்ணில் வாங்கிக் கும்பிட்டது. ஒரு வேளை, இந்த இடத்தில் வேகத்தடை அமைத்ததற்கு, இப்படியும் ஒரு காரணம் இருக்கலாமோ?

“ஏண்ணே... கோயிலு எடுத்துக் கட்ன பெறகு, நல்ல கூட்டம் இருக்கு போல...” என்றது தனம்.

ரயில்வே கிராசிங்கைக் கடந்த பிறகு, அதற்குப் பதில் சொன்னேன். “சே... அப்படியெல்லாமில்ல தனம். இப்ப எல்லாக் கோயில்லயுமே நல்ல கூட்டம்தே.”

“ஜனங்கள் கிட்ட பக்தி பெருகீருச்சோ?“

“அது தெரில... சனத்தொக பெருகிருச்சு. அதே போல சங்கடங்களும் அதிகரிச்சிருச்சோ என்னமோ?”

“ஒனக்கு எப்பவும் சாமின்னா கிண்டல்தான்.” தனம் கல கலவெனச் சிரித்துக் கொண்டே சொன்னது.

“வேறெதுக்குப் போறாங்க சொல்லு. உலக சமாதானத்துக்கா... வீட்டுப் பெரச்சனய தீத்து வையிப்பான்னுதான கேக்குறாங்க...”

“சரி அதவிடு. ஆயாவ ஆஸ்பத்திரில சேக்கப் போறியா?”

“அதுதே யோசனயா இருக்கு தனம். நீ சொன்ன மாதரி, உடம்புக்குக் கேடு இல்ல. மனசும் நல்லாருக்கு. வேற என்னா கொறன்னு சேக்க?“ பேசிக் கொண்டிருக்கும் போதே சட்டென ஒரு யோசனை உதித்தது. ”யேந் தனம்... பூதிப்புரத்துக்குப் போறம்ல அங்க, சித்தப்பாகிட்ட அய்டியா கேக்கலாம்ல?”

பூதிப்புரத்திலிருக்கும் சித்தப்பா, ஒரு ஹோமியோபதி மருத்துவர். அப்பாவின் உடன்பிறப்பு. அந்தச் சித்திக்கு தனத்தின் மீது நல்ல பிரியம். ஊருக்கு எப்போது வந்தாலும் இருவரும் சந்தித்துக் கொள்ளத் தவறுவது இல்லை. சித்தி வந்து பார்க்கும். இல்லையானால் தனம் போய்ப் பார்க்கும்.

"அது ரெண்டாவதுண்ணே... மொதல்ல நாம ஒரு கருத்துல நிக்கணும்ல."

"நமக்குக் கருத்தெல்லா ராத்திரிலதான வருது".

"ரொம்ப இம்ச குடுக்குதா?"

"இம்சயா?... ரணகளம் ஆக்கீரும். ராத்திரிக்கி இருக்கத்தான போற. நேர்ல பாரு..."

"தங்கலா... நானா? நல்லாத்தே இருக்குமா? நைட்டு எந்த நேரம்னாலும் ஊருக்குப் போகணும்ப்பா. பிள்ளைகள ஸ்கூலுக்கு அனுப்பணும்."

"பயந்துட்ட பாத்தியா?"

"சேச்சே... அப்பிடியெல்லா இல்லண்ணே. லீவு நாள்ல வந்தா, வீட்ல தங்காம லாட்ஜ்ல ரூம் எடுத்தா தங்கப் போறம். மாமாவ வேலைக்கு அனுப்பணும். பிள்ளைகளப் பாத்துக்கணும். சரி, இப்படினு கேள்விப்பட்டு வந்து பாக்காம இருக்க முடியுமா?"

"வந்தது வந்த, சனி, ஞாயிறு லீவு நாளாப் பாத்து தங்கிட்டுப் போறது மாதிரி வந்திருக்கலாம்ல."

"அது வரைக்கும் மனசு ஓர்மப்படுமா?"

நேரு சிலை அருகே சிக்னலில் வண்டி நிற்க; தனம் பேச்சை நிறுத்தியது. சிக்னல் விழுந்ததும் மறுபடி துவக்கி விட்டது.

"டாக்டர்ட்ட கேக்கலியாம்ல. கம்பவுண்டர்கிட்ட தேங் கேட்டீகளாம்ல?"

"ஆமா தனம். டாக்டர்கிட்டப் போயி யோசன கேக்க முடியுமா?. அவர்ட்டப் போனா அட்மிசன்தே. சோதிச்சுப் பாப்பம்னு சொல்வாரு. அவெ, சரவணன் ஏதோ செய்வின, மந்திரிப்பு இருக்குங்கறான். கம்பவுண்டரு, ஆயா மனசுல

எதும் பிரச்சன இருக்குங்கறாரு. ஒரொருத்தர் சொல்றதயும் கேக்கக் கேக்க ஒரே கொழப்பமாத்தே இருக்கு.."

"இனிப் பூதிப்புரம் சித்தப்பாட்ட வேற யோசன கேக்கணும்ங்கற. அவரு என்னத்த சொல்லி அவர் பங்குக்கு கொழப்பப் போறாரோ?" தனம் சிரித்தது.

ஆமா, அங்க ஒரு குழப்பத்த வெய்ட் பண்ணச் சொல்லி இருக்கமோ?. வேலைக்குப் போனாலும், வேலைத் தளத்திலும் கூட இதே சிந்தனைதான். ஒரு வாரமாய் இப்படியா விடிய வேண்டும்?.

கிருஷ்ணா தியேட்டர் வளைவு வந்தது. வண்டியை மெது வாக்கி இடம், வலம் பார்த்து பூதிப்புரம் சாலையில் நுழைந்தோம். வரிசையாய் மூன்று சினிமாக் கொட்டகைகள். காலைக் காட்சிக்கு வந்த சைக்கிள்கள், தியேட்டரின் வெளிச் சுவரை ஒட்டி வெயிலில் காய்ந்து கிடந்தன. மோட்டார் சைக்கிள்கள், கார்கள் மட்டும் தியேட்டருக்குள் பத்திரமாய் நிறுத்தப் பட்டிருந்தன.

பின்னால் அமர்ந்திருந்த தனம், தியேட்டரைக் கடந்த பிறகும், தலையைத் திருப்பி, தியேட்டருக்கு வெளியில் நிறுத்தி இருந்த, சைக்கிள்களைப் பார்த்தபடி வந்தது.

"யேண்ணே... கோயிலப் பத்திச் சொன்னியே, இங்க பாத் தேல்ல. காலங்காத்தால எத்தன சைக்கிளு. இனி, இது இல்லாம, காரு பைக்குனு எத்தன பேரு கொட்றக்குள்ள இருப்பாங்க. இதெல்லா பேசமாட்டியா?" எனக் கேட்டது.

தனம் கேட்ட விதம் எனக்கு சிரிப்பைத் தருவித்தது. "ஏ நாயி... நா என்னா சொல்றது. நானென்னா முதலமைச்சரா. ஜனாதிபதியா. எனக்குத் தோணுறதச் சொன்னே..."

"இப்ப ஒண்ணுந் தோணலியா?"

அப்பவும் சிரித்தேன். "சொன்னா கோச்சுக்கக் கூடாது..." என்று பீடிகையோடு ஆரம்பித்தேன். "கோயிலுக்குப் போறவங்க கிட்டக் கேட்டா, மன அமைதிக்காகப் போறம்பாங்க. இவங்க கிட்டயும் கேளு. ஏறத்தாழ அதயே, வேற வார்த்தைல சொல்லு வாங்க.

"அப்ப ரெண்டுமே ஒண்ணுங்கறயா?"

கொட்டக்குடி ஆற்றுப் பாலத்தில் ஏறியதும் தனம், "ஏண்ணே, கம்பவுண்டர் சொன்னதுல – மன ரீதியான பிரச்சனன்னு சொன்னார்ல. ஒரு வேள, ஆயா முந்திக் காலத்துல தாத்தாகிட்டப் பட்ட கஷ்டம், இப்பத்தக்கி எதும் கொப்பளிச்சு வருதா..." எனச் சொன்னது கொஞ்சம் யோசிக்க வைத்தது.

அப்படிக் கூட இருக்கலாமோ, சாகும் தருவாயில் கிடக்கும் வயசாளிகளுக்குத், தங்களது, கடந்த கால சம்பவங்கள், வேலை முறைகள் திடும் திடுமென நினைவில் வந்து போகும்.

"மாட்டப் புடிச்சு கட்டியாச்சாடா... கடலச் செடிய சேதார மாக்கீரப் போகுது...கட்றா கட்றா..." என்று கட்டிலில் கிடந்த வாக்கில், சாமாண்டிக் கிழவர் கூச்சலிட்டது ஞாபகத்துக்கு வந்தது.

அதேபோல, மூன்று மாதம் ஆஸ்பத்திரி பெட்டில் கிடந்த மூக்க பிள்ளைத் தாத்தா, சாவதற்கு நாலைந்து நாளில் தினமும், 'முட்டை ஏவாரியைப் பார்த்து வா' எனச் சொல்லுவார். 'காப்பிக் கடைக்கு இருபது அட்டை கொடுத்த பாக்கியை, முழுசாய் வாங்கி வந்தாச்சா?" எனக் கேட்பார். இதெல்லாம் ஊரே உறங்கிக் கிடக்கும் நடுகுடு சாமத்தில், எழுந்து உட்கார்ந்து பட்டியல் போட்டுக் கேட்பார். அவர் ஒருநாள் திடீரென எழுந்து வேட்டியை மடித்துக் கட்டிக்கொண்டு மனைவியை எழுப்பினார். 'வெந்நி வையி' சின்னமனூர்ச் சந்தைக்குப் போகணும். தேங்கா லோடு வந்திருக்கு. திருவிழா ஏவாரத்துக்கு காய் வேணும்ல..." என்று அலைக் கழித்திருக்கிறார்.

அதேபோலத்தான் அந்தக் காலத்தில், தாத்தாவிடம் அடியும் உதையும் வாங்கிய ஞாபகம். ஆயாவுக்கு மீண்டு வருகிறதா...

அப்படியானால் ஆயாவுக்கு அந்திமக் காலம் ஆரம்பம் ஆகிவிட்டதா?... திடுமென ஏற்பட்ட உணர்ச்சியால் வண்டி ஓட்டச் சிரமமேற் பட்டது. அதை மறைக்க வேண்டும், மறக்க வேண்டும் என உளமாற எண்ணினேன்.

"ஏந் தனம் தாத்தா அம்புட்டு கொடுமக்காரர் இல்லீல்ல..." எனக் கேட்டேன்.

9

மாரியப்பிள்ளை என்று பெயரும், கொடுக்காப்புளி என்ற பட்டப் பெயரும், எங்களது தாய் வழித் தாத்தாவுக்கு இருந்தது. இயற்பெயரைக் காட்டிலும் பட்டப் பெயரே அதிகமாய்ப் புழங்கியது. அதற்கான சரியான காரணம் தெரியவில்லை. சின்ன வயசில் பள்ளிக்கூடம் போகாமல் கொடுக்காப்புளி மரத்தின் மேல் ஏறி ஒளிந்து கொள்வார் என்றும், பிராயத்தில் கொடிக்கால் விவசாயம் கொஞ்ச நாள் பார்த்தார் என்றும் பலவிதமான கதைகள் உண்டு.

நானறிந்த வகையில் எனக்கு சின்ன வயதில், அவரோடு ஊர் சுற்றுகையில், பை நிறையத் தின்பண்டங்கள் வாங்கிக் குமித்துவிடுவார். அதேபோலக் கொடிக்காப்புளி மரத்தையோ, கொடிக்கா காய் விற்பதையோ கண்டுவிட்டால், தோள் துண்டை விரித்து, ஒரு குமி காய்வாங்கிக் கொள்ளுவார். அப்படி வாங்கிய ஒவ்வொரு கொடிக்காயும், ஒவ்வொரு விதமான இனிப்பை இனம் காட்டும். தோலை உரித்து கொட்டையை நீக்கி, பருப்பை மெல்லுகிற போது, சுரக்கும் இனிப்புத் திரவம், பருப்பின் சக்கையை முழுங்குகிறபோது, தொண்டையைக் கவ்வும். அப்பிடி வரண்ட தொண்டையினை நனைக்க, இன்னொரு வாய் மெல்ல வேண்டும். அப்படியே பை காலியாகிப் போகும்.

தாத்தா வாங்கித் தருகிற கொடிக்கா காய் தவிர வேறு யார் வாங்கித் தந்தாலும், நானே வாங்கிய காயானாலும், அத்தனை இனிப்பாக வாங்க முடிந்ததில்லை. மண்ணாய்,

சுவையற்ற தாக இருக்கும், புளிக்கும். சிலது துவர்க்கும். பத்தில் ஒரு காய்தான் தாத்தா வாங்கித் தந்த சுவை கிட்டும். தவிர, எங்கே கொடுக்காப் புளி மரத்தைக் கண்டாலும், ஒரு தொரட்டிக் கம்பைத் தயார் செய்துவிடுவார். ஒரு சோளத்தட்டை போதும், நுனியை ஒடித்து கிட்டி போட்டு, சரடெடுத்து இறுக்கிக் கட்டி மரத்தை துழாவி விடுவார். பிறகென்ன, அவர் இழுத்து உருவிப் போடுவதை, ஓடி ஓடிப் பொறுக்க வேண்டியதுதான்.

கொடுக்காப்புளியைத் தவிர தாத்தா இன்னொரு விசயத்திலும் பிரபலமானவர். அது பெண்கள் காரியம்.

'யேம் பேராண்டீ... உங்க தாத்தெ. கொடுக்காப்புளி அடிக்க தொரட்டிக் கம்பு வச்சிருக்காரு. கொண்ட போட்ட பெண்டு கள எத வச்சுப் புடிக்கறதுங்குற சூச்சுமத்த, ஒனக்காச்சும் சொல்லித் தாராறா?'

தாத்தாவின் சிநேகிதர்கள் இந்த விதமாய் என்னைக் கொஞ்சி விளையாடி இருக்கிறார்கள். இத்தனை துல்லியமான வார்த்தைப் பிரயோகம் அப்போது விளங்கவில்லை.

"இதெல்லா சொல்லிக் குடுத்து வாரதில்ல. தானாக் கெளம்பணும். ஈர வாய்க்கால்லதே செடி செத்த மொளைக்கும். அது போல, 'அந்த மாதரி'யான ஒரு விருப்பத்த மனசில வச்சுத் திரி. வெளக்கத் தேடி ஈசலு வாரது மாதிரி, கொத்துக் கொத்தா வரும்". தாத்தா என் வழியாய் தன் சிநேகிதர்களுக்குப் பதில் தருவார்.

"மனசில நெனச்ச ஒடனே ஈசலு வந்து ஒட்டிக்குமோ..."

'மரத்த சாய்க்கணும்னு நெனச்சாத்தான் கையில கோடாரி ஏறும். அத விட்டுப்புட்டு, இத்தாந்தண்டி மரமா இருக்கேன்னு மலச்சுப் பாத்தா அடுத்தவெஞ் சாச்சிட்டுப் போயிருவான்ல.'

'இருந்தாலும்,... இன்னொருத்தன் பொண்டாட்டிய....'

'நாங்கூடத்தே இன்னொருத்தி புருசெ!"

தாத்தாவோடு எவராலும் தர்க்கம் செய்திட முடியாத படிக்கு, மடமடவென வார்த்தைகளைக் கொட்டி மடக்கிவிடுவார். பெரும்பாலும், இம்மாதிரியான எடக்கு மடக்குப் பேச்செல்லாம், சாந்தாயம்மாள் விலாஸ் சைவாள்

ஓட்டலில்தான் நடக்கும். ஊருக்குள் அதுதான் பிரசித்தி பெற்ற சாப்பாட்டுக் கடை. முன்புற வாசலில் ஆண்கள் வந்து சாப்பிட்டுப் போக, பின்வாசல் பக்கம், பெண்களும், சிறுவர்களும் பார்சல் வாங்க வருவார்கள். அதனாலேயே ரெட்ட வாசல் கடை என்ற துணைப் பெயரும் சாந்தாயி கடைக்கு உண்டு. கடையின் முதலாளி சுந்தரம் பிள்ளை தாத்தாவின் திண்ணைப் பள்ளி சிநேகிதராம்.

தவிர, தாத்தாவின் அரிசி வியாபாரக் கணக்குகள் அத்தனையும் அங்கேதான் சங்கமிக்கும். எந்தக் கடைக்கு அரிசி தேவைப் பட்டாலும் இங்கே வந்து சொல்லிவிட்டுப் போவார்கள். சுந்தரம்பிள்ளையும் குறித்து வைத்துச் சொல்லிவிடுவார். பணப் பரிமாற்றமும் கூட, அப்படித்தான் நடக்கும் போலிருக்கிறது. தாத்தா, கடைக்குச் சரியாக பதினோரு மணிவாக்கில் வருவார். நேரே அடுப்படிக்குத்தான் போவார். வடை சுட ஆரம் பித்திருப்பார் மாஸ்டர். ருசி பார்க்கும் வேலை தாத்தாவுக்கு. ‘கொஞ்சம் உப்பத் தூவிப் போட்டா நல்லது....ம். ஒரு கல்லு கம்மியா இருக்கு...’ என்பார். ‘என்னா அய்யரே ராவு வீட்ல அடிதடியா... இப்படிக் காரத்தக் கொட்டீருக்கீக....’ என பகடி செய்தபடியே உப்பு பார்ப்பார். அதையும் தாண்டி, தாத்தாவின் லீலா வினோதங்களைக் கேட்பதற்கென்றே ஒரு கூட்டம் அங்கே காத்திருக்கும்.

‘சுந்தரங் கடைல சாமான் சரியாயிருந்தா, நாம வேற கடைக்குப் போவமா? நா சரக்குகளச் சொல்றேன்... அது போலத் தான் எல்லா விசயமும்..’ சிரிக்காமல் ஆரம்பிப்பார்.

‘அந்தச் சாமானும், இந்தச் சாமானும் ஒண்ணாப்பா?. பாவி மனுஷா...’ சுந்தரம்பிள்ளை கோபிப்பது போலப் பேசுவார்.

‘எல்லாமே நீர் சம்பந்தப்பட்டதுதான...’

இப்போதுதான் சிரிப்பில் கடையே வெடிக்கும்.

‘அதுக்காக ரொம்ப ஊறப்போட்றாத, அழுகிப் போயிரும். ஊருக்குள்ள ரொம்பப்பேரு அப்பிடித்தே நாத்தம் புடிச்சுப் போயி அலயிறானுக...’

எப்படியோ தாத்தாவால் கடையில் கூட்டம் சேரும். கடை ஏவாரம் மளமளவென சூடும் பிடிக்கும்.

ஆனால் இந்த மாதிரி தாத்தா, சொந்த வீட்டில் ஆயாவிடம்

சிரித்துப் பேசி யாரும் கண்டதில்லை. நான் உள்பட, அவர் வீட்டில் இருப்பதே சொற்ப நேரம்தான். தூக்கத்திலிருந்து எழுந்து மந்தைக்குப் போகிறவர், காலை பத்து மணிக்குத்தான் வீட்டிற்கு வருவார். குளித்து முடித்து காலை உணவு உண்டு, அப்போது வருகிற ஏவாரத்தைப் பார்ப்பார். அரிசி இருப்பைக் கணக்கிட்டு ஊறல் போட வேண்டிய அயிட்டத்தை ஆயாவிடம் ஒப்பிப்பார். அப்படியே சாந்தாயி விலாஸ் புறப்பாடு. எல்லோரும் சாப்பிட்டு, பாதி உறக்கத்திலிருக்கிற நேரத்தில், மதிய சாப்பாட்டுக்கென வீட்டுக்குள் நுழைவார். ஆயா இருக்கும் சீர் கண்டு, அடுப்படிக்குள் நுழைந்து தானாகச் சோற்றைப் போட்டுச் சாப்பிடுவார். அடுக் களையில் அடுக்கி வைத்திருக்கும் பாத்திரங்களைக் கடுப்பெடுத்து உருட்டுவார். சமையல் பாத்திரத்தை யார் உருட்டினாலும் ஆயாவுக்குப் பொறுக்காது.

'எதுக்கு வெலக்கி வச்ச ஏனத்த இப்பிடிப் போட்டு ஒடைக் கணும்.? குத்துக் கல்லு கணக்கா ஒருத்தி குத்தவச்சிருக்கேன்ல... வேணுன்றதக் கேக்கலாம்ல...' ஆயா முற்றத்தில் உட்கார்ந்தபடி கேட்கும்.

'குத்துக் கல்லுனு தெரிஞ்சுதான குடும்பம் நடத்தீட்டு இருக்கேன்...'

'குடும்பமா நடக்குது, குண்டியத் தொடச்சுக்கிருக்கேன்னு சொல்லலாம்ல...'

'ரெண்டும் ஒண்ணுதே...'

ஆயா எழுந்து வந்து தாத்தாவுக்குப் பரிமாறவும் செய்யும். சில சமயம்தான் அப்படி.

இரண்டு பேருக்கும் சண்டை நடக்கிறதும் பெரும்பாலும் இதே மதியப் பொழுதுதான். அதுவும் தாத்தா வந்து சாப்பிடுகிற நேரம்தான். பேச்சில் உயர்கிற உஷ்ணம் கொதிநிலையை எட்டுகிறபொழுது முதலில் தண்ணீர் செம்பு பறக்கும். அடுத்தது சாப்பாட்டுத் தட்டுதான். ஆயா, தான் சொன்னது மாதிரி, குத்துக் கல்லாய் சமைந்து உட்கார்ந்திருக்க, தாத்தா ஆத்திரம் தீரும் மட்டும் உருண்டைச் செம்பால் அடிப்பார். அவர் அடிக்கத் தேர்வு செய்யும் இடம் பெரும்பாலும் தலை அல்லது, கெட்டி யான எலும்புப் பகுதிதான். அடித்து ரத்தம் வழிந்தாலும், ஆயா சேலைத் தலைப்பால்

துடைத்துக்கொண்டே இருக்குமே ஒழிய, வலிக்கிறதே என்று முகஞ்சுளிக்கக் கூட செய்யாது.

ஆயாவின் இந்த அமைதி தாத்தாவின் தன்மானத்தைக் காவு கேட்பதுபோல இருக்கும். 'ஆ....ஊ...' என கத்திக், கூப்பாடு போட்டுவிட்டு, வேட்டி சட்டையை மாற்றிக்கொண்டு வெளியே கிளம்பி விடுவார் தாத்தா.

காயம் அதிகம் பட்ட நாளில் காமாட்சி வந்துவிடுவாள். கொல்லைக்குக் கூட்டிச் சென்று ஆயாவைக் குளிக்கச் செய்து வீக்கத்துக்கு ஒத்தடமும், காயத்திற்கு வேப்பெண்ணெயும் தடவி விட்டு, திண்ணையில் படுக்கை போட்டு விசிறி விடுவாள்.

'ஏனாயி, அவருகிட்டக்க வாத்தயக் குடுத்து தெனந்தெனம் இப்பிடி வாத படுறீய....'' என்று கண்ணீர் உகுப்பாள்.

'ஒங்க ஆயிக்கு வாய் மிச்சம். அய்யாவுக்கு கை மிச்சம். அதேங் கணக்கு....' பக்கத்து வீட்டுக்காரம்மாள் வருகிற போதெல்லாம் இதையே சொல்லுவார்.

'இம்புட்டு அடி வாங்குறியே, பாதகத்தி, ஒரு வாத்த நிறுத்துய்யான்னு சொல்லலாம்ல... மாடுகணக்கா நிக்கிறியே...''

'மாடு கூட ஆடும், அசையும், ஓடுமே,,'' பார்க்க வருகிறவர்கள் ஆளாளுக்கு வாயாறிவிட்டுப் போவார்கள்.

'மாடுலயும் கேவலமா போய்ட்டம் பொம்பளிக. ஏனாயி...' காமாட்சி ஒரு நாள் கேட்டாள்.

'அடிக்குப் பயந்து அலறுனாத்தாண்டி பொம்பள தோக்குறா. என்னய இம்புட்டு அடி அடிச்சும் அந்த மனுசெ அடிமனசுல, இவள ஒருநாள் கூட அழுக வக்க முடியலியேன்னு ஆங்காரம் இருக்குல்ல. அங்கதாண்டி ஆம்பள தோக்குறாக....நாம செயிக்கிறம்.'

"அப்படி என்னதான் டெய்லி சண்டவாராப்பல ஆயாவுக்கும் தாத்தாவுக்கும் பெரச்சன...?"

"**ஆ**திபட்டியைத் தாண்டி ஊரணிக் கரையை சமீபிக்கையில் தனம் கேட்டது.."

"காரணம் புதுசாவா இருக்கப் போகுது. எல்லார் வீட்லயும் இருக்க பிரச்சனதே.. ஏமாந்து போயி வந்துட்டேன். ஏமாத்தி கட்டிக்கிட்ட.... இதுதேந் தனம். என்னா, அந்தந்த காலத்துக்கே தக்கபடி வசனம், வார்த்தை மாறுபடும்" என்றேன்.

மெல்லச் சிரித்த தனம், "புதுசா ஒண்ணும் இல்லேங்கறியா?" என்றது.

"ம்ஹூம்" எனத் தலையாட்டினேன்.

"அந்த வண்ணாத்தியிருக்காள்ல, காமாட்சி, அவகூட தாத்தா சிநேகமா இருந்தாராமே..."

தனம் சொன்னதும் எனக்கு சிரிப்பு வந்தது. எனக்கு இரண்டு வயது இளைய பெண்தானே தனம். எனக்குத் தெரிந்தது தனத்துக்கும் தெரிய வந்ததில் வியப்பில்லை.

"தனம்! சும்மாவா அம்புட்டு சொத்துபத்தையும் வித்துப்புட்டு, ரெண்டு எரும மாட்டோட நம்ம வீட்டுக்கு வந்தாக. கில்லாடியான கெழவெ இல்லியா தாத்தெ...." என்றேன்.

"ஆமாண்ணெ....கடலக்காடு, பெரிய கார வீடு, ஒரு மாட்டுக் கொட்டம். சின்ன வயசுலயே தாத்தா ஏங்கிட்டவே சொல்லீர்க்காரு. இது, இந்த மகசூல்ல வாங்குனது. அது அந்த ஏவாரத்துல கெடச்சுதுன்னு..." தனம் சொல்லச் சொல்ல எனக்கும் ஞாபகம் வந்தது.

"ஆயா கொஞ்சம் சுதாரிச்சிருந்தா சொத்தப் பூராம் காப்பாத் தீர்க்கலாம். இல்லியாண்ணே.." தொடர்ந்து பேசிக்கொண்டே வந்தது.

"ஆயா என்னிக்காச்சும் வீட்ல கலகலன்னு பேசிருக்கா? எப்பவுமே கமுக்கமாத்தான போட்டு அடச்சு வக்கிம். ஒரு வேள அதுதெ அதுக்குச் சீக்கோ.."

தனத்தின் இந்தக் கேள்விக்கும் எனக்குப் பதில் சொல்ல முடியவில்லை.

"ஒரு வேள ஆயா அன்னிக்கி தாத்தாவ எதிர்த்துப் பேசி இருந்தா.... எல்லாமே மாறி இருக்கும்ல." தனம் பூதிப்புரத்தை நெருங்கும்வரை பேசிக்கொண்டே வந்தது.

10

சித்தப்பாவின் வீடு ஊருக்கு நடுவில் அமைந்திருந்தது. பேருந்து நிறுத்தத்திலிருந்து கடைவீதி வழியாகச் செல்ல, சுப்பிரமணியர் கோயிலை ஒட்டி, கோயில் வீடோ என சந்தேகிக்கும் அளவுக்குக் கோயிலின் சுற்றுச் சுவரை பொது மதிலாய்க் கொண்டிருந்தது. அங்கிருந்து கூப்பிடு தூரத்தில் கொட்டக்குடி ஆறு. மழை நாளில் மட்டும் தண்ணீர் பார்க்கலாம். ஆனாலும் அகன்று விரிந்த ஆறு. ஊருக்கேயான பொதுக் கழிப்பிடமாய் உருமாறிக் கொண்டிருக்கிறது. ஆனால் ஆற்றின் விரிவு, அதன் பூர்வீகத்தைப் பூடகமாய்ச் சொல்வது போலிருக்கிறது. சமயத்தில் கொட்டக்குடி ஆற்றிலும் கொடூரமாய் வெள்ளம் புறப்பட்டு குடிபடைகளை தகர்க்கும் வாய்ப்பு உண்டு.

மோட்டார் சைக்கிளை சித்தப்பா வீட்டிற்கு முன் நிறுத்தினேன். பக்கவாட்டு பூட்டுப் போட்டு திரும்புவதற்குள் தனம், வாசல் படியேறி வீட்டுக்குள் புகுந்துவிட்டது. இடுப்பு உயர தலைவாசல், ஐத்து கல் படி, படியின் இருபுறமும் நீண்ட திண்ணை. மேல் படியில் செருப்பை கழற்றுகிறபோதே, வீட்டுக்குள் வியப்பும் சிரிப்பும் கலந்த பேரோசை.

“அடியே... பாப்பா...” தனத்தின் செல்லப் பெயர்.

“என்னாடீ...திடீர்னு..” சித்தியின் குரல்.

“எப்படா வந்த...“ மேல்சட்டை போடாமல் தொப்புளுக்கு மேலே ஏத்திக்கட்டிய வெள்ளை வேஷ்டியும், பட்டை பெல்ட்டுமாய் சித்தப்பாவின் மென்குரல்.

முன்புற ஹாலின் நடுவே திரைபோட்டு, அதனை சித்தப்பா 'டிஸ்பென்சரி'யாக ஆக்கி இருந்தார். சுவரிலிருந்த அலமாரியில் சின்னச் சின்ன பாட்டில்கள். அதன் நடுவே ஸ்டிக்கர் ஒட்டிப் பெயர் எழுதப்பட்டிருந்த ஹோமியோ மாத்திரை வரிசை. திரையோரமாய் டேபிள், டேபிளின் வலது கோடியில் தடிமன் தடிமனாய் அடுக்கப்பட்டிருக்கும் தோல் பைண்ட் செய்யப்பட்ட புத்தகங்கள். டேபிளை ஒட்டி சித்தப்பாவிற்கான சுழல் நாற்காலி. எதிரில் நோயாளிகளுக்கான இரண்டு மர ஸ்டூல்கள்.

திரைச் சீலையை விலக்கிக்கொண்டு நானும் வீட்டுக்குள் நுழைந்தேன்.

சித்தப்பா தரையில் உட்கார்ந்து, மதிய உணவுக்கான காய் நறுக்கிக் கொண்டிருந்தார். தனமும், சித்தியும் ஒருவரை ஒருவர் அணைத்தபடி, அடுக்களை வாசலில் நின்றிருந்தனர். இரண்டு பேரையும் சேர்த்துப் பார்த்தால், அக்கா தங்கச்சியாகத்தான் தெரியும். எங்களது தந்தை வழியில் ஆறாவதாகப் பிறந்த கடைக் குட்டிதான் சித்தப்பா. நாங்களெல்லாம் பிறந்த பிற்பாடுதான் அவருக்குத் திருமணம்.

சித்தி, கொஞ்சம் நகர வாசனை உள்ளவர். நுனி நாக்கில்தான் பேசுவார். பேச்சு மெல்லிசாய் இனிமையாய் இருக்கும். ஆனால், அம்மாக்களுக்கு சித்தியைப் பிடிக்காது. தளுக்குக்காரி, சிமித்திரி என்று புறம் பேசுவார்கள். அதனை நேரில் பேசுகிற போது காண முடியாது. அவர்களையும் வசீகரித்துவிடும் பேச்சு சித்திக்கு.

"ப்ரபுவோட வந்தியா? நெனச்சேன். கிறுக்கி, சித்தியப் பாக்கத் தனி பஸ் பிடிச்சு வந்தவ மாதிரி ஆக்டிங் குடுத்தியே. நானே அப்செட் ஆகிட்டேன்." என்றவர் என்னைக் கண்டதும் "வா, ப்ரபு..." என்று சிரித்தபடி வரவேற்றார்.

"வாப்பா." சித்தப்பாவும் அமர்ந்த நிலையில் கண்களை மேலே உயர்த்தியபடி அழைத்தார்.

"வாரேம்ப்பா...." சொல்லிக் கொண்டே அவருக்கு பக்கத்தில் உட்கார்ந்தேன்.

"டே நாயி... கிளினிக்ல இருக்க சேர்ஸ்ஸ எடுத்துப் போட்டு உக்கார்ரா." சித்தி அக்கறையாய் கடிந்து கொண்டது.

“வேணாம் சித்தி. இதுதே கால் மடக்கி உக்கார வசதியா இருக்கு” என்றேன்.

“போடா பரதேசி. பரதேசி. நம்ம வீட்டு ஆம்பளப் பசங்க பூராவுமே அப்பாமார் மாதிரிதே... முதுகு செத்து அலைவானுக. ஒரு நாகரீகம் – நாசூக்குக் கெடையாது. இவெ மட்டுமில்ல.... நவீன், நதியா அதுகளும் அப்பாடித்தா. சேர்லயே உக்காராதுக.” பேச்சோடு தனது பிள்ளைகளையும் இணைத்துக்கொண்டார். எங்கள் வகையறாவில், முதன் முதலாக கருத்தடை ஆபரேசன் செய்து கொண்டவர் இந்தச் சித்திதான்.

“தரையில ஒக்காந்தாப்ல நாகரீகம் தெரியாதவங்களா ஆயிடு வாங்களாக்கும்.” சித்தப்பா கறிவேப்பிலையை உருவியபடி கேட்டார்.

“பின்ன... உங்க வீட்டாளுக யாரயாச்சும் பெஞ்ச்ல ஜம்முன்னு நிமுந்து உக்கார்ர ஆள் ஒருத்தரக் காட்டுங்க. உங்க மூத்த அண்ணன்லருந்து, அதுலயும் நடுவுலவரு இருக்கார்ல... ஊர் நாட்டாமை. நல்லா, பிள்ளையார் கணக்கா சொவத்துல சாஞ்சு உக்கார்ந்தானா சொவருக்கு அணக்குடுத்த மாதிரி சாஞ்சு சரிஞ்சு கெடப்பாரு. இல்லியா தனம்..” பாதி சிரிப்புத் தெரிக்கப் பேசியது சித்தி.

“தரையில சம்மணங்கட்டி ஒக்கார்றது, மருத்துவ ரீதியா எவ்வளவு நல்லது தெரியுமா?” கை ஊன்றாமல் எழுந்த சித்தப்பா, நறுக்கிய காயை எடுத்துக் கொடுத்தார்.

“ஓகோ... அப்படின்னா, செருப்பில்லாம வெறும் பாதத்தோட, பூமிய அழுந்த நடந்தா காந்த சக்தி உடம்புல கூடுமாம்ல. அதச் செய்ய வேண்டியதுதான.”

“இவ ஒருத்தி, எத, எதுக்குச் சேத்துப் பேசறதுனே தெரியாமப் பேசுவா. கால மடக்கி, பாதம் தொடைய அழுத்தி, இடுப்பு மடிச்சு உக்கார்ரப்ப... ஒடம்புல எத்தன நரம்பு மண்டலம் இயங்குது தெரிமா. ஒரு ப்ளக்ஸ்பிலிட்டி உடம்புக்கு நல்லது இல்லியா?“

“ப்ளக்ஸிபிலிட்டிங்கறது எல்லா மூமெண்ட்லயுந்தா இருக்குது. உக்கார்றதுல மட்டுமில்ல. நடக்குறது, நிக்கிறது, ஓட்றது, சமைக்கிறது இப்டி எத்தனயோ..” சித்தப்பாவின்

ஒவ்வொரு வார்த்தைக்கும் சித்தியிடம் பதில் இருக்கும்.

"சரி சரி, வந்த பிள்ளைகளுக்கு காப்பி குடு."

"நம்ம, சேர்வராயன் கடைல போயி, ரெண்டு லெமன் வாங்கி வரச் சொல்லுங்க. ஷர்பத் இருக்கு. போட்டுத் தரலாம்." என்றபடி தனத்தை அடுக்களைக்குள் அழைத்துச் சென்றது சித்தி.

சித்தப்பா டிஸ்பென்சரி வழியாக வாசலுக்குப் போனார். தெருவில் விளையாடிக் கொண்டிருக்கும் சிறுவன் ஒருவனைக் கூப்பிட்டார்.

தனம், சித்தியிடம் ஏதோ கேட்டுக்கொண்டிருந்தது. வார்த்தை கள் சரியாகக் கேட்கவில்லை.

"அப்டியா?" என்ற சித்தியின் குரல் நன்றாகக் கேட்டது. தொடர்ந்து, "இந்த மாசம் 'டேட்ஸ்' சரியா வந்துச்சா?" என்ற கேள்வியில், அங்கே உட்காருவது சரியல்ல என முடிவு செய்து, நானும் டிஸ்பென்சரிக்கு வந்தேன்.

"கனிஞ்ச பழமா... டாக்டர் வீட்டுக்குன்னு கேளு..." எலு மிச்சம் பழம் வாங்கப் போனவனுக்கு, வாசல் படியில் நின்றபடி 'டிப்ஸ்' கொடுத்துக்கொண்டிருந்தார்.

உள்ளே வந்த அவர், தனது சுழல் நாற்காலியில் அமர, நான் ஸ்டூலில் உட்கார்ந்தேன்.

"குட்டிகளக் காணாமே சித்தப்பா..." என்றேன்.

"பய ட்யூசன் போயிருக்கான். பாப்பா..'' இழுத்தவர், "பாப்பா எங்கமா?" உள்ளே சித்தியிடம் பதில் கேட்டார்.

"ம்... சினிமாவுக்கு. தெரியாதா?"

"ஆமாமா... பக்கத்து வீட்ல, புதுசா கல்யாணம் முடிச்சவங்க தேனிக்கு சினிமா பாக்கப் போனாங்க. கூட அழச்சிட்டுப் போயிருக்காங்க. நாந்தா மறந்திட்டேன்" என்றார். தொடர்ந்து, "நீ என்னா வேலக்கிப் போவலியா?" என என்னைக் கேட்டார்.

"ஆமாப்பா, ஆப் நைட்டு. லீவு போட்டுட்டே." ஆயாவின் பிரச்சினையை அவிழ்க்க வேண்டாமே எனத் தயங்கினேன்.

“தங்கச்சி வந்ததனால லீவு போட்டுட்டியாக்கும்...” என்று சொல்லிக் கொண்டே, கண்ணாடியை எடுத்துப் போட்டுக் கொண்டு, தடிமனான புத்தகத்தில் ஒன்றை எடுத்து, காகிதம் சொருகி அடையாளமிடப்பட்ட பக்கத்தை விரித்துப் படிக்க ஆரம்பித்தார்.

ஒரு சில நிமிடம்தான். எதையோ கண்டடைந்தவர் போல, ஒரு சிறிய துண்டுக் காகிதத்தை எடுத்து எதையோ எழுதி அதே பக்கத்தில் மடித்து வைத்துப் புத்தகத்தை மூடினார்.

“இந்த வருசம் தீபாவளி போனஸ் பத்தி உங்க மில்லுல பேசி முடிச்சிட்டாங்களா...” கண்ணாடியைக் கழற்றி மடித்து மேசை யில் போட்டபடி கேட்டார்.

என்னை ஸ்பின்னிங் மில்லில் சேர்த்துவிட்டதே சித்தப்பாதான். மேலும் இங்கே இருந்தும் பலபேர் எங்கள் மில்லுக்கு வேலைக்கு வருகிறார்கள். விஷயம் சித்தப்பாவுக்குத் தெரியாமல் இருக்காது. பேச்சை நீடிப்பதற்காகவோ, நிஜமாகவே தெரியாமலோ கூடக் கேட்கலாம். கேள்விதானே முக்கியம்.

“மொதல் சுத்துப் பேசிட்டாங்கப்பா. அடுத்தவாரம் மறுபடி பேசுறாங்க போல...”

“ம்... மில்லிலேயே பேசி முடிச்சிக்கிட்டா நல்லது. லேபர் கோர்ட்டு வரைக்கும் இழுத்தடிக்காம இருக்கணும்.”

“ம். போன வருசமெல்லா இப்பவே பேச்சு முடிஞ் சிருச்சு. இந்த வருசம் கொஞ்சம் இழுவறிதே. எங்க?, தீபாவளிய ஒட்டித்தேங் கெடைக்கும் போல...” ஆதங்கத்தை வெளிப்படுத்தினேன்.

“கம்யூனிஸ்ட் சங்கம் வேற வந்திருச்சாம்ல... லேஸ்ல முடியாது.”

“யே...ன்”

“மத்த சங்கம்னா லோக்கல்ல சரிக்கட்டிப் பேசி முடிச்சிரு வாங்க. இவக, லீகலா கேட்டு ஊண்டி நிப்பாக. லீகல்னா கோர்ட்டுதான...”

“எப்பிடியோ... கெடச்சிரும்ல?”

“அதெல்லாம் கெடைக்காம எங்க போயிரும்...” என்றவர், “என்னா... ங்கொம்மாச்சிக்கு ஏதோன்னு சொன்னாங்க. கேள்விப்பட்டேன். எப்பிடி இருக்காங்க?” என்று மெதுவாக ஆரம்பித்தார்.

11

வீட்டிற்குள் தனமும் நானும் நுழைகையில், பிற்பகல் மணி மூன்று. செருப்பைக் கழட்டிவிட்ட நிமிடத்தில் தனம் ஊருக்குப் புறப்பட வேண்டும் என்று பறக்கத் தொடங்கியது.

அம்மா வழக்கம் போல, வடகம், மிதுக்கு வத்தல், மிளகாய்ப் பொடி, இட்லிப் பொடி, பச்சரிசி, வெத்தல வள்ளிக் கிழங்கு, சுண்டவத்தல் என்று சிறுசிறு பைகளில் போட்டு நிரப்பி, மொத்தமாய் ஒரு கட்டைப் பையில் திணித்துத் தயாராய் வைத்திருந்தது. இதற்கு மேல் ரைஸ்மில்லில் கிடைத்ததென, இட்லி அரிசி வேறு வாங்கி வைத்திருந்தது. இன்னும் விசேஷமாய் கண்ணுக்கு மையும், நாகேஸ்வரியைத் துணைக்கு வைத்துக்கொண்டு தயார் செய்திருந்தது. அதனை ஒரு தேங்காய்ச் சிரட்டையில் எடுத்து வைத்திருந்தது.

“யேம்மா... இது பாட்டுக்கு போற வழில ஒழுகி, மத்த பொருளெல்லாம் கெடுத்திரப் போகுது.” தனம் சிரட்டையைச் சாய்த்துப் பார்த்தது. நெகிழும் தன்மை இருந்தாலும், தானாய் ஒழுகாது. மை நகரவில்லை. அழுத்திப் பார்த்தது.

“இது செரட்ட மையிம்மா. சாமானியத்துல எறங்காது...” அம்மா ஒரு துளி எடுத்து, தனத்தின் நெற்றியில் இட்டு, விரலைத் தனது தலையில் துடைத்துக் கொண்டது.

“எதுக்கும்மா வெட்டி வேல பாக்குற. ஒத்த ரூவாய்க்கு ஐடெக்ஸ் வாங்குனா சரியாப் போச்சு. ஸ்டிக்கர் பொட்டு வேற இருக்கு... தேவயா இதெல்லாம்.?” சிணுங்கியபடி

சிரட்டையை ஒரு பாலித்தீன் பையில் போட்டு முடிந்து கொண்டது.

“கடப் பொட்டுதே சேராம, நெத்தியெல்லா தடுப்புத் தடுப்பா வருதுன்ன..”

“அது,.. செந்துருக்கப் பொட்டுக்குத்தே. வச்சா தோலு கறுத்துப் போகுது. ஏன்னே தெரியல.”

“அதென்னத்துக்கு வக்கிற. ந்தா... ரெண்டு செரட்டைய கருக்கி வெளக்கெண்ணய விட்டு கிண்டி வேல பாத்தா மையி ரெடி. அரிக்காது. எரியாது. கண்ணுக்கும் குளிச்சி...”அம்மா செய்முறை விளக்கம் அளித்தது.

“சரி, சரி கௌம்பணும், நேரமாச்சு. அப்பாவ எங்க...?” தலையை அவிழ்த்து, முடியை உதறிக்கொண்டு முகம் கழுவத் தயாரானது.

அம்மா பீரோவிற்குள்ளிருந்து, ஒரு புதுச்சேலையை எடுத்து கட்டில் மேல் போட்டது. “மாத்துச் சேல கூட கொண்டுகிட்டு வரல போல. இந்தா இத உடுத்திட்டுப் போ.” என்றது.

“வேண்டாம்மா, இதுவே நல்லாத்தான இருக்கு.” தான் உடுத்தி வந்த சேலையைப் பார்த்துக்கொண்டது.

“நல்லாத்தே இருக்கு. கிழிஞ்சா போச்சு? இது ஒந்தம்பி எடுத்தாந்து குடுத்தது. ரொம்ப நாளா உடுத்தாமலேயே கெடக்கு. புதுச்சேல பொட்டியிலேயே கெடக்கக் கூடாது. உடுத்திக் கழத்திப் போடு. வாரப்ப எடுத்துக்கலாம்.”

“ஏற்கனவே, ஒஞ்சேல, நாலஞ்சு அங்க கெடக்கு.”

“சரி, சரி. லேட்டாகுதுன்னுட்டு நீதே நீட்டிட்டே இருக்கவ...”

இது அம்மாவுக்கும் மகளுக்குமான, வழமையான சம்பாஷணையாகவே எனக்குப் பட்டது. தனத்திடம் தந்த பொருளை, இதுவரை அம்மா கேட்டதும் இல்லை. தனமும் திருப்பித் தந்ததும் இல்லை. தம்பியோ, நானோ அருகில் இருந்தால், இப்படி ஒரு நாடகத்தனமான பேச்சு நடக்கும். அம்மாவுக்கென எது எடுத்தாலும், அதனைப் புதுசாய் உடுத்திப் பார்க்கும் வழக்கம் அம்மாவுக்குக் கிடையாது. தனம் அதனைக் கட்டிக் கழற்றித் தர வேண்டும். அதைத்

துவைத்துப் போட்ட பிறகுதான் அம்மா உடுத்தும். இதுபோல, ஊருக்கு உடுத்திப் போகிற துணி வீடு திரும்பாது. தனம் கழற்றிக் போட்டுவிட்டுப் போகிற துணிமணிகளை மட்டும் துவைத்து, தேய்த்து யாராவது மதுரைக்கு கிளம்புகிறபோது, அவர்களுக்குத் தெரியாமலேயே, மகள் வீட்டுக்கான பார்சலுக்குள் திணித்து வைத்துவிடும்.

“ஏம்மா... புதுசு உடுத்துனா ஒனக்கு அலர்ஜியா?“ என்பான் சரவணன்.

“ஆ...மா... அதெல்லாம் பாத்தாச்சுப்பா. நா உடுத்தாத துணியா... போடாத உருப்படியா. பொம்பளப்பிள்ள இருக்கறப்ப அதுகளுக்கு கட்டி அழகு பாக்கறதுதாண்டா ஒரொரு தாய் சந்தோசம்” என்று பூரிப்பு மிகுந்துவரச் சொல்லும்.

“அப்படீன்னா, ஆயாவும் அப்பிடித்தே ஒனக்கு அழகு பாத்துச்சாக்கும்...” கேள்வியைத் தொடருவான்.

அந்தச் சமயம் அம்மாவின் கண்ணில் ஒரு அபூர்வமான உணர்ச்சி மின்னுவதைக் காண முடியும்.

“அந்த வகைல எங்க ஆயாவ மிஞ்ச ஆள் கெடையாதுடா. நானெல்லா ஒங்க அக்காவுக்கு என்னா செஞ்சுட்டே. எனக்காச்சும் உங்க அப்பாவோட ஒத்தாச இருக்கு. நீய்யி, ஒங்க அண்ணெ... எல்லாரும் தொணக்கி இருக்கீங்க. ஆயாவுக்கு அப்ப எந்தப் புடிகொம்பும் கெடையாது. தாத்தாவெல்லா பேருக்குத்தே. மல்லு வேட்டியும், தோள்ல அங்க வஸ்திரமும் போட்டுக்கிட்டு அந்த வயசுலயும் மைனர் மாதரிதேந் திரிவாரு. வீதில ஆரப்பாத்தாலும், சாந்தாயி கடைக்கிக் கூப்பிட்டுப் போயி, வேணுங்கிறத வாங்கிக் குடுப்பாரு. ஆனா கட்டுன பொண்டாட்டிக்கி, ஒருநா ஒரு பொழுது, இந்தான்னு இம்புட்டு இனிப்புச் சேவோ, ஒரு உளுந்த வடையோ, வாங்கிட்டு வந்து தந்த சரித்திரம் கெடையாது” என்று கதையைத் தொடங்கும்.

“என்னாம்மா... நாங்கள்லாம் ஊருக்கு வாரப்ப என்னென்னா வாங்கிக் குடுத்துருக்காரு, இப்பிடிச் சொல்லுற..” என்று துழாவிக் கேட்க, கதை இன்னும் விரியும். அது ஆயா சொல்லும் ராஜா ராணிக் கதையையெல்லாம் மிஞ்சி நிற்கும்.

“நீங்கள்லாம் விருந்தாளிகடா... வீட்டாள் கெடையாதுல்ல. அதனால உங்களுக்கெல்லாம் வேணுங்கறது கெடைக்கும். வீட்டாள்களுக்குத்தே கடுகத்தனி பண்டம் கூடக் கண்ணுல காட்டமாட்டாரு.”

“யே..?”

“ஏன்னா, வீட்லதே அரிசி, பருப்பு வேணுங்கறது இருக்குல்ல. வேகவச்சு தின்னுக்க வேண்டிதானம்பாரு.”

“தீம் பண்டம்?”

“அதையெல்லா பொம்பளப் பிள்ளைக மனசுலயும் நெனைக்கக் கூடாது. அதுதே ஓங்க தாத்தாவோட சட்டம். அதுக்குத் தோதா, ஒரு பழமொழி வேற சொல்லுவார். ‘கட ருசி கண்ட பொம் பளயும், காட்டு ருசி கண்ட பசுவும் ஊர் மேயப் போயிருமாம்.”

‘இப்பிடியேவா சொல்லுவாரு. ஏன்த்த...” ‘இந்தக் கதை சொல்லிக் கொண்டிருந்த ஒரு நாள் நாகேஸ்வரி இருந்தபோது சட்டெனக் கேட்டுவிட்டாள்.

‘சொல்லூவாராவா? எங்காயாளுக்கும், அய்யாவுக்கும் தெனந் தெனம் அதுலதான பெரச்சன..’

இதை நாகேஸ்வரிதான் சொன்னாள். ‘கெட்ட சாதிக் கெழவனா இருப்பாரு போல தாத்தா?..”

‘அய்யய்யோ ஏன் கேக்குற, ரெண்டு பேருக்கும் எடைல, ஏம்பாடுதேம் பெரும்பாடு. ஆனா, அம்புட்டையும் தாண்டி, நானு ஆளான நாளையில ஆயா பட்ட தும்பமிருக்கே...”

‘என்னாத்துக்கு இம்புட்டு வசதி இருக்கப்ப தும்பப்படணும். கிறுக்கா புடிச்சிருக்கு. அதேன் வீட்ல அரிசி கெடக்கு. வெத நெல்லு கெடக்கு, வேணுங்கறத ஆக்கித் தின்னுபுட்டு, அரிசி வித்த காச வச்சு நல்லது பொல்லதப் பாக்க வேண்டிதான, மதி கெட்டாப் போச்சு...” எப்படியோ கோபம் வந்தவள் போலப் பேசினாள் நாகேஸ்வரி.

‘ஈசியா சொல்லிட்ட.... எங்கப்பெ எப்பிடி? கலப்பையும் கெட்டி, கத்திலயும் கூர்...ன்ன கணக்கா, நெல்ல அவுச்சு, ஆவாட்டி, மில்லுக்குத் தூக்கிப்போயி, அரசுக் கொண்டு

வாரது வரைக்குத்தே எங்க ஆயா பொறுப்பு. உமித் தவுடு கூட மரக்கால் கணக்குப் போட்டுக் காசு கேப்பாரு எங்கப்பெ. சல்லிக்காசு ஒளிக்க முடியாது' என்ற அம்மா கொஞ்சம் இடைவெளிவிட்டுத் தொடர்ந்தது. அப்போது கண்ணில், லேசாய் கண்ணீர் சுரந்தது.

'அதுலதே எங்காயாவோட வீராப்புத் தெரியும். அம்புட்டுக் கொடுமையிலயும், உளுந்தங் கஞ்சி வச்சுக் குடுக்கும். வட்டுக் களி கிண்டிப் போடும். நாட்டுக் கோழி முட்டைக்காக நாலு கோழியப் புடிச்சு வளத்து, தெனமும் முட்டையும், பாலுமா அடிச்சுக் குடுக்கும். கோழிச்சாறு என்னா, ஆட்டுக் காலு ரெண்டுக்கு நாலா வாங்கி தீயில வாட்டி, அத விட்டத்தில் தொங்க விட்ரும். ஒருநா விட்டு ஒருநா, அதக் கொழம்பாக்கி ஊத்தும். இதெல்லாம் போக, தனக்கு உடுத்த துணி இல்லாட்டியும், மூட்டக்காரனப் பிடிச்சு, நல்ல நாள் திங்க நாளக்கி, புதுக் கோடித்துணி வாங்கி வகவகயா உடுத்தவிட்டு அழகு பாக்கும்'.

'அதுக்காக களமெல்லாம் கூட்டிப் பெறக்கி, தூத்து எடுத்த சிந்துமணி பெறக்கிச் சேத்து, அதக் காசாக்கி, எனக்குச் செலவு பண்ணும் ஆயா. அம்புட்டு வைராக்கியமான பொம்பள யாக்கும் என்னியப் பெத்தவ.' சொல்லிக் கொண்டிருக்கும் போதே அம்மாவின் கண்ணில் தாரை தாரையாய்க் கண்ணீர் வரும்.

எங்களுக்கெல்லாம் தாத்தாவின் மீது கோபம் கோபமாய் வரும். ஆனால் எனக்கென்னவோ தாத்தா அத்தனை கேவலமானவராக அறியப்பட்டதில்லை. ஒருவேளை அம்மா சொன்னது போல விருந்தாளிப் பார்வை எனக்கு வாய்த்துவிட்டதா?.

'அந்த நாளையில ஜவுளி கடையெல்லா இருக்காதுன்னு கேள்விப்பட்டிருக்கேனே...' அப்பாவியாய் கேள்வி கேட்டு, அம்மா வின் நெஞ்சுக் கூட்டுக்குள்ளிருந்து, மேலும் மேலும் கதைகளை உருவுவது நாகேஸ்வரியின் பாங்கு.

'காப்பியே கடைல வாங்கிக் குடிக்கக் கூடாத காலம்டி அது. இன்னக்கி மாதிரியா? கட கண்ணிக்கெல்லா அன்னிக்கு வீட்டுப் பொம்பளைக போக முடியாது. போகக் கூடாது. அதுனாலதே துணி மணியிலருந்து, வளவி வேணுமா, ராக்கடி குஞ்சம் வேணுமா, சாந்துப் பொட்டு, சவுரிமுடி,.

ஏன் தல சீவுற சீப்புக் கூட வீட்டு வாசல்ல வந்து குடுப்பாக..' அம்மாவின் கண்களில் பால்ய காலம் படமாய் தெரியும்.

'பட்டு சீல...?'

'அதெல்லா பெரிய வீட்டுக் காரவுக தனியா சொல்லித் தறிப் போட்டு வரும். எனக்கெல்லாம்...' சொல்லிக் கொண்டிருந்த அம்மா படக்கெனச் சிரித்துவிட்டது. 'எனக்கும் பட்டுச்சேல வந்துச்சு... நெறையா உடுத்துனே. ஆனா அது... ஊரார் சேல.' சொல்லிவிட்டு வெட்கப்பட்டது.

'ஊரா சேலன்னா.. அது எந்த ஊராத்தி?'

'காமாட்சி சேல..'

'ஆரும்மா... டோபி பொம்பளதான.?' இதுதான் அம்மாவிடம் நான் கிளறிவிட்ட ஒரே வார்த்தை.

'ஆமா... வண்ணாத்திச்சின்னாலும், என்னப் பெத்தவளப் போல வக்கனயாப் பாத்தவ. ஆயாவுக்கு அடுத்து, எனக்கு வேணுங்கற சவரட்டணயச் செஞ்சவ. அவ வீட்ல சமச்சா திங்க மாட்டம்னு, கடப் பலகாரத்த வாங்கிட்டு வருவா. நாட்டுக் கோழில முட்டப் பருவமா பாத்துப் புடிச்சிட்டு வருவா. உடுத்து மாத்துக்குக் கொறவே இல்லயா, புதுசு புசுசா வெறும் பட்டுச் சேலதே. பட்டுப் பாவாட, பட்டு லவுக்க, பண்ணையார் வீட்டுப் பொம்பளைக கூட அப்பிடி உடுத்திக் கழிச்சிருக்க மாட்டாக. நெதமும் டிசைன் டிசைனா வெளுத்துக் கொண்டுக்கிட்டு வருவா...'

'அந்தப் பொம்பள ஒங்க சின்னாத்தாளாம்ல...' வெடுக்கென ஒரு நாள் நாகேஸ்வரி கேட்க, அம்மாவின் முகம் கறுத்துப் போனது. 'சின்னாத்தா பெரியாத்தான்னு ஊர்ல நூறு பேரு இருந்தாக... ஆனா சாகுற மட்டும் உறுத்தா இருந்து கவனிச்சவ அவ ஒருத்திதான்.' அப்படியே காமாட்சியின் கதை துண்டு துண்டாய் வெளிப்படலாயிற்று.

மாலை நாலுமணி சுமாருக்கு வந்த சரவணன், தான் கொண்டு வந்த இரண்டு காலிபிளவர்களை பையில் போட்டுத் தனத்திடம் தந்தான். அதே சமயம் அப்பாவும் வீட்டுக்கு வந்தார்.

"ஒங்க ஆயாவப் பாரு.. இந்நேரத்துகுகு வாயப் பொளந்து

தூங்கறத..." அம்மாவைக் கூப்பிட்டுக் காண்பித்தார்.

தனது இருப்பிடத்தில் துணிப் பொட்டலத்தை தலைக்கு வைத்து, ஒருச்சாய்ந்து உறங்கிக் கொண்டிருந்தது ஆயா. வாய் பிளக்கவில்லை.

"இப்படிப் பகல்ல ஒறங்கீட்டு, ராத்திரியெல்லாம் ஒருத்தரையும் ஒறங்க விடுறது கெடையாது..." முனகியவாறே அப்பா அடுக்களை யினுள் நுழைந்தார்.

"ஆயா சாப்பிட்டுருச்சாம்மா..." தனம் அம்மாவைப் பார்த்தபடி கேட்டது.

"ஒரு வாரமாவே டெய்லி ஒரு நேரத்துச் சாப்பாடுதே. இன்னிக்கி, நீ வந்திருக்கேயின்னுதே காலைல ஒரு வாய் சாப்பிட் டுச்சு.." என்றது அம்மா.

"எழுப்பட்டா, இன்னொருக்கா சாப்பிடட்டும்..." தனம் கேட்டபோது அம்மா சரி என்றோ வேண்டாமென்றோ சொல்ல வில்லை.

'ஆயாவை அப்படியே உறங்க விட்டுவிடலாமா, எழுப்பிச் சாப்பிடச் செய்யலாமா..' என்ற குழப்பத்துடன் ஊருக்குக் கிளம்ப வேண்டிய அவசரத்தில் தத்தளித்துக் கொண்டிருந்தது தனம்.

12

அது சரவணன் கைக் குழந்தையாய் இருந்த நேரம். பிறந்து ஆறு மாதமோ, ஒரு வருடமோ. நான் இரண்டாம் வகுப்பு படித்துக் கொண்டிருந்தேன். தனத்துக்கு ஐந்து வயது இருக்கலாம். ‘அடுத்த வருசம் ஒண்ணாப்பு சேக்கவேணும்’ என்று வீட்டில் பேசிக்கொண்டிருக்கிறார்கள்.

நான் குளத்துப் பள்ளிக்கூடத்தில் ஒன்றாம் வகுப்பு முடித்து, இரண்டாம் வகுப்பிற்கான புத்தகங்களோடு போய் வந்து கொண்டிருந்தேன். அந்தச் சமயம் நாங்கள் வீடு மாற வேண்டிய சூழல். இடம் மாறியாக வேண்டும் என்று சரவணனது ஜாதகத்தில் இருந்ததாம்.

அப்பா, கமிஷன் கடையில் வேலை பார்த்துக்கொண்டே, நாலைந்து நண்பர்களோடு சேர்ந்து ஏலச்சீட்டுக் கம்பெனி நடத்தி வந்திருக்கிறார். அங்கேயும் அப்பாதான் கணக்குப்பிள்ளை. எழுத்துப் பூராவும் அப்பாவினுடையது. வழக்கம் போல ஆரம்பத்தில் பிரச்சனையில்லாமல் ஓடிய கம்பெனி, அடுத்தடுத்து குரூப்களைச் சேர்த்ததில் குளறுபடியாகிவிட்டது. பினாமி பெயரில் புள்ளிகள் சேர்க்கப்பட்டதும், சீட்டு எடுத்தவர்கள் பணம் கட்டாமல் இழுத்தடிக்க, ஏலம் எடுக்காதவர்கள் வீடு தேடி வர, அப்பாவைக் கை காட்டிவிட்டு, நண்பர்கள் நகர்ந்துவிட்டனர். பிரச்சனை கோர்ட்டுக்குப் போக அப்பா தலைமறைவானார். வாரண்டு வந்து வீட்டுக் கதவைத் தட்டினார்கள்.

அப்பத்தாவும், அப்பாவைப் பெற்ற தாத்தாவும்,

ஊரைக் காலி செய்யச் சொல்லி அப்பாவுக்கு யோசனை சொன்னார்கள். எங்கே தங்களோடு வந்து தங்கிவிடுவானோ என்கிற முன்னெச்சரிக்கை மனோபாவமும் அதில் இருந்தது. அதுதான் உண்மை என்று, அம்மா பலமுறை அப்பத்தாவைப் பற்றிப் பேசுகிற போதெல்லாம் அப்பாவின் தலையில் அடித்துச் சொல்லும். 'கஸ்டம்னு வந்த காலத்துல நாலு காசு தந்து ஒதவாட்டியும், ஒரு ஆந்த – ஆறுதல் – வாத்த சொல்லி ஆதரிக்காம.... 'எங்க, நம்மள அண்டி வந்துருவாங்களோன்னு' அடிச்சு வெரட்டாத கொறையா, அனுப்பிச்சிவிட்ட மகராசிதான ஒங்க ஆத்தாளும், அய்யாவும்... ஒரு பக்கம் அல்லயில வச்சு இருக்கேன்.'

'வேற என்னா செய்வாங்களாம்...? நீ பட்ட கடனுக்கு, கெழவங் கெழவியா செங்கச் சொமப்பாக.' அப்பா, அந்த நிலையிலும் தன் தாய் தகப்பனை விட்டுத்தராமல் பேசுவாராம்.

விசயத்தைக் கேள்விப்பட்டு ஆயாவும், தாத்தாவும் வந்து எங்களை வீரபாண்டிக்குக் கூட்டிச்சென்று விட்டார்கள். இங்கே தந்த புத்தகங்காளோடு நான், அந்த ஊர் பள்ளிக்கூடத்தில் சேர வேண்டியதாயிற்று.

கொஞ்சநாள் அப்பாவின் இருப்புத் தெரியவில்லை. எங்கே தங்குகிறார், எப்படிச் சாப்பிடுகிறார் என்பதே யாருக்கும் தெரியாது. திடீரென வீரபாண்டிக்கு வருவார். வந்த நேரம் ஆயா வீட்டில் அவதி அவதியாய்ச் சாப்பிடுவார். 'புள்ளைகள எங்க' என்று கேட்டு, எங்களோடு கொஞ்சிப் பேசிவிட்டு சடாரெனக் கிளம்பிவிடுவார். அப்பா வந்து போகும் சமயம் எல்லாம், அம்மா அழுகை மட்டும் தீராது. தாத்தா வந்து ஏதாவது சொல்லிச் சமாதானப்படுத்தும் வரை அழுகை நீடிக்கும்.

அப்போது தாத்தா, ஊரின் நடுத் தெருவில் பலசரக்குக் கடை வைத்திருந்தார். (அரிசி ஏவாரத்திற்கு முன்னால்) தேனிச் சந்தைக்கு வருகிற போதெல்லாம், அப்பா சம்பந்தப்பட்ட தகவல்களைச் சேகரித்து வருவார். எப்பவும் அதை அம்மாவிடம் மட்டும் தனியாக வந்து ஒப்பிப்பார். 'ஆயாவுக்குத் தெரிய வேண்டாம்' என்பார். 'பட்டிக்காட்டு மூதேவி. இதெல்லா பக்குவமா பேசத் தெரியாது, கோர்ட்டு வெவகாரம், எங்குட்டாச்சும் ஔறி வச்சான்னா சிக்கல்

பெருசாகிடும்' என்பார்.

அம்மா தனியாய் இருக்கும்போது, ஆயா வந்து விசயத்தைக் கரந்துவிடும். அதில் தாத்தா சொன்ன கூடுதல் தகவலும் வந்துவிடும்.

'அதென்னா கூடுதல் விசயம்'

'கூடுதல்னா.. நமக்கு பாதகமான சேதி வரும்ல. அத, மக சங்கடப்படுவான்னு தாத்தா மாத்திச் சொல்லீர்ப்பாருல்ல... அதான்.'

'ரைட்.'

வீரபாண்டியில் அந்தப் பள்ளிக்கூடம் மண் தரையாய் இருந்தது. சாணி போட்டு மெழுகி இருந்தனர். தரை பசேலென மணத்துக் கிடக்கும். மேல் கூரை தென்னங் கிடுகும், சீமைப் புல்லும் கொண்டு வேயப்பட்டிருக்கும். இங்கேயும், மதிய உணவாக மக்காச் சோள உப்புமா போட்டார்கள். சமயத்தில் கோதுமை உப்புமாவும் கூடப் போடுவார்கள். வாரத்தில் ஒரு நாள் பால் பவுடர் கலக்கி, பால் கொடுத்தார்கள். வகுப்பு லீடரை சினேகம் பிடித்தால், பவுடர் கட்டி கிடைக்கும். அதன் இனிப்பும், மிருதுத் தன்மையும் இப்போதும் நாக்கைச் சப்புக்கொட்ட வைக்கும்.

பள்ளிக்கூடத்தில் படிக்கிறோமோ இல்லையோ, விளையாடத் தோதுவான இடம். வாய்க்கால் பக்கம் போக விடமாட்டார்கள். தெற்குப் பக்கம் இருக்கும் மிளகாய் காயப்போடும் களம் தான் திடல், திடல் முழுக்க ஆற்றுமணல் கொட்டி இருப்பார்கள். வெய்யில் மங்கிய 'ரீசர்ஸ்' பிரியடில், கபடி, கோ கோ, கால்தாண்டி விளையாட ஏதுவாய் இருக்கும். பெண்பிள்ளைகள், கொலகொலயா முந்திரிக்கா ஆடுவார்கள்.

ஊருக்குள் எந்தப் பிள்ளையைக் காணாமென்றாலும் 'மொளகாக் களத்துல பாத்தியா' என்ற கேள்வி பிறக்கும். பக்கத்திலேயே எண்ணெய்ச் செக்கு ஒன்று. எப்போதும் இரண்டு மாடுகளைக் கட்டிச் சுற்றிக்கொண்டே இருக்கும். மாடுகளின் அலட்சியமான நடையும், 'மீமீய்...' என்ற செக்கொலியும் சதா கேட்டுக்கொண்டே இருக்கும்.

களத்தின் வலதுபுறம் பால் பண்ணை உண்டு. பண்ணை மாடுகள் மேய்ச்சலுக்குப் போகும் பகல் பொழுதுகளில்,

அதுவும் பிள்ளைகளின் விளையாட்டுக் கூடமாகவே இருக்கும். அங்கே 'தானா பேனா தந்திரிப் பேனாவும்', அப்பா அம்மா விளை யாட்டும் நடக்கும். ஒளிந்துகொள்ள, கல் கூட்டிச் சோறாக்க, தட்டை, தாளுக்கு அலைய வேண்டியதில்லை.

ராத்திரி சாப்பாடு முடிந்ததும், வீட்டுக்கு முன்னும் பின்னும் பச்சக்குதிரை, கள்ளன் – போலீஸ், நிலா பிறை என உறக்கம் கண்ணைச் சுழற்றும் வரை விடையாட்டுதான். வீட்டில் ஒவ்வொருவரும், பிள்ளைகளை விரட்டிப் பிடித்து உறங்கச் செய்வார்கள். அல்லது, ஊர்காலப்பன் வேட்டைக்குக் கௌம்புற நேரம் என்றும், 'பேய்க்காத்து வீசுறது' எனவும் பயமுறுத்தித்தான் படுக்க வைப்பார்கள்.

உண்மையாகவே அப்போது ஊருக்குள், பல பெண்களுக்குப் பேய் பிடித்து ஆட்டும். பெரும்பாலான ராத்திரிப் பொழுதுகளில், பேயோட்டுகிற உடுக்கைச் சத்தம் கேட்கும். பேயோட்டியின் விரட்டலும், மிரட்டலுமான குரல், தெருவில் யாரையும் துணை இல்லாமல் நடக்கவிடாது.

அப்படிப்பட்ட நேரங்களில் தான் அப்பா வருவார். நாங்கள் உறங்கிக் கொண்டிருந்தாலும் எங்களை எழுப்பி, தான் கொண்டு வந்த தின்பண்டங்களைத் தின்னச் செய்வார். அப்பா வந்துவிட்டால், ராத்திரி எந்நேரம் என்றாலும், ஆயா சுடுசோறு ஆக்கிவிடும். அடுத்த தெருவிலிருக்கும் 'நாயகம்' அத்தை வீட்டில் போய், நாட்டுக்கோழி முட்டை வாங்கி வந்து, பொரியல் போட்டு வைக்கும். அப்பா முட்டைப் பொரியல் விரும்பிச் சாப்பிடுவார். எப்பவுமே அப்பா விரும்பியதை ஆயா, தவறாமல் செய்து தரும். என்னதான் படையல் போட்டு விருந்து வைத்தாலும், ஆயா, அப்பாவிடம் ஒரு நாள் கூட, வார்த்தை சேர்ந்த வாக்கில் பேசியது கிடையாது.

'வாங்கய்யா....!' "இப்பதே வந்தீகளா...?"

அதுபோல அப்பாவும், 'ம், ஆமா...", நல்லாருக்கே" அவ்வளவு தான். இதற்கு மேலும், அவர் ஏதாவது பேச வேண்டும் என விரும்பினால், எங்களிடமோ, அம்மாவிடமோ சொல்லிப் பேசச் செய்யும்.

இரவுச் சாப்பாடு முடிந்ததும், ஆயாவோடு நாங்கள் மொட்டை மாடிக்குப் போக, அப்பாவும், அம்மாவும் வீட்டுக்குள் படுத்துக்கொள்வார்கள். காலையில் அப்பா

எந்நேரம் ஊருக்குப் போவார் என்பது தெரியாது.

தாத்தாவும் ராத்திரியில் வருவதை நாங்கள் பார்த்ததில்லை. எந்நேரம் வருகிறார் எங்கே உறங்குகிறார், எப்போது எழுகிறார் என்பதும் தெரியாது. தாத்தா உறங்கிய கோலத்தை கண்டதே இல்லை.

ஒரு ஆறு மாதத்தில் அப்பாவின் பிரச்சினை எல்லாம் சரியாகி விட்டதாகச் சொன்னார்கள். பங்குதாரர்கள் அத்தனை பேரும், போலீஸ் ஸ்டேசனில் வைத்துப் பேசி முடித்துவிட்டார்களாம். யார் யார் எந்தெந்தப் 'புள்ளிகளை'ச் சேர்த்துவிட்டார்களோ, அவர்களுக்கு அவரவர் பொறுப்பேற்று, கணக்கு முடித்துக் கொள்ளுவது என்றும், புள்ளிகள் கணக்கு முடிந்த பிறகு, வரவு செலவுக் கணக்கைப் பார்த்து, ஐந்தொகை எழுதி, பங்கு பாகம் பிரித்துக் கொடுப்பது என்றும், பாக்கி நிலுவைகளுக்கு நோட்டீஸ் விடுவதும் என்றும், தேவைப்பட்டால், பங்குதாரர் அத்தனை பேரும் மொத்தமாய்ப் போய் வசூல் செய்வது எனவும் முடிவு செய்தார்களாம்.

நல்ல வேளையாக அப்பா அவ்வளவாய் புள்ளிகளைச் (வாடிக்கையாளர்கள்) சேர்க்கவில்லை. ஆனாலும், உள்ள அளவுக்குக் கடன் தீர்க்க வேண்டி, ஆயா தனது அய்யா தானமாகக் கொடுத்த, கடலைக் காட்டை விற்றுப் பணம் தந்தது. அப்போதும் கூட, பணத்தை அம்மாவின் கையில்தான் ஒப்படைத்ததாம். அப்பாவும் தாத்தாவும் எதிரில் நிற்க.

13

நாளை, மில்லில் சிப்ட் மாறுகிற நாள், மதிய சிப்ட்டிற்கு அடுத்து, காலை வேலை. ஏழுமணிக்குத் துவங்கி பிற்பகல், மூன்று மணிக்கு முடியும்.

ஸ்பின்னிங் டிபாட்மென்டில் சைடராக வேலை எனக்கு. உடைகளைக் களைந்து யூனிபார்ம் அணிந்து கொண்டேன். இடுப்பில், விடுதல் பஞ்சுகள் சேகரிக்கும், துணிப் பையினைக் கட்டிக்கொண்டேன். மூக்கை மறைக்கும் விதமாய், கைக்குட்டையை முகத்தில் சுற்றிக்கொண்டு, எனக்கு ஒதுக்கப்பட்ட மெசினுக்குள் நுழைந்தேன். இரண்டு மெசின்கள், நான்கு சைடுகள் பார்க்க வேண்டும்.

கனமான, காதடைக்கும் சத்தத்துடன் மெசின்கள் ஓடிக்கொண்டிருந்தன. இன்றைக்கு, எனக்கு ஐந்தாவது, ஆறாவது மெசின்கள் ஒதுக்கி இருந்தார்கள். முந்தைய சிப்ட் சைடர், மெசினை நல்லபடியாய்த் துடைத்து ஒப்படைத்திருந்தான். இழைகள் அவ்வளவாய் அறுபடாமல், ஸ்பின்டிலில் கண்டுகள் பெருத்து சுற்றிக்கொண்டிருந்தன. ஆறாவது மெசின் இன்னும் முக்கால் மணி நேரத்தில் 'கண்டு' நிரம்பிவிடும். இறக்கி, நிரம்பிய கண்டுகளைப் பிடுங்கி, மறுபடி காலி பம்ப் சொருகி, மெசினைச் சுழற்றி விட வேண்டும். இந்த நேரம் அவ்வளவாய் வேலை வராது. மெசினைச் சுத்தம் செய்துகொள்ளத் தோதுவான நேரம்.

மெசின் நல்லபடியாய் ஓடுகிறது என்று வெறுமனே நின்று கொண்டிருந்தாலோ, அல்லது சுற்றிக்கொண்டிருந்தாலோ,

அது மேஸ்திரியின் கண்களை உறுத்தும். உடனே கைப்பிடியாய் பிடித்து, ஓடாது மக்கர் செய்யும் மெசின்களுக்கு, உதவி செய்யச் சொல்லுவார். அங்கே போய் வருவதற்குள், சொந்த மெசின் சுணங்கிவிடும். இங்கே ஓடிவந்து இதனைத் தேற்ற வேண்டும்.

ஆகவே, மெசினின் மேல் பகுதியை, சுத்தம் செய்ய துவங்கினேன். அதற்கு அவசியமும் இருந்தது. தூசுகள் பத்தி பத்தியாய்க் கூடி நின்றன. மொத்தமாய் விழ ஆரம்பித்தால், இழைகள் அறுபட்டு, – மலைத் தீ போல ஒரு பக்கம் முழுமையும் பஞ்சு –நூலாகாமல் – பறக்கும்.

மேல்பகுதி, சிம்ளக்ஸ் பாப்பின்கள் அடுக்கி வைக்கும் ஸ்டாண்டு, அங்கே பாப்பின்களும் குறைவாகத்தான் இருந்தன. தூசுகள் கீழே விழுந்து சிதறிவிடாமல், லாவகமாய் ஏறி, கையால் கோர்த்து எடுத்துக் கீழே போட்டேன். பாப்பினைத் தாங்கி நிற்கிற தட்டுகளையும் சுத்தம் செய்தேன். சிம்ளக்ஸ் பிரிவிலிருந்து வந்த பாப்பின் வண்டியை நிறுத்தி, மேலே அடுக்கிவிட்டேன்.

நினைத்தது போலவே மேஸ்திரி வந்துவிட்டார்.

“என்னா, பாப்பின் அடுக்கிக்கிட்டிருக்கயா ?”

“ஆமாண்ணே...”

“மிசினு நல்லாருக்கா,?”

“பரவால்லண்ணே.”

“ஒரு நிமிஷம் வந்துட்டுப் போ, பன்னண்டாவது மிசினுக்கு கொஞ்சம் லத்தேடாகுது... தேத்தி விடலாம்.”

ஏற்கனவே, மூன்று பேர் அங்கே நின்று, அந்த மெசினைத் தேற்றிக் கொண்டிருந்தார்கள். மெசினின் கடைப்பகுதிக்குப் போகச் சொன்னார். அறுந்த இழைகள் இரும்பு ராடிலும், கட்ரோல் சக்கரத்திலும் பஞ்சாய் சுற்றிக் கொண்டிருந்தன. மேல் கையைத் தட்டித்து தூக்கிவிட்டு, நூல் வருகையை நிறுத்தி, சுருண்டு கிடந்த பஞ்சைப் பிய்க்க ஆரம்பித்தேன்.

கைகள் மெசினோடு மல்லுக் கட்ட, மனசோ வீட்டுப்பக்கம் ஓடியது.

நேற்று இரவு ஆயா எழுந்திரிக்கவில்லை. ஒரு வேளை, முதல் நாளின் அலும்பில், எல்லோரும் அசந்து உறங்கிவிட்டார்களா? எப்படித்தான் உறங்கினாலும், ஆயாவின் கூப்பாட்டில், கும்பகர்ணத் தூக்கமே கலைந்துவிடும். எந்தச் சலனமும் இல்லை என்கிறபோது, ஆயா நேற்று எழும்பவில்லை என்றுதான் அர்த்தமாகிறது.

காலையில் மில்லுக்கு வரும்போது, வழக்கம் போல் எழுந்து, ஆயா எப்பவும் போர்த்தி இருக்கும் சேலை ஒன்றை, கழுத்துக்குக் கீழே சுற்றிக் கொண்டு, சுவரோரமாய் உட்கார்ந்து கண் மூடிய படி இருந்தது.

“உறக்கம் வந்தா விரிச்சுப் படுக்க வேண்டிதான ஆயா...” எனச் செருப்பை மாட்டுகிறபோது சொன்னேன்.

“சரி.. அப்பனு.. சும்மா ஒக்காந்திருக்கேன்.... நீ வேலக்கிப் போய்ட்டு வா...”

ஆயாவின் கையில் ஐந்து ரூபாய் நாணயத்தை சொருகினேன். முதலில் ஆயா அதனைக் கவனிக்கவில்லை. பிறகு, ஏதோ ஒரு அசங்கலில் கண்கள் ஒளிர, எனது கை நீளத்தைக் கணக்கிட்டு, அவசரமாய் போர்த்தியிருந்ததைத் தள்ளிவிட்டு, இரு கைகளையும் ஏந்திப் பெற்றுக்கொண்டது.

“வேலக்கிப் போற எடத்துல ஒனக்கு வச்சுக்க ராசா... போய்ட்டு வந்து கூடக் குடு.”

எப்போதும் ஆயா வாய் விட்டுக் காசு கேட்ட பிறகுதான் தருவேன். ‘எண்ணெய் வாங்கணும்,’ ‘பொடி தீந்து போச்சு’ எனக் கேட்கும். இப்போதுதான் வெற்றிலை போடுவதை நிறுத்திவிட்டதே. ஊரில் வெத்திலைக்கென ஒரு பித்தளைப் பெட்டி வைத்திருக்கும். நீர்த்திவலைகளோடு, பசிய வெற்றிலைகள் டப்பாவில் நிரம்பி இருக்கும். பாக்கு, இடுப்புச் சுருக்குப் பையில் கிடக்க, கண்ணாம்புக்கு சிரட்டை ஒன்றைத் தயார் செய்து வைத்திருக்கும். வாய் நமநமத்த வேலைகளில் காலை நீட்டி உட்கார்ந்து. பாக்கை வாயினுள் அதக்கி, ஒவ்வொரு வெற்றிலையும், காம்பு கிள்ளி எறிந்துவிட்டுச், சுண்ணாம்பு தடவி ரெண்டாய், நாலாய், குறுக்கே ஒரு மடிப்பு மடித்து, கடவாய்ப் பல்லில் கொடுத்து அரைக்கத் தொடங்கினால், பாதி டப்பா காலியாகிவிடும்.

மூக்குப் பொடியிலும் என்.வி.எஸ் பட்டணம் பொடிதான். ஒரு காசு, இரண்டு காசுக்கெல்லாம் சில்லரைக் கடையில் வாங்காது. நூறு கிராம் டப்பாவை வாங்கிப் பத்திரப் படுத்திக்கொள்ளும். 'கடப் பொடில காரமே பத்த மாட்டுங்குது.' எனச் சலித்துப் பேசும். அப்பத்தா, ஏதாவது ஒரு சமயம் வீரபாண்டிக்கு வருகிற போது, ஆயா அவரது கை டப்பியை வாங்கித், தனது இருப்பி லிருந்த மூக்குப் பொடியை நிரப்பித் தரும்.

இப்போதெல்லாம், வெற்றிலைச் செலவு இல்லாததால், ஆயாவுக்குப் பெரிய செலவு மிச்சம்.

நேற்று, தனம் முடிந்த மட்டும், ஆயாவை மதியச் சாப்பாட்டிற்கு வற்புறுத்தியது.

'பசிக்கல...' என்று முடக்கிப் படுத்துக்கொண்டது ஆயா.

'எனக்கு ஏதோ...ங்நோயாவப் பாக்குறப்ப ஒரு மாதிரிப் படுது...' என்று தனத்தைப் பார்க்க வந்திருந்த சாமியாடிக் கிழவி, அம்மாவிடம் குசுகுசுவெனச் சொன்னது.

'அப்பாயி என்னா சொல்லுது...." என்று தனம் விளக்கமாய்க் கேட்க,

'தல நாளையில நடந்ததெல்லாம் அடங்குற வேளையில கௌம்பி வரும்பாங்க, ஆத்த மாட்டாத சங்கதியெல்லா, அடி வகுத்துலருந்து எந்திரிச்சு அலக்கழிக்குமாம்..." சாமியாடி கிழவி சொல்ல வந்த சேதி எல்லோருக்கும் பிடிபட, தனத்துக்கு முகம் வெளிரிப்போனது. "போதும் நிறுத்து அப்பாயி..." என்று கைநீட்டி, அவது வாயைப் பொத்தியது. நீட்டிய கையும் நின்ற தேகமும் நடுங்க, கண்களில் கண்ணீர் பெருக்கெடுத்தது தனத்துக்கு. முகத்தை மூடிக்கொண்டு சுவரில் சாய்ந்து உட்கார்ந்து விசும்ப லானது.

'யே... யே... கிறுக்குப் புள்ள.. நா ஒரு பேச்சுக்குச் சொன்னே..ம்மா...' கிழவி சமாதானத்துக்கு வந்தது. 'நீதே ஆயா சோறு தொட மாட்டேங்குதுன்ன. ராவெல்லா பெணாத்துதுன்னீக. அதவச்சு ஒரு கணக்குதத்தே.. பேரனும் பேத்தியுமா சேந்து, ஆயாள சாப்பிட வையிங்க. அவ பாட்டுக்கு, ஆயுசுக்கும் ஒங்களுக்குத் தொனயா இருக்கட்டும். நாம என்னா கடவுளா... கணக்குச் சொல்ல.." சடாரென

கிழவி தனது வாதத்தை, வாபஸ் வாங்கிக்கொண்டது.

எப்படியாவது ஆயாவைச் சாப்பிட வைத்துவிட வேண்டுமென, தனமும் எத்தனையோ பிரயத்தனப்பட்டது. ஆயா அசரவில்லை. 'பசிக்கல கண்ணு...' என்ற ஒரு வார்த்தையையே திருப்பித் திருப்பிச் சொன்னது.

'ஊருக்குப் போற பிள்ள, ஒரு வார்த்த சொன்னாள்னா, சொன்னதுக்காக வாச்சும் ஒரு வா தின்னு.. வீடு போய்ச் சேர்ற வரைக்கும், அது மனசு ஓர்மப்பட வேணாமா....' அம்மா திட்டுவது போல அதட்டியது.

உடனே சடாரென எழுந்து உட்கார்ந்தது ஆயா. 'ஊருக்கா ஆயி போற,,. என்னா, வந்த ஒடனே கௌம்பிட்ட?" தனத்தைத் தன் அருகில் இழுத்து வைத்து, உடம்பைத் தடவிக் கொடுத்தது.

'பிள்ளைக ஸ்கூலுக்குப் போகுதுல்ல ஆயா... அவருக்கும் பாக்கணும்ல. வந்தாச்சு, பாத்தாச்சு. லீவு நாள்ல வாரேன்."

'ஆயாவப் பாக்கணும்னு ஓடி வந்தியா கண்ணு.' கண்ணில் நீரொழுக, தனத்தை அணைத்துக்கொண்டது. 'ஊர்ல ஆம்பள பிள்ள பெத்ததுகளெல்லா, அன்னந் தண்ணியில்லாம அலயிதுக. ஆனா, நா... என்னத்தக் குடுத்தே ஒங்களுக்கு? இப்படி பொன்னா..காக்கறீக...? முஞ்செம்மத்தில எதோ ரெண்டு சீவாத்திக்கு, இம்புட்டுப் பச்சயக் காட்டீருப்பெம் போல... அந்தப் புண்ணியந்தே. போதும், இதுக்கு மேலயும் அந்த ஈஸ்வரன், ஒங்களுக்கு பாரத்தக் குடுக்கக் கூடாது. என்னய படக்குன்னு, அவெங் காலடில கொண்டு போய்ச் சேத்துக்கணும். அதத்தே, அல்லும் பகலும் அறுவது நாழியிலும் கும்புட்டுக்கிட்டிருக்கேன்.' கரகரத்த குரலில் தொண்டை கமரப் பேசியது ஆயா.

அம்மா சமயோசிதமாய் அந்தப் பேச்சைத் துண்டித்தது. 'தூரம் தொலவட்டுல காரேறப் போற பிள்ளகிட்ட, என்னத்தப் பேசறதுன்னு தெரிய வேணாமா? ஆராருக்கு எப்ப, எங்கன சீட்டு கிழிக்கணும்னு, நானும் நீயும் பேசிட முடியாது. ஊருக்குப் பொறப்படுற நேரத்துல, ரெண்டு நல்ல வாத்த சொல்லி, போய்ட்டு வான்னு அனுப்ப மாட்டாம. வாய்க்குப் பத்தாத பேச்சாப் பேசற.'

‘கொஞ்சம் சாப்பிடு ஆயா..’ மறுபடி துவங்கியது தனம்.

நிமிர்ந்து உட்கார்ந்த ஆயா, அம்மாவின் பேச்சுப்படி, தனது தொனியை மாற்றிக்கொண்டது. ‘இல்ல.. கண்ணு, வகுறு சரியில்ல. பொரட்டிப் பொரட்டி சத்தங் குடுக்குது. நீ நல்லபடியா போய்ட்டு வா. அடுத்து வாரப்ப புள்ளைகளக் கூட்டிக்கிட்டு வா. கண்ணுக்குள்ளயே நிக்கிதுக.’

‘சரி ஆயா.’ தலையாட்டியபடி எழுந்தது தனம்.

‘கெளம்புன புள்ளய நிறுத்தி, ஒக்காரவச்சு அனுப்புற. சாமியக் கும்புட்டு, நெத்தீல இம்புட்டு தின்னுரு போட்டு அனுப்பி வையி. நல்லபடியா வீடு போய்ச் சேரணும்னு கும்புட்டுக்க.’ என்று சன்னலில் இருந்த ஆயாவின் திருநீறு டப்பாவை எடுத்து நீட்டியது அம்மா.

ஆயா அதனை இரண்டு கைகளிலும் வாங்கி, வானை நோக்கிக் கும்பிட்டு, தனத்தின் நெற்றியில் பூசிவிட்டது. கூடவே எனக்கும், அம்மாவுக்கும் பூசிவிட்டது.

அந்த நிகழ்வைத்தான் தனத்தால் தாங்கிக் கொள்ள முடியவில்லை. உதடு கடித்து விசும்பலை அடக்கிக்கொண்டது. பஸ் ஸ்டாண்டுக்கு வந்ததும் அம்மாவிடம் கேட்டது. ‘ஆயாவ எதுக்கு விபூதி போடச் சொன்ன.... ஒம் மனசிலயும் ஆயா நீடிக்கா துங்கற நெனப்பு வந்திருச்சா?”

அம்மா பதில் சொல்லாமல் தலை குனிந்து எச்சில் முழுங்கிக் கொண்டது.

‘எதாச்சும் ஒண்ணுன்னா படக்குனு சொல்லிவிடுமா. ஊருக்குப் போய்ட்டாலும் எனக்கு மனசெல்லாம் இங்கயேதான் இருக்கும். என்னா...”

“சரி. சரி. எல்லா நல்லதுதே நடக்கும்.... மனசக் கெளறாம கெளம்பு தனம்” என்றேன்.

“ண்ணே... ஆயாவ லேட் பண்ணாம, இன்னிக்கே ஆஸ்பத்திரில சேத்துருண்ணே. காலம் பூராவும் கருமாயப்பட்ட பொம்பள. செலவப் பாக்காத...”

பஸ்சில் ஏறிய பிறகும், மறுபடி மறுபடி அதையே சொல்லிக் கொண்டிருந்தது தனம்.

14

ஆயா பிறந்தது உத்தம பாளையத்தை அடுத்த கம்பம். கம்பராயப்ப பெருமாளும், வேலப்பக் கடவுளும், கிழக்கும் மேற்கு மாய் நின்று, ஊரைப் பரிபாலனம் செய்ய, ஊர்த் தெய்வமாய்க் கட்டி ஆள்பவள் கோட்டை மாரித் தெய்வம். ஒவ்வொரு வருடமும், பங்குனி கடைசியில் சாட்டுத் துவங்கி, சித்திரை மூணாங் கிழமை திருவிழா துவங்கும். எட்டு நாள் திருவிழா. முத்துப் பல்லக்கு, பூப் பல்லக்கில் வலம் வருவாள். தீச்சட்டியும், காவடியுமாய் நேர்த்திக் கடன் வாங்கி, நாலாங் கிழமை மஞ்சள் நீராட்டோடு, விரிகம்பம் நீக்கி, ஆத்தாள் ஆலயம் வந்து சேர்வது வரைக்கும், ஊரெல்லாம் தீபாவளிதான்.

ஊரின் நடுத் தெருவில், வேலப்பர் கோயிலின் முன் வாசல் பார்வையின், தென்புறமாய் ஆயாவின் பிறந்த வீடு. கோட்டை மதில் சுவர்கள், நாலு புறமும் நிமிர்ந்து நிற்கும். இருபத்தி இரண்டு அடி உயரத்தில் அகலமாக்க் கதவு. கதவைத் தள்ளித் திறக்க இரண்டாள் தேவைப்படும். அத்தனை பெரிய கதவை, அடிக்கடி திறக்க முடியாது என்பதால், கதவுக்குள் ஒரு சிறிய கதவு ஐந்தரை அடி உயரத்தில் இருக்கும்.

மாட்டு வண்டிகளும், வாகன இத்யாதிகளும் வருகிறபோது மட்டும் பெரிய கதவைத் திறக்க வேண்டி வரும். பெரும்பாலும் ஒரு கதவைத் திறந்தாலே, இரண்டு மாட்டு வண்டிகள் போய்வரக் காணும். இருந்தாலும், திறவாக் கதவு பாழ்பட்டுவிடும் என்பதால், இருபுறமுமே

விரியத் திறந்து காட்டுவார்கள். தவிர, மாரியம்மான் வீதி உலா வரும் நாளிலும், கம்பராயப் பெருமாளின் நவராத்திரிப் பொழுதிலும், வேலப்பரின் சஷ்டி உற்சவத்தின் போதும் மட்டும், அடைத்த கதவுகள், அவர்களை வரவேற்கத் திறந்து நிற்கும்.

சுட்ட செங்கல்லும், அரைத்த சுண்ணாம்பும், குழைத்துக் கட்டிய கோட்டை வீடு. சுற்றுச் சுவர் மட்டும் நாலாள் உயரம். எந்தக் கள்ளனும் எட்டி ஏறிவிட முடியாது. வழுவழுவென கரும் பாறையாய் கை வழுக்கும் காரைப் பூச்சு. மேற்குப் பக்கம் வீடும், கிழக்குப் பக்கம் தொழுவமும், தொழுவத்துக்கான வைக்கோல் படப்புகளும், உழுபடைக் கருவிகளுக்கென ஒரு கொட்டாயும், தனித் தனியே அமைக்கப்பட்டிருந்தன. புளி, வேம்பு, மா, கொய்யா, எலுமிச்சை என, பயன் தரு மரங்களும், அந்தி மந்தாரை, செவ்வந்தி, கனகாம்பரம், மல்லி, என சிறிய பாத்திகளில், வகைக்கு நாலாய் கரை மேவிக் கிடக்கும் பூச்செடிகளும், சோலை வனத்தைக் காட்டும். தொழுவத்துக்கொரு கிணறும், வீட்டுப் புழக்கத்திற்கொரு கிணறுமாய், ரெண்டு கிணறுகள் நீர் சுமந்து நிற்கும்.

எட்டுக் கட்டு வீடு. மரச்சேந்தி, அதற்கு மேலே உத்திரக் கட்டை போட்ட மேல்மாடி, உச்சியில் மொட்டை மெச்சு என மேலுயர்ந்த வீடு. வீட்டுக் கதவையும், தள்ளித்தான் திறக்க வேண்டும். மலையாளத்துத் தச்சனைக் கூப்பிட்டு, தோதகத்தியும், தேக்குமாய் இழைத்துப் பூட்டிய இரட்டைக் கதவுகள். கோட்டைக் கதவிற்கு தோதகத்தியில் மரச்சட்டம் மாட்டி, கெட்டித் தகரம் அடித்து, யானையே வந்து முட்டித் தள்ளினாலும் எளிதில் அசையா வண்ணம், உருக்குக் கம்பியில் தாழ் ஊன்றி இருந்தார்கள். தைப் பொங்கல் மூணாம் நாளில், மஞ்சு விரட்டில் ஓடி வருகிற அனேக காளைகள் கோட்டைக் கதவில் முட்டி, கொம்பு ஒடிந்த கதைகள் ஏராளமாய் ஆயா சொல்லும்.

அத்தனை பெரிய வீட்டில் நான்கு அண்ணன்களோடும், மூன்று அக்காள், தங்கச்சிகளோடும் பிறந்தவர் ஆயா.

எல்லா வீட்டிலும் போலவே பெரியண்ணன்தான் எல்லாமும். நடுவுலண்ணன், மூணாம் அண்ணன், கடைசி அண்ணன், அதே போல பெரியக்கா, சின்னக்கா அனைவரும், அவரவர் பாடுகளைப் பார்த்த நேரத்தில், அத்தனை

பெரிய வீட்டில், அய்யாவுக்கு அடுத்துப் பெரியவர் என்ற அடைமொழி பெரியண்ணனுக்கு மட்டுமே வாய்த்தது.

அவரது குணம் போலவே, அவருக்குப் பிள்ளைகளும் வாய்த்தன. ஆண் மூணும், ஒரே ஒரு பெண்ணும்.

கடைசி அண்ணனுக்குக் கல்யாணம் முடித்த கையோடு, பங்கு பாகத்தை பாகவஸ்தி பண்ணிவிட்டார். கோட்டைச் சுவரை இடிக்கக் கூடாது என்று பிரயாசைப் பட்டார். அதனை அவரது காலம் வரை காத்தும் வந்தார்.

அந்தப் பெரிய தாத்தா(பெரியண்ணன்)வின் பிள்ளைகள், எல்லோருமே, வீரபாண்டித் திருவிழாவிற்கு ஆயா வீட்டிற்கு, வருஷம் தவறாமல் வந்து போவார்கள். மாணிக்கம், முத்து, வைரமணி என்று அவர்களுக்குப் பெயர். அந்த அத்தையின் பெயர் தங்கராமு.

அப்பா, அந்த நான்கு பேரோடும், நல்லவிதமாய்ப் பழக்கம் வைத்திருந்தார். அதிலும் மூத்த சித்தப்பா மாணிக்கம், இப்பவும் எங்கள் வீட்டுக்கு வந்து போகிறார்.

ஒன்றிரண்டு முறை,ஆயா என்னையும் தனத்தையும், அந்த கோட்டை வீட்டிற்குக் கூட்டிச் சென்றுள்ளது. நல்ல ஞாபகம் இருக்கிறது. கம்பத்திற்குள் நுழைந்ததுமே ஆயாவின் இயல்பு மாறிவிடப் பார்த்திருக்கிறேன். பஸ்சை விட்டு இறங்கி மண்ணில் கால் வைத்ததும், ஒரு ராஜகுமாரியின் கம்பீரத்துடன் நடந்து கொள்ளும். பேச்சின் தோரணை அசாத்தியமாய் மாறித் தெரியும். எந்த இடத்திலும் ஆயாவின் சாத்வீகமான வார்த்தைகளைக் கேட்க முடியாது. எல்லா இடத்திலும் உரிமை கொண்டாடுகிற பேச்சு. தன் அண்ணன்மாரது மனைவிகளோடு கலகலப்பாய்ப் பேசிக் களிக்கும். ‘மச்சி, மச்சி’ என உறவுகளை, உற்சாகத்தோடு கூப்பிட்டுப் கூப்பிட்டுப் பேசும். ‘சின்னமச்சி, பெரிய மச்சி…” எனக்கு அப்போதெல்லாம் அதற்கான அர்த்தம் தெரியாது. யார், என்ன சொந்தம் எப்படிக் கூப்பிடுவது என்பதும் தெரியாது.

கம்பம் முழுக்கத் தெற்கும், வடக்குமாய், ஊரெங்கும் எங்களை இழுத்துக் கொண்டு நடக்கும். ஒவ்வொரு வீட்டையும் அடையாளம் காட்டி, உறவுகளை பிரித்துச் சொல்லி, அறிமுகம் செய்விக்கும்.

எல்லாரது வீட்டிலும் கயிற்றுக் கட்டில் இருந்தது. மல்லாக்கப் படுத்துக்கொண்டு உடம்பை ஊஞ்சல் போல ஆட்ட, சுகமான உறக்கம் வரும்.

'என்னப் பெத்த பேரனுக்கு, எங்கன போனாலும் ஒறக்கந்தே...' உறவுகளுடனான பேச்சுக்கிடையில் என்னைப் பற்றி விமர்சனமும் செய்யும்.

'நல்ல சொகவாசி' யாராவது ஒருத்தர் இப்பிடிச் சொல்லுவார்.

'ம்... அவகப்பா, தேனி பசார்ல காத்தாடிக்கு கீழ ஒக்காந்து, கணக்கப்பிள்ள உத்தியோகம்.. அந்த ரத்தம்ல.'

'அப்படியா....காலாட்டும் போதே நெனச்சே.'

ஏதோ ஒரு இடைவெளியை நிரப்புகிற அவசம் ஆயாவின் வார்த்தைகளில் ஒலிக்கும். அதுவும் கூட ரொம்ப காலம் கழித்து– நானும் தனமும் விவரத்திற்கு வந்த பிறகு, ஆயாவை அவரது சொந்தங்கள் நல விசாரிப்பின் போது, எங்கள் இருவரையும் இழுத்து அணைத்துக்கொண்டு, அறிமுகம் செய்விக்கும் பாங்கில் அது தெரிந்தது.

'கம்பத்தா (கம்பத்துக்காரி — ஆயா) எப்பயுமே தாம் பெத்தது கள விட்டுக் குடுத்துப் பேசமாட்டாளே...' என்பார்கள்.

'எதுக்கு விட்டுக் குடுக்கணும். எந்த சென்மத்துல யார் கூட்டக் கலச்சனோ, ஏ வகுத்துல ஆண் வாரிசு அத்துப் போயிருச்சு. பொட்டப் பிள்ள ஒண்ணக் குடுத்தாச்சும், மலடிப் பட்டம் போக்க வந்த செலுவதிக இல்லியா..' முத்தங்களால் வயிறு நிறைக்கும்.

ஆயாவுக்கு ஆண் வாரிசு இல்லை என்கிற காரணத்தால், குடும்பத்தில் பல குழப்பங்கள் நிகழ்ந்திருக்கின்றன. தாத்தாவின் உடன் பிறந்த சகோதரர்கள், தங்களது பிள்ளைகளில் யாராவது ஒரு பையனைத், தத்துக் கொடுக்க ஏற்பாடு செய்தார்களாம். தாத்தாவும் அதில் கொஞ்சம் இசைவு தெரிவித்திருக்கிறார். ஆனால், ஆயா பிடிவாதமாய் 'எனக்கு, வகுத்துப் பிள்ள வாரிசா வந்தாப் போதும்' என்று போராடி இருக்கிறது. தாத்தாவின் பேச்சையும் ஆயா மீறி இருக்கிறது. 'அடுத்தவெம் பிள்ளய அம்பலத்துல ஏத்துனவெம், படுக்க ஒரு விரிப்பான் இருக்காது. குந்தி இருக்க ஒரு குச்சி நெலைக்காது. வந்தவெ

தட்டிட்டு, நம்மள வெறுந் தரைல உருள விட்டுருவான்'னு வீராப்பா மல்லுக் கட்டியிருக்கிறது.

'தாத்தா வெவரமானவரு. வீரரு, பலசாலின்னு கதையெல்லா இருக்கே... ஏமாளியா?'

அதற்கு அம்மா தெளிவாய் ஒரு நாள் சொன்னது. 'அந்தக் காலத்துல வீட்டுக்கு அஞ்சு ஆறு பிள்ளைக இருக்கறது சாதாரணம். ஆயாவுக்கு நா ஒருத்திதே. அது தாத்தாவுக்கு கவுரவக் கொறச்சலா – தன்னோட வீரியத்துக்குப் பழுதா நெனச்சு புழுங்கீருக்காரு. அதனால, தான் சரியான ஆம்பளதான்னு காட்றதுக்காக பல பெண்களோட சகவாசம். ஊருக்குள்ள மைனர் வேசம்.

இதுல ஆயாவுக்குப் புத்தி சொல்லி வார மாதிரி, தங்களோட வாரிசு ஒண்ணத் தத்துக் குடுத்தா, சொத்துப் பூராவும் சேத்துப் புடுங்கீறலாம்னு, தாத்தாவோட பங்காளிக கூட்டம் நெருங்கி வர, ஆயா அத்தனையும் புரிஞ்சுகிட்டு, எம் புருஷனத் திருத்த எனக்குத் தெரியும். தத்து வேணாம், கொள்ளி போட எம் மக வந்தாப் போதும்னு, அடக் கோழியா உறுமி, தாக்காட்டி நின்னு இருக்குன்னா, அந்தக் காலத்துல அது சாதாரணக் காரியமில்ல...' என்றது அம்மா.

15

மில்லில் சிப்ட் முடிந்து வெளியில் வரும்போது, நிலா மேலெழும்பத் தொடங்கி இருந்தது. அது நடுவானைத் தொடவில்லை. ஆனாலும், மில்லின் மேற் கூரையைத் தாண்டி நின்றிருந்தது. மேகக் கூட்டங்களை ஒதுக்கிவிட்டு, வெண்பட்டு தரித்த தேவதையாய், அதீத பிரகாசத்துடன் பவனி வந்து கொண்டிருந்தது.

வெளிப்புற கேட்டில் நிற்கும் வாட்ச்மேனிடம், சாப்பாட்டு பாத்திரத்தைத் திறந்து காட்டி, உடம்பில் – உடையில் எதுவும் மறைத்து எடுத்துச் செல்லவில்லை என்பதை சோதித்துக் கொள்ளவிட்டு, நடராஜனது வருகைக்காக சுவரில் சாய்ந்து காத்திருந்தேன்.

"வேல முடிஞ்சதுன்னா கெளம்பீரணும். ரூம்ல நிக்க, செவெத்துல சாஞ்சு நிக்கவெல்லாங் கூடாது. ஒனர்க யாராச்சும் வந்தா, எனக்குச் சிக்கல்ல... வாட்ச்மேனின் தன்மையான பேச்சில், அனைவரும் நகர்ந்தனர்.

"ந்தா. நிக்கிறான்ல ஒன் தோஸ்து.." என நடராஜனைக் காண்பித்துக் கொடுத்தார் மேஸ்திரி. "இந்தாடா நடராசு, உன்னியக் காணாம் காணம்னு... என்னியப் போட்டு ஒக்குடுறான்டாப்பா" எனப் பரிகாசம் செய்தார். வழக்கமான காக்கி டவுசருடன் தான் நின்றிருந்தார். அளவான உயரமும், அதற்கேற்ற உடல்கட்டுமாய், மொழுமொழுவெனத் தோற்றம் கொண்ட அவருக்கு, வெறும் டவுசர் சட்டை வித்தியாசமாய் தெரியவில்லை. உயரம் கூடுதலான நபர்களுக்குக், கொஞ்சம்

விகாரமாய்த் தெரியும்.

மேஸ்திரியண்ணன், வேலைக்கு வரும்போது, வீட்டிலிருந்தே டவுசரோடுதான் புறப்பட்டு வருவார். ‘இதில என்னாப்பா அசிங்கம். மில்லுல பஞ்சு திங்கறவன்னு தெரிஞ்சி போச்சி. அத பப்ளிக் பண்றதுனால தப்பில்ல...’ என்பார். பலர், யூனிபாரத்தை பையில் எடுத்து வந்து, மில்லுக்குள் பிரித்து அணிந்து கொள்வார்கள்.

“இன்னிக்கு கொஞ்சம் லேட்டா வர்ற மாதிரி தெரியிது” என்றேன். எப்பொழுதும் சைடர், டாபர்களோடு, டோக் கனை(அடையாள அட்டை) எடுத்து எல்லோருக்கும் விநியோகித்து விட்டு, சிப்ட் ஆட்களோடு மேஸ்திரியும் சேர்ந்து வந்துவிடுவார். ஆய்லர், ஆர்.பி. என அழைக்கப்படுகிற மேஸ்திரியின் உதவியாளர் மூவரும் சேர்ந்துதான் வருவார்கள்.

“ஓ.டி.க்கு ஆள் கேட்டாங்க. அதுக்கு ரெண்டு பேரப் பிடிச்சுக் குடுத்திட்டு வர, லேட்டாயிடுச்சு...ஓ.டி. பார்ரான்னு சொன்னா, எல்லாப் பயலும் ஓடி ஒளியறானுகளே. சரிக்கட்டி நிறுத்தவே நேரம் சரியாப் போச்சு.”

“உள்ளாற... எட்டுமணி நேரத்த கடத்தறதே பெரும்பாடு. இதுல, இன்னொரு எட்டுமணி நேரம்னா... எப்புடீ?” என்றேன்.

“சரி, ஒரு ஆத்தரம் அவசரத்துக்கு என்னா செய்ய,.. டெய்லியா கூப்புடுறாங்க. நாளக்கி நம்ம சிப்டுக்கும் வேணும்ல...”

இதற்கு மேல் பேசினால், எல்லை மீறியது போல் ஆகிவிடும். மேலிடத்துப் பகை எப்போதும் ஆபத்து.

ஊருக்குள் வந்ததும், எங்களை எதிர்பார்த்து, நாலைந்து பெட்டிக் கடைகள் விழித்திருந்தன. ஒவ்வொரு கடையின் முன்புறத்திலும், சரம்சரமாய் பச்சை வாழைப்பழங்கள் தொங்கவிடப்பட்டிருந்தன. பஞ்சுத் தூசுக்குள் வேலை பார்ப்பவர்கள், வாழைப் பழம் சாப்பிட்டால் தூசு வெளியேறிவிடுமாம். இந்த நம்பிக்கையை முதலீடாக்கி, பெட்டிக் கடைகளில் பச்சை வாழைப்பழத்தை வாங்கிப் போட்டிருந்தார்கள்.

“பழுத்துருக்கா...” மேஸ்திரி சத்தமாய்க் கேட்டார். அப்படிக் கேட்டால் அது மேஸ்திரி என்பது கடைக்காரனுக்கு

விளங்கும். அது ஒரு சங்கேத மொழி.

"எல்லாமே பழந்தாண்ணே."

"மஞ்சப் பூத்து இருந்தா சூப்பரா இருக்கும்"

"டெய்லி மஞ்சப் பூத்த பழத்துக்கு எங்க போவாரு..."என்ற நடராஜன், சீப்பின் ஓரக்காலில் இருந்து பழத்தைப் பிய்த்தான். அதுதான் பருத்து இருக்குமாம்.

மேஸ்திரி ஒரு பழத்தை சாப்பிட்டு விட்டு, இரண்டு பழத்தை வீட்டுக்குக் கொண்டு போனார். "நான் மூணு பழம் நடராசு."

ஆய்வர் நடராஜன் தலையாட்டி, கணக்கு வைத்துக்கொண்டான்.

"இன்னிக்கு நடராஜன் சப்ளயா." கடைக்காரர் குறித்துக் கொண்டார். தினமொரு நபர் தலையில் கட்டிவிட்டுப் போய்விடுவார் மேஸ்திரி. தன் கீழ் வேலை பார்க்கும் அத்தனை நபர்களையும் "டா" போட்டுத்தான் கூப்பிடுவார். அது சில சந்தர்ப்பங்களில் சிக்கலாகிவிடும். அது சமயம் சங்கடப்படாமல் மன்னிப்பும் கேட்டுக்கொள்வார். ஆனால், மில்லின் உயர் அதிகாரிகளைத் தவிர, வேறு யாரையும் "வாங்க, போங்க" என்று தவறியும் அழைக்க மாட்டார்.

கடைக் கணக்கை முடித்துவிட்டு, சக தோழர்களிடம் விடைபெற்று, நானும் நடராஜனும் வீட்டை நோக்கி நடந்தோம். எனது வீட்டைக் கடந்துதான் அவனது வீடு. ஆயாவைப் பற்றித் தான் பேச்சு கிளம்பியது.

"ஏதோ நேத்தெல்லா அமதியாத்தான் இருக்குது.." என்றேன்.

"அமைதிக்குப் பெறகுதே புயல் வருங்கறியா,"

ஆளரவமற்ற அந்தச் சூழலில், எங்கள் இருவரது காலடி ஓசைகளும், பேச்சொலியும் பெரிதாய் ஒலித்தன. அங்கங்கே தெருக்கோடியில் படுத்துக் கிடக்கிற நாய்கள், எங்களது அரவங் கேட்டுத் தலைதூக்கிப் பார்ப்பதும், கலைந்த தூக்கத்தை ஈடுசெய்யும் விதமாய் உறுமுவதும், சிறு குரைப்பு குரைத்து, உறுமலாய் வடிந்து அப்படியே தலை சாய்ப்பதுமாய் பாவனை காட்டின.

“புயல் வராம இருந்தா நல்லதுதே.” நினைக்கும் போதே உடம்பில் சிலிர்ப்பு ஊர்ந்து போனது.

“வராது, வராதுன்னே நென...”

“நெனைக்கிறதா? குடும்பத்தோட ஒட்டுமொத்த பிரார்த்தனையே அதுதான்.”

என்னுடைய வலியை உணர்ந்தவன் போல, நடராஜன் எனது தோள்மீது கைகளைப் படரவிட்டான். தொடர்ந்து, “முதுமைங்கறது நோய்னு கேள்விப்பட்டிருக்கேன். ஆனா அது மண்ட வலியா, காச்சலான்னு விளங்காம இருந்திச்சு. ஒரு வேள அது இதுவாக்கூட இருக்கலாமோன்னு இப்பத் தோணுது,” என்றான்.

“நோயின்னாத்தே கண்டு பிடிச்சிரலாம்ல. இது ஏதோ சின்னப் பிள்ள விளையாட்டு மாதிரில இருக்கு.”

“பேயா இருக்குமோ?”

எனக்கு அந்தச் சூழலிலும் சிரிப்பு வந்தது. “இந்த வயசுலயா பேய் பிடிக்கறது. பேய்க்கு அறிவெல்லாம் ஸ்ட்ராங்கா இருக்கும்” என்றேன்.

“ஒங்க ஆயாவுக்குத்தான வயசாயிடுச்சு. பேய்க்கு வயசாகி இருக்காதுல்ல...”

“அய்யோ... சாமி, நிய்யும் கொழப்பாதடா அய்யா. பேய் பிடிச்சா, அவங்க முகமே இருளடைஞ்சு போயிருக்கும் பாத்திருக் கியா. சாதாரணமான நேரத்திலயும், அவங்க ஒரு மாதிரியா இருப்பாங்க. ஆனா, எங்க ஆயாவப் பகல் நேரத்துல வந்து பாருமே. சின்னப் புள்ள கணக்கா, ஒரு சாந்தமா... பொலிவோட இருக்கும்.”

“அப்பிடின்னா சின்னக் கொழந்தப் பேய் பிடிச்சிருக்கும்.”

“சரவணெ செய்வினைன்னு ஒழப்பீட்டுத் திரியிறான். நம்மளுக்கு செய்வின வக்கிற அளவுக்கு எதிரிக கிடையாது. எக்குத் தப்பான பணங் காசும் கெடையாது. அப்பிடியின்னாலும் ஆயாவப் போயி கோர்த்துவிடணுமா?”

“ஒரு வேள.. ஏவல், சூனியம்”

நடப்பதை நிறுத்தி, ஒரு கணம் நடராஜனின் சட்டையைப் பிடித்து உலுக்கினேன். "அப்பிடியே வரிசையா, காத்து, கருப்பு, முனி, வெங்கலா, வேட்டக் கருப்புன்னு அடுக்கிக்கிட்டுப் போக வேண்டிதான..."

"சட்டய விட்றா. கேலி பண்றதா நெனச்சுட்டியா,? ஒண் ணொண்ணா தேடுனாத்தான ஒளிஞ்சிருக்கது கெடைக்கும்." என்றான்.

அவனை குற்றமாய்ப் பார்க்க முடியவில்லை. எனது சூழலும், பேதலித்த எண்ணங்களும், யாரைப் பார்த்தாலும் 'நம்மைச் சீண்டுகிறார்களோ' எனச் சந்தேகங்கொள்ளவே செய்தது. அதற்கு ஈடுகட்டும் விதமாய், எனக்கு உள்ள கருத்தை, அவனிடம் பகிர்ந்து கொள்ள விழைந்தேன்.

"பிரச்சனைக்கான காரணத்த எல்லாருமே வெளில தேடுறாங்க நடராசா. ஆனா எனக்கென்னமோ உள்ளுக்குள்ள தேடணும்னு தோணுது." என்றேன்.

"உள்ளன்னா... வீட்டுக்குள்ளயா ?" என்றான்.

"ம்... வீட்டுக்குள்ளன்னும் வச்சுக்கலாம். அதக்காட்லயும் ஆயாவோட மனசுக்குள்ள எதும், பாதிப்பு இருக்குமோன்னு தோணுது. அத எப்பிடி... வாங்கறது ..ன்னுதாம் புரியல."

"சைக்காலஜிக்கல்... ம்பாங்களே."

"அப்படித்தான்.."

"மனோ வியாதியா ?"

"அப்படியும் சொல்லுவாங்க,"

"இந்த வயசுல அதெல்லா வருமா..." என்றான்.

"இதுக்கெல்லா வயசு கணக்கில்ல."

"அப்ப ?"

"எதாச்சும் பாதிப்பு இருந்தால் போதும்"

"அப்பிடியெல்லாமா ஒங்க அம்மத்தாவுக்குப் பாதிப்பு இருந் திச்சு ?" வியப்பாய்க் கேட்டான் நடராஜன்.

“இல்லாம இருக்குமா?”

“தாத்தெ... சரியில்லியோ? அப்படி உத்துப் பாக்காதப்பா... எல்லார் வீட்லயும் நடக்கறதுதான...”

“இருந்தாலும், எங்காளு மைனரில்லையா?”

“அப்டியா? சொல்லு சொல்லு, மைனர் கத சூப்பரா இருக்கும்.”

“அதேன்... இப்ப எங்க ஆயா, அவர விட்டுப்பிட்டு எங்க சீவன வாங்குது. நடராஜனிடம் முழுவதும் சொல்ல வேண்டியதாயிற்று. ஆறுதல் தேடியோ? பச்சாதாபம் வேண்டியோ? எதுவெனத் தெரியவில்லை.

“அது ஒரு பே...ப்பய காலம் நடராசு. கட்டுன பொஞ்சாதிய கதறக் கதற இழுத்தாக் கூட, கட்டுனவே, “நாம் புள்ளயப் பாத்துக்கறேஞ் சாமின்னு” அமைதியா ஒக்காந்திருப்பானாம்..”

“ஆமாப்பா, நானும் கேள்விப்பட்டிருக்கேன். வேலையாள் வீட்டுல மொதலாளி, அவெம்பாட்டுக்கு நொழைவானாம். வீட்டு ஆம்பள சத்தமில்லாம வெளியேறி வந்துருவானாம்ல..”

“ம்... எளிய சாதின்னா அம்புட்டு எளக்காரம் அந்த நாள்ல.”

“இதுல ஒங்க தாத்தா அம்மத்தா எப்பிடி?”

“காமாட்சிய வண்ணாந்தொறைல வேல செய்ய விடமாட்டாராம். சாந்தாயி கடைல இருந்த மானைக்கி, ஆள்விட்டுக் கூட்டி வரச் சொல்லுவாராம். சமயத்துல வண்ணாந்தொறைக்கே போயி, பொதர் பக்கம் கூப்பிட்டுப் போயிருவாராம்.”

“பெரிய கடுவாதேம் போலருக்கு.”

“இதுல ஆயா சத்தம் போட்டா.. வீம்புக்குனே காமாட்சிய வீட்டுக்கே இழுத்து வருவாராம். வந்து.. வேணா நட்ராசு..” தலையை ... உதறிக் காட்சியை அழித்தேன்.

“மைனரு, ரெட்டக் கட்டில்ல காலப்போட்டு ஆடுவாராக்கும். ஹ்ஹெஹெ..“ என வினோதமாய்ச் சிரித்தான். அது அந்த இரவுப் பொழுதுக்கு என்னவோ போலிருந்தது.

மார்க்கட்டின் இடதுபுறம் காய்கறிக் கடைகள் ஒழுங்கில்லாமல் நீண்டும், குறுகியும், அடைத்தும், தெருவில் முன்னும் பின்னுமாக இழுத்துக் கிடந்தன. ஒவ்வொரு கடையிலும், அடுக்கப்பட்ட காய்கள், படுதா கொண்டு போர்த்தப்பட்டு, கயிறால் கட்டப்பட்டிருந்தன. தெரு முழுக்க அழுகல் நாற்றம். புழுத்துப் போன, காய்ந்துபோன கிழங்குகள், அவரை, புடலை, முருங்கைக் காய் என விதவிதமான காய்கள் சிந்திச் சிதறி மிதிபட்டன.

"இப்பிடி இருக்கலாமா பிரவு..." என கூப்பிட்ட நடராஜன், "வயசாச்சுன்னாலே அவங்கள எல்லா விசயத்திலயும் தள்ளி வச்சிர்றம். சோத்தக் கொற...ன்னு ஆரம்பிச்சு, உடுத்தறது, படுக்கறது, அவங்ககிட்ட யோசன கேக்கறது, கேட்ட கேள்விக்கு மட்டுமே பதில் சொல்றது வரைக்கும், கொஞ்சம் கொஞ் சமா ஒதுக்கி ஒதுக்கி, அவங்கள ஓரமா தள்ளி வச்சிர்ரம்,,. இல்லியா? அதெல்லாங் கூட இப்பிடி மாறலாம்ல," என்றவன், "ஆயா, இப்ப தனியாவா படுக்கறாங்க...." என்று அவசரமாய்க் கேட்டான்.

"ஆ...மா..." பதில் சொல்லும்போதே எனக்குள்ளும் ஒரு பொறி தட்டியது. "கரெக்ட் நட்ராசு,.. நீ சொல்ற மாதிரியும் இருக்கலாம்." என்றேன்.

"எப்டீ?"

"முந்தியெல்லா நானும் தனமும், ஆயாவோடதாம் படுப்பம். பெறகு, சரவணெ சேந்து படுப்பான். இப்ப அது இல்லீல்ல.."

"அதத்தேஞ் சொல்றே.."

"அந்த தனிமதே இப்பிடி மாறுதா?"

மறுபடியும் யோசனையில் இறங்கினோம்.

"யாரையாச்சும் ஆயாகூட படுக்க வெக்க முடிமா?"

"செய்யலாம். ஆனா இந்த நெலமைல யார் வருவா. இப்பத்தான் ஆயா பிரபலம் ஆயிருச்சே." என்றேன் வேதனையோடு.

"களுக்"கெனச் சிரித்த நடராஜன், "ஓ... ஸ்டார் ஆயிருச்சா

ஆயா” என்றான்.

“ஆமா.. அலர்றது, பித்துப் பிடிச்சு சத்தம் போட்றது எல்லாம், நாலு பேருக்கு தெரியவந்தா பிரபலம்தான.”

“ரைட், ரைட்”

“தெருவே ஆடிப்போய் நிக்கிது. இதுல யார ஆயாவோட சேந்து படுக்கச் சொல்ல முடியும்.” யோசனையோடு கேட்டேன்.

“இப்ப மட்டும் எதுக்கு வெளீல ஆள் தேடுற?” என்றான்.

சுளீரென்றது எனக்கு. உண்மை சுடுமென்பது இதுதானோ. அந்தக் கணம் உணர்ந்தேன்.

வீடு வந்ததும் நின்று கொண்டேன். வீட்டின் தென்கிழக்கில் இருந்த தெருவிளக்கு, தன் ஒளியால் வீட்டை முழுமையாய் வெளிச்சப்படுத்திக் கொண்டிருந்தது. நடராஜன், முன்னால் வந்து அடைத்திருந்த ஸ்பிரிங் கேட் வழியாக, வீட்டினுள் உற்றுப் பார்த்தான். முன்புற அறையில் ஆயா, சுவரில் சாய்ந்த வாக்கில், காலை நீட்டி உட்கார்ந்திருந்தது.

16

எதிர்பாராத அந்தக் காட்சி இரண்டு பேரையும் திடுக்கிடச் செய்தது. என்னைவிட நடராஜன் கூடுதலாய் கலக்கமடைந்து இருந்தான். ஸ்பிரிங் கேட்டில் முகத்தை அழுத்திக்கொண்டு, பார்வையினை குவித்து வைத்து ஆயாவைப் பார்த்துத் திரும்பினான்.

"என்னடா... ஆயா முனீஸ்வரம் மாதிரி முழிச்சிக்கிட்டு ஒக்காந்திருக்கு? தூங்குதா முழிச்சிட்ருக்கான்னே தெரியலியேடா..." என, என்னிடம் திரும்பி கிசுகிசுத்தான். அவனது கலக்கம் எனக்கும் தொற்றிக்கொண்டது.

நிஜமாகவே ஆயா, சுவரில் சாய்ந்து கால்கள் இரண்டையும் நீட்டிப் பரப்பி, கைகளை மடியில் வைத்துக் கொண்டிருந்தது. தலகாணியை முதுகுக்கு அனவாய் வைத்துச் சாய்ந்திருந்தது. கண்களைப் பார்த்து முடிவு செய்ய முடியவில்லை. விழிப்பா, உறக்கமா? ஒருவேளை இரண்டும் கலந்த நிலையாயிருக்குமோ! அப்படியே உறங்கவும் செய்யலாம். திடுமென விழிக்கவும் ஆரம்பிக்கலாம்.

நடராஜனை போல நானும், அதே கிசுகிசுப்பில் பேசினேன். "இதுதே ஆரம்ப ஸ்டேஜ்.."

இரண்டு பேரும் ஸ்பிரிங் கேட்டை விட்டு, சற்றுப் பின் வாங்கினோம்.

"இன்னிமேல்தே 'சாமியே' எறங்குமா...?"

“அப்பிடித்தா நெனைக்கிறேன். நேத்து, முந்தா நேத்து, எல்லா ரையும் நிம்மதியா தூங்கவிட்டுச்சு. இன்னிக்கு சிவராத்திரிதே.” எனக்குள்ளிருந்த பயத்தை, இத்தனை வெளிப்படையாய் இதுபோல எந்த இடத்திலும் காட்டியதில்லை.

“நாம அப்பாத பேசினதுதான். மறுபடியும் தோணுது” என்றான்.

“எது...? பேயி ஓட்டணும்ங்கறதா?”

“ங்... அய்யோ.. உள்ள பார். வெளிச்சமில்லாம, பக்கத்துல யார் தொணயுமில்லாம, தனியான படுக்கை. வயசான உடனே எல்லாரும் அத, சட்டுனு குப்ப மாதிரி ஓரங்கட்டுறோம்...”

நடராஜன் சொன்னதிலும் உண்மை இருந்தது. ஆயாவோடு இதே இடத்தில்தான் தனமும், நானும், சேர்ந்து படுத்து உறங்குவோம். சமயத்தில் சரவணனும் வந்து எல்லோருக்கும் நடுவில் நுழைந்து விடுவான். ஒரே நெருக்கடியாய், ஒருவர் மேல் ஒருவர் படுத்து உறங்க வேண்டிவரும். கதகதப்பாகவும், குசுகுசுவெனக் கதை பேச்சு கலகலப்பாகவும் இருக்கும். சரவணன் கண்ணயர்ந்தவுடன், அம்மா வந்து தூக்கிப் போய்விடும். ‘இப்பிடியா தள்ளிமுள்ளி எடஞ்சல்ல படுப்பீக...’ அப்பவும் ஆயா, ‘இதென்னா எடஞ்சலு’ என்றுதான் சொல்லும். ஒவ்வொரு சமயம், அதட்டலுக்குப் பிறகு தனமும், வீட்டிற்குள் போய்விடும். ஆடைக்கும், கோடைக்கும் நான் மட்டும் ஆயாவோடுதான் படுப்பேன்.

எங்களுக்கென்றே ஆயா, தனி விரிப்பான் ஒன்றைத் தயார் செய்யும். அதுவும குளிர் காலத்தில் ரொம்பப் பிரமாதமாய் அமையும். கீழே, தரையில் ஒரு அரிசிச் சாக்கை உதறி முதலில் விரித்துவிடும். அதன்மேல் ஒரு பழைய சமுக்காளம். அதற்கும் மேல், ஆயாவின் நூல் சேலை. நாலாய் எட்டாய் மடித்துப் போட்டுவிடும். விரிப்பில் ஒரு சுருங்கல் இல்லாமல், நாலு மூலையையும் இழுத்து, அதன் விளிம்பு முனைகளைச் சாக்குக்கு அடியில் திணித்து, ஒரு தைக்கப்பட்ட மெத்தையைப் போல செய்திருக்கும். மேல் புறத்தில் தலையணையைப் போட்டு, எங்களைப் படுக்கவைக்கும். படுத்தவுடன், இன்னொரு நூல் சேலையை நாலாய் நுனி பாகத்தை, எங்களின் முதுகுக்கு அடி யிலும், கால்களைத் தூக்கி பாதத்தின் கீழ்ப்புறமாகவும், மடித்துச் சொருகி போர்த்திய துணி நழுவாதபடிக்குச் செய்துவிடும்.

மார்பு வரைதான் ஆயா போர்த்திவிடும். தலையை மூட ஆகாதாம். மல்லாக்கப் படுத்து உறங்க விடாது. 'ஒருச்சாச்சுப் படு கண்ணு' என்று ஏதாவது ஒரு பக்கமாய் திருப்பியே உறங்க வைக்கும். எல்லா ஏற்பாடும் முடிந்த பிறகு, கதை சொல்ல ஆரம்பிக்கும். தினமொரு கதை. தினம் தினம் புதுக்கதை. நாங்கள் கதைகளில் மூழ்கி, கதாபாத்திரங்களாய் மாறி விடுகிறபோது எதிரியோடு மல்லுக்கட்ட வேண்டிவரும். அடி, உதை, டிஷ்யூம், அமுக்கு என்று கையை காலை உதறுகிறபோது, ஆயாவின் படுக்கை விரிப்பு சற்றுக் குலையும்.

'என்னாடி கண்ணு... இப்பவே ஒலச்சுப்புட்டீக..' என்று கொஞ்சலாய் வருத்தப்பட்டு, குலைந்த படுக்கையைத் திருத்தும். அல்லது எல்லோரையும் எழுப்பி, முதலிலிருந்து விரிப்பான் தயார் செய்யும். எந்தச் சமயத்திலும் கோபமாய்ப் பேசியதோ, அடித்ததோ கிடையாது.

"இனிமேல், இத்தன வயசுக்கப்புறம், ஆயா கூட சேந்து படுக்க முடியுமா நடராஜா.." என்றேன்.

"ஒன்னைய படுக்கச் சொல்லலப்பா. பக்கத்து வீட்டுச் சின்னப் புள்ளீக... ஆயாவோடு பிரண்டு, இப்பிடி யாராச்சும்...'

"பாப்பம், இப்ப, இப்பிடி வேற நெல மாறிடுச்சே..."

"இருந்தாலும், அதயும் மீறி, ஆயாமேல அக்கறப்பட்டவங்க, ஒங்க குடும்பத்து மேல பாசம் உள்ளவங்க, இதெல்லாத்தியும் தாண்டி சிலபேர் இருப்பாங்க. படுக்கவே இடமில்லாதவங்க. அப்படி யோசி. கெடைப்பாங்க..." உற்சாகப்படுத்தினான்.

பெரிய வேலையாய் தெரிந்தது. ஆனாலும், முயற்சித்துப் பார்க்கவும் வேண்டிய யோசனையாகவும் இருந்தது.

"மொதல்ல ஆயா படுக்கற இந்த ரூமுக்கு ஒரு விடி பல்பு ஒண்ணு வாங்கி மாட்டு. வெளிச்சம், ஒரு கலக்கத்தப் போக்கும்."

"பெரிய ஞானி மாதிரிப் பேசற... சரி. நீ சொன்ன மாதரி ஆயாவுக்குத் தொணயா. ஒங்க தெருவுல இருந்தாலும் கூட சொல்லிக் கூட்டி வா..." என்றேன். அடுத்த தெருவுக்கு, ஆயாவின் அற்புதங்கள் பரவி இருக்க வாய்ப்பில்லை அல்லவா!.

“என்னாங்கப்பா... நட்ட நடுச் சாமத்துல, தந்திக் கம்பத்தில சாஞ்சிக்கிட்டு இருக்கீங்க. ஒறக்கம் வர்லியா?” என்றபடி ஆர்.ஐ.எம்.பி மருத்துவர் மாரி நாயக்கர் வந்தார். கதர் வேட்டி, கதர் சட்டை, கழுத்தில் சுற்றிய மப்ளர் துண்டு சகிதம் மேலிருந்து நடந்து வந்தார். பின்னால் அவரது மருந்துப் பெட்டியைத் தூக்கியபடி ஒரு வாலிபன்.

“வணக்கம் சார்“ என்றோம்.

“பன்னண்டு மணியாகப் போகுது, படுக்கப் போக எண்ண மில்லையா. படு சீரியசா பேசிக்கிட்டுருக்கீங்க. வேலக்கிப் போகலியா...” மெனக்கெட்டு நின்று கேட்டார்.

ஊருக்குள் பிரபலமான வைத்தியர். யார் எந்த நேரத்தில் வந்து கூப்பிட்டாலும், முகம் சுளிக்காமல் அவர்களோடு போய், வைத்தியம் பார்த்துவிட்டு வருவார். அவருக்கு ஒரு ராசி. எந்த நேரத்தில் போய் வைத்தியம் பார்த்துவிட்டு வந்தாலும், கடன் சொல்லி அனுப்பிவிடுவார்கள். அதனையும் சங்கடப்படாமல் சிரித்துக்கொண்டேதான் சமாளிப்பார்.

‘இங்க வாரப்ப,.. ஒரொருத்தனும் நீங்க பாருங்க சார். வீட்டுக்கு வந்து தந்திர்ரம்பானுங்க. ஊசியப் போட்டு வைத்தியம் முடிஞ்சிருச்சா... வடக்க சூரிய உதயம் வாரப்ப, கட்டாயம் ஒங்களுக்கு காசு தேடி வரும் சார்னு சத்தியஞ் செஞ்சு அனுப்பிச்சிருவாங்க. போகாம இருக்கவும் முடியல்ல’ என்பார்.

“இப்பத்தான் சார்... ஆப் நைட் சிப்ட் முடிஞ்சு வந்தம்”

“அதுதான்... காலாட்டிக்கிட்டே பேசறீங்களா...போதும். காலைல மிச்சத்தப் பேசிக்கலாம். நைட்ல ரொம்ப நேரம் முழிக்கக் கூடாது. கௌம்புங்க. கௌம்புங்க...” என்றார்.

“ந்தா... போகப் போறேன் சார்.” நடராசன் என்னிடம் விடை பெற்றுக்கொண்டு அவருடன் நடந்தான்.

அவன் போனதும் வெறுமை, கொஞ்சம் பயமுறுத்தியது. கேட்டுக்கு வெளியே, தனியாய் ஆயாவின் உறக்கமும் விழிப்பு மில்லாத தோற்றம்.

“கதவைத் தட்டினால் ஆயாவின் நிலமை என்னவாக மாறும்? உறக்கம் கெடுமா? இல்லாவிட்டால் தேங்கி

நிற்கும் ஆயாவின் சேஷ்டைகள் விழிப்புறுமா? ஒருவேளை சேஷ்டையின் இறுகிய பிடியில் சிக்குண்ட ஆயா, எனது உலுப்பலில் தன்னை விடுவித்து 'என்னா கண்ணு' என்று இயல்பு நிலைக்குத் திரும்புமா? தலை கிறுகிறுத்தது.

எப்போதுமே ஆயா இப்படி உட்கார்ந்து இருந்தது கிடையாது. ஏதாவது ஒருபுறம் திரும்பிப் படுத்துக்கொண்டுதான் இருக்கும். கதவைத் தட்டியவுடன் படக்கென, ஆயாதான் முதலில் முழிக்கும். 'ந்தா... வாரேங் கண்ணு' என்று குரல் கொடுக்கும்.

சில சமயத்தில், அம்மா வந்து கதவைத் திறந்துவிடுவதும் உண்டு.

பின்பக்க வாசலும் இல்லை. ஆயாவின் நிலமை, இப்படியே தொடருமேயானால் அப்படி ஒரு ஏற்பாடும் செய்துதான் ஆக வேண்டும்.

கொஞ்ச நேரம் எதுவும் தோன்றாமல், அப்படியே நின்று கொண்டிருந்தேன். வெளியில் திண்ணை இருந்தால் கூட வீதியிலேயே படுத்துவிடலாம். சற்று நேரத்திற்கு முன்பு, வெளியில் படுக்கும் யோசனை வந்திருந்தால், நடராஜனோடு போய், அவன் வீட்டில் படுத்து எழுந்து காலையில் வரலாம். இப்பவும் கூட போகலாம்தான்.

"ம்...மா.." மெதுவாய், எனக்கே கேட்காத படிக்கு அம்மாவைக் கூப்பிட்டேன்.

பிறகு, "ம்மா..." என்றேன் சற்று கூடுதலான ஓசையோடு.

உள்ளே விளக்கெரிந்தது.

அப்பாடா, அப்போதுதான் வெளியிலிருந்து குளிர்காற்று என் மீது வந்து மோதி சிலுசிலுத்தது.

தொடர்ந்து உள் வீட்டுக் கதவு திறக்கும் சத்தமும், பின், வாசல் கதவும் திறக்க, அம்மா முகம் காட்டியது.

"என்னடா... வெளிய கசகசன்னு பேச்சு. வேல முடிஞ் சா, வீட்ல வந்து படுக்கணும்னு நெனைக்கிறதில்லியா? பேயொறங்குற சாமத்தில, அப்பிடி என்னா பேச்சு வேண்டி கிடக்கு?"

படபடவென பேசிக்கொண்டே ஆயாவைத் தொட்டு உசுப்பியது. “ஆயா... ந்தா...?”

“விடும்மா... அது பாட்டுக்கு ஒறங்கட்டும். சும்மா கெடக்கிறத, நீ எதுக்கு தட்டி உசுப்பி உடற..” வெளியில் இருந்தபடியே அம்மாவை தடுத்தேன்.

அதற்குள் ஆயா முழித்துவிட்டது. உட்கார்ந்தபடியே கண்களைத் திறந்து பார்த்தது. உடம்பை அசைக்காமல், திறந்த வாயை மூடி, எச்சிலை விழுங்கிக் கொண்டது.

“என்னம்மா...” என்று வினவியபடி, நேராய் எழுந்து உட்கார்ந்தது.

“கீழ விரிச்சுப் படுக்க வேண்டிதான. இதென்னா ஒக்காந்த படியே ஒறக்கம். ராத்திரி நேரம். பாத்தவங்க என்னமோ ஏதோன்னு நெனைக்கப் போறாங்க...”

சொல்லிக்கொண்டே, சாவியை எடுத்து எனக்குத் திறந்துவிட்டது.

“குறுக்கு வலிச்சிச்சு.. அதே அனவா, மதில்ல சாஞ்சு கெடந்தே. தம்பி வந்துட்டானா?.. என்று முழித்து முழித்துப் பார்த்தது.

அதற்குள், நான், ஸ்பிரிங் கேட்டின் இடைவெளியில் கை வைத்துத் திறந்து, வீட்டினுள் நுழைந்தேன்.

“அவெ வந்து ஒரு மணி நேரமா பேசிட்டுருக்கியா.. அது கூடக் கேக்காம... நல்லா ஒறங்குன போ...”

“நெனவில்ல ஆயா...” எனப் பதில் சொன்னது ஆயா.

அம்மா மறுபடி கேட்டைப் பூட்டிவிட்டு உள்ளே வர, நான் மில் உடுப்புகளைக் களைந்து விட்டுப், படுக்கையில் விழுந்தேன்.

வெளியில் ஆயா, கொல்லைக் கதவைத் திறந்து மூடுகிற சத்தம் கேட்டது.

17

தாத்தா மாரியப்பிள்ளைக்கு, அன்னஞ்சி நாயக்கர் நெருங்கிய சிநேகிதம். அவர் அன்னஞ்சியிலிருந்து வந்தவரென்பதால், இயற்பெயர் எல்லோருக்கும் மறந்து போனது. ஊருக்குக் கிழக்கே பெரிய வேப்ப மரத்தடியில் கடை. வேப்பமரம் பெரிய.... எனச் சொன்னாலும் அடிபெருத்தது மட்டுமல்ல, ஓங்கு தாங்காய் வளர்ந்து கிளைகளை நாலாபுறம் பரப்பி, ஒரு பெரிய மைதானத்தையே, தனது நிழலடியில் சிக்க வைத்திருந்தது. அதனை அடுத்து ஒரு பக்கமாய் அரசமரம் ஒன்று. அதுவும், 'உனக்கு நான் சளைத்தவனில்லை' என்பது போல போட்டிக்கு வளர்ந்து நின்றது. இவை இரண்டுக்கும் பத்தடி தூரம் தள்ளி ஒரு புங்க மரம். அது ஒன்றுதான் சிறுபிள்ளைகள் ஏறி விளையாடத் தோதுவாய், வளர்த்தி குறைச்சலாய் அடிமரம் இருந்தது. இவைகள் தவிரப் புளியமரம் ஒன்றும், அந்த மைதானத்தில் இருந்தது. அதற்கும் நல்ல வயசு. செதில் செதிலாய் தடிமனான பட்டைகள் அதன் காலத்தைச் சொல்லும்.

மரங்களை நடுவில் விட்டு, தென்புறம் மொட்டைக் கோயிலும், வடக்கு – தெற்காகத் தகரக் கூரை போட்ட சாவடி ஒன்றும், அந்த மைதானத்தின் அரணாய் இருந்தன. சாவடி என்றால் கெட்டிக் கட்டடமோ, பெரிய மண்டபமோ கிடையாது. மூன்று பக்கம் மண் சுவரெழுப்பி, முன்புறம் திறவை, ஆறடியில் அத்துக்கல் வரிசையாய், ஆறு கல் ஊன்றப்பட்டும், அதன் மேல், விட்டம் வைத்துத் தகரம் கூரையாய் இறக்கப்பட்டிருந்தது. ஒரு பார்வையில், நீளமான

மாட்டுத் தொழுவம் போலத் தெரியலாம். தரையில் பட்டியக் கல் பதிக்கவில்லை. வெறுமனே மண் தரைதான். சிமெண்ட் பூச்சும் கிடையாது. வருசா வருசம் கருப்பனுக்குப் பொங்கல் வைக்கிற நாளில், பசுஞ்சாணியைக் கரைத்து, அந்தத் தரையை அஞ்சாறு பேர் சேர்ந்து உட்கார்ந்து மொழுகி விடுவார்கள்.

பிள்ளைக் காடுகள் கோடு கிழித்துக் குண்டு விளையாடா விட்டால், ஓரளவு சுத்தமாய் இருக்கும். ஆளுக்கொரு பக்கம் உத்தி பிரித்து, உத்திக்கொரு 'லையன்' போட்டுப் பள்ளம் பறித்து விடுகிறார்கள். யார் சொன்னாலும் கேட்பது அரிது. பெரியாள்களும், கிழடு கட்டைகளும் மதிய நேரத்தில் படுத்து எந்திரிக்கிற மடமாகவும், பயன்பாடாகிப் போனது. வழிப்போக்கர்கள் பொழுதுபோக்காக உட்கார்ந்து, ஆடு புலிக் கட்டமும் போட்டுவிட்டுப் போய்விடுவார்கள்.

போதாக் குறைக்கு, ஊர் சம்சாரிகளின் வயல்களுக்குக் கிடைபோட வரும் ஆடு, மாடுகள் ஓரிரு நாள் தங்கிப் போவதும் இங்கேதான். ஆட்டுக்கிடை போட்டால், ஒரு மாதத்துக்குக் கவுச்சி வாடை தீராது. ஆனால், காலையில் செம்பு எடுத்துக் கொடுத்தால், கிடைக்காரர்கள் ஆட்டுப்பால் பீய்ச்சிக் கொடுப்பார்கள். தயிராய் – கெட்டியாய்த் திரளும் அந்தப் பால். மாட்டுக்கிடை வந்தால், இடத்தைப் பூராவும் கால் குளம்பு களால் கிளறி, சாணியும், கோமியமும் போட்டுச் சாவடியே சகதிக்காடாய் ஆகிப்போகும்.

ஆனாலும், 'லச்சுமி குடியிருக்கும் இடம். ஆருக்கு கெடைக்கும் இது.' என்று சம்சாரிகள் லாடங் கட்டிப் பேசி விடுவார்கள். ஊர்க்காரியம் என்பதால், யாரும் அதற்கு எதிர்ப்பேச்சுப் பேசமாட்டார்கள். சம்சாரிகளை அண்டிய பிழைப்பு. பள்ளு, பறை, பகடை என்று மூன்று சாதியும் விரவிக்கிடக்கும் தெரு. வீராப்பாய்ப் பேச, எவனாவது உள்ளுக்குள்ளிருந்தே காட்டிக் கொடுத்து, வேலைக்கு வேட்டு வைத்துவிடுவான்கள். அடிக்கடி அவர்களுக்குள் பிரச்சனைகள் வரும்போது, எல்லாம் தீர்த்து வைக்க சம்சாரிகளையும், மொதலாளிமார்களையுமே அணுக வேண்டி இருந்தது.

அதற்கான சபையாகவும் – மைதானம் விளங்கியது. அவரவர் சமூகத்திலும் நாட்டாமை, பெரியதனம் என்று ஆட்கள் இருந்தாலும், பெரிய சம்சாரிகள் யாராவது ஒருத்தர் இருந்தால் தான், தீர்ப்பு சரியாய் அமையும் என்ற கருத்து

அவர்களுக்குள் இருந்தது. அதனால், பிராதுவின் தன்மையைப் பொறுத்து, வாதி பிரதிவாதிகளைப் பொறுத்து – ஊருக்குள் யாராவது ஒரு சம்சாரி இவர்களது பஞ்சாயத்தில் தனியாய் ஒரு சேர் போட்டு உட்கார்ந்திருப்பார்.

இந்தச் சூழலில்தான், அன்னஞ்சி நாயக்கர் அங்கே கடை வைத்திருந்தார். வெறும் பெட்டிக்கடைதான். பெட்டியைக் கொஞ்சம் பெரிசாய்ச் செய்திருந்தார். கடைக்கு முன்னால் நீளமான மர ஸ்டால். கடையில் சகல பொருள்களும் கிடைக்கும். பலசரக்கு மட்டுமில்லாது, உழுபடைக்கான கயறு, கம்பு, ஆணி, சிறு பிள்ளைகளுக்கான தின்பண்டம், விளையாட்டுச் சாமான்கள். அறுவடைக் காலத்தில் வழிக்கடை போல தவசு, தானியங்களை வாங்கி, அரிசி, புளி கொடுக்கும் பண்டமாற்று ஏவாரமும் உண்டு.

தாத்தாவும், அவரும் எப்போதும் சிரித்து சிரித்துப் பேசுவார்கள். பல விசயங்கள், ரகசியங்கள் இருவருக்குள்ளிருந்தும் வெளிப்படும்.

‘நாக்யர நான் என்னமோன்னுல்ல நெனச்சே..’ என்பார் தாத்தா.

‘என்னான்னு நெனச்சீரு பிள்ள.’ இது நாயக்கர்

‘இல்ல.. கருமம். இந்த மனுசெ, கெழக்குத் தெருவில போயி கடயப் போடுறாரே... மனுசனுக்கு கிறுக்குப் புடிச்சுப் போச்சு போலன்னு. நடப்புல பாத்தாவுல்ல, நாயக்கரு மூள எம்புட்டு வெவரமா வேல செஞ்சிருக்குன்னு தெரியிது...’ என்பார்.

உடனே நாயக்கர் தனது தொடையைத் தட்டிக்கொண்டு சிரிப்பார். ‘அப்ப, இத்தன நாளா நா மதி கெட்டவன்னு நெனச் சீராக்கும்.’

‘உம்மயத்தே... சொல்றே...!’

‘உண்மயெல்லா நமக்குள்ளயே ஒளிச்சு வச்சுக்கிட்டா நல்லது’ என்று சிரித்துவிட்டு, ‘எளிய சனங்ககிட்ட நாம கொஞ்சம் எறங்கி வந்தம்னு வையிங்க... நாமள சாமியாக் கும்புடுவாங்கெ.’

‘கரெக்டாத்தே நாடி புடிச்சிருக்கீங்க...’

‘அதனாலதே, நீங்க நடுத்தெருவுல வச்ச கட நாதியத்துப் போச்சு புள்ள. நமக்கு வேண்டியது ஏவாரம். ஊருக்குள்ள கட வச்சம்னா, ஒவ்வொரு சரக்கப் பத்தியும் ஆயிரம் நொட்டச் சொல்லுப் பேசுவாங்க... இதேது, ஏங்கடைல வந்து பாருங்க, ஒரு தூசி கூட குப்பைக்குப் போகாது.’

‘செத்த நாயக் கூட கூறு போட்டு வித்துருவீக போல...’

‘உண்மதெ பிள்ள... ஏன்னா, பசிச்ச சனங்க, எதியாச்சும் ஊத்தி வகுத்த ஆத்தணும். ஒழச்ச கெறக்கம் கண்ணு மறச்சு நிக்கிம். நீங்க தார பொருளு மணமா, கொணமா இருக்கத் தேவயில்ல. வகுற நெப்புதா போதும். கொடல்ல எறங்குன பிறகுதே, மத்த பேச்செல்லாம். அந்த வகைல நாக்யருகிட்டப் போனா பசிக்குக் கெடைக்கும்னு சனங்க நம்புறாங்க. பணம் காசெல்லாம் அப்புறம்தா...’

‘எப்படியோ, நாக்யரய்யா, சொன்னா சரித்தான்னு பேச வச்சிட்டீங்க...’

‘ஆனா, அதுக்கு எம்புட்டுப் பாடு தெரிமா மாரிப்பிள்ள... ஈசியா சொல்லிட்டீங்க. எல்லாத்தியும் கண்ண மூடிக்கிட்டு நம்பணும்னா.. கேணப்பய கூட நம்ப மாட்டான்ல. கேள்வி வரும்ல. ஓரளவு நாமளும் தரமா நிக்கணும்.’

‘அதனாலதான் பஞ்சாயத்துக் கெல்லா போறிகளாக்கும்...’

அப்பவும் தொடை தட்டிச் சிரிப்பார். ‘அதுதான் பெரிய தொல்லப்பா. மத்த சம்சாரிக ஈசியா இது இப்பிடித்தே. அது அப்பிடித்தேன்... நீ செஞ்சது சரியில்லப்பா... அவதாரத்தப் போடு, கால்ல விழு...ன்னுட்டு, எந்திரிச்சு போயிடுவாங்க. ஆனா நாம, இங்கனயே ஒக்காந்து ஏவாரம் பண்றமா... அதனால, ரெண்டு தரப்புக்கும் நோகாமப் பேசி முடிக்கங்குள்ள தாவு தீந்துடுது...’ பேசுகிற போதே இளைப்பு வந்துவிடும் நாக்யருக்கு.

‘இது எதுக்கு நாக்யரே, பஞ்சாயத்துக்கு என்னிய கூப்பிடாதீகப்பான்னு சொல்லீர வேண்டிதான...’

அன்றைக்கு நாயக்கர், தாத்தாவுக்குப் பதில் சொல்லவில்லை. வெறுமனே அவரது முகத்தைப் பார்த்துக் கொண்டே இருந்திருக்கிறார்.

‘என்னா... பதிலக் காணோம்,’ தாத்தா கிண்டி இருக்கிறார்.

'ஒரு நாளைக்கு உம்ம, ஒரு பஞ்சாயத்துக்கு கூட்டிட்டுப் போறேன். அப்புறமா இந்தக் கேள்வியக் கேளும்...' என்று தொடை தட்டிச் சிரித்திருக்கிறார்.

அப்படிப் போன ஒரு பஞ்சாயத்தில்தான் காமாட்சி, தாத்தாவுக்கு பழக்கமானதாம்.

18

நல்ல உச்சி வெய்யில் நேரத்தில்தான் ஆயா அவித்த நெல்லை ஆவாட்டும் – காயப்போடும் – முந்தானையை தலையில் முக்காடு போட்டுக் கொண்டு, களத்தில் கொட்டிய நெல்லை. கால்களால் பரசிவிட்டு நிரவும். மறுகோடி வரை சென்று அதேபோல் அங்கிருந்து இங்கு வரும், இங்கிருந்து அங்கே போகும். அடிக் காச்சல் மேலேயும், மேல்காச்சல் கீழ்ப்புறமாகவும், புரண்டு புரண்டு நெல் காய்ச்சல் சீராகக் காயும். அப்படி காலால் ஆயா பரசியதை, சிறிது நேரத்தில் காமாட்சி வந்து, கைவிரல்களால் குத்திக் கிளறி பரசி விடுவாள். சேலையை முக்கால் காலுக்கு ஒசத்திக் கட்டி, குனிந்து கொண்டு வேலையைத் துவங்கினால், அந்தக் களம் முழுக்க கிண்டி முடித்து விட்டுதான் தலை நிமிருவாள். பத்து விரல்களையும் விரித்து வைத்து விரலின் நுனிப்பாகத்தை, கலப்பையின் கொழுமுனை போலக் கொண்டு நெல்லை உழுவாள். உழுது முடிக்க நெல் பரப்பில் களம் வரிவரியாய் அரைவட்டக் கோலம் போட்டது போல, அவ்வளவு அழகாய்த் தெரியும்.

ஆயா அவ்வப்போது, ‘தலைல துணியப் போட்டுக்கடி, வேணாத வெய்யிலடிக்கலயா...’ என்று கரிசனமாய், துண்டோ, பழய துணியோ தரும்.

‘இருக்கட்டும் ஆயி... கிண்டுறப்ப அது கழுத, தலைல வழுக்கிக்கிட்டே இருக்கும். வெள்ளாவிப் பானைல வெந்து வெந்து பழக்கமாயிருச்சு...’ என்பாள்.

தனமும், நானும் இன்னும் எங்கள் சோட்டுப் பிள்ளைகளும், களத்தின் நிழல் பகுதியில் குத்தவைத்து உட்கார்ந்து, வேடிக்கை பார்த்துக் கொண்டிருப்போம். மாட்டுச் சாணம் கரைத்துப் பூசிய, பெரிய பிரம்புக் கூடை, களத்தை கூட்டிப் பெருக்கும் நீளமான பெருக்குமார், நெல் அள்ளுகிற முறம், இன்னபிற சாமான் களோடு ஈயச் சட்டியும், நீச்சத் தண்ணியும், மொண்டு குடிக்க பெரிய சருவச் செம்பும், தம்ளரும் இருக்கும்.

களம் சுற்றி ஒரு தரம் நெல்லைக் கிண்டிவிட்டு வந்து உட்கார்ந்ததும், அவர்களுக்கு நீச்சத் தண்ணி தருவது எங்கள் வேலை. ஆயாவும், காமாட்சியும் மாறி மாறி நெல்லைக் கிண்டிக் கொண்டே இருப்பார்கள். ரொம்ப நேரம் காயவிட்டால், பதம் மாறி, காச்சல் கூடிவிடும். காச்சல் கூடினால் அரிசி உடைந்து போகுமாம். அதற்காகவே, மேலும் கீழுமாய் நெல்லைப் புரட்டிக் கொண்டே இருப்பார்கள். ஒரு கட்டத்தில் காயப் போட்ட நெல்லை, கொஞ்சூண்டு அள்ளி உள்ளங்கையில் போட்டு, இன்னொரு கை கொண்டு அழுத்தித் தேய்த்து நசுக்குவார்கள். உமி நெல்லிலிருந்து தனியே கழண்டு வரும். உமியை ஊதிவிட்டு அரிசியை எடுத்து, பல்லில் கடித்துப் பதம் பார்ப்பார்கள். நாங்களும் சில சமயம் அதேபோல் நசுக்குவோம். உள்ளங்கையில் நெல் முனை குத்தி, எரிச்சலும் ரத்தமும் கூட வருவதுண்டு.

நெல் காயந்துவிட்டது எனக் கண்டுவிட்டால் ஆயா பரபரக்கும். ‘காமாட்சி... கூட்டிக் குமி. காச்சல் ஏறிடுச்சு... சட்டுன்னு வா. அய்யா, அப்பனு, வாங்க சாமி, கால்ல தள்ளி குமிச்சு விடுங்க...’ என்று எங்களை அப்போதுதான் ஆயா அழைக்கும். அதற்காகவே காத்திருப்பது போல ‘ஹே..’ என கத்தியபடி களத்தில் இறங்குவோம். கால் சுடும். ஆனாலும் உற்சாகத்தில் அதுவெல்லாம் தெரியாது. ஆயாவுக்கு இணையாக பெரிய மனுசராய் வேலை பார்ப்பதாய் ஒரு நினைப்பு. மளமளவென நெல்லைக் குவித்தால், ஆயா கூடை நிறைய அள்ளிவிடும். காமாட்சி தலையில் முந்தானையை சும்மாடுபோல சுற்றிக்கொண்டு, கூடையை சுமந்து சென்று, வீட்டுக்குள் ஆளோடிய இடத்தில் கொட்டித் திரும்பும். நெல்லை அங்கே கொஞ்ச நேரம் ஆறவிட்டு, வெய்யிலின் சூடு குறைந்ததும் சாக்கில் அள்ளி, கட்டி வைப்பார்கள். ஒரு சில நாள்களில் தாத்தா வந்து சாக்குப் பிடித்து அள்ளுவதும் உண்டு.

நெல் களத்தில் எங்களுக்கு ஆகப் பெரும் வேலை என்பது, காக்காய் குருவிகளை விரட்டுவதுதான். குறிப்பாக வீட்டுச் சேவல்களின் தொல்லைதான் கூடுதலாய் இருக்கும். மஞ்சள் பூத்த, தடிமனான கால்களுடன், பெருத்த உடம்போடும், தோகை யாய் வளைந்த ரெக்கைகளோடும் பின்புறத்தை ஆட்டியபடி நடந்துவரும்.

அது கொக்கரித்து தலையை உயர்த்துகிறபோது, ரெண்டடி, மூன்றடி உயரம் கூட இருக்கும். அதுபாட்டுக்கு வந்து கொஞ்சம் நெல்லை கொத்தித் தின்று போனால் கூடப் பிரச்சனையில்லை.

குப்பையைக் கிளறுகிற பழக்கத்தில், களத்தின் உள்ளே நடந்து வந்து, பரசி காயப் போட்டிருக்கிற நெல்லை, கால்களால் உதைத்துக் கிளறும். பிறகு கெக்கலிப்புச் செய்து தனது இணைக் கோழியை வேறு கெக்கெக்கெக் என ஏதோ சொல்லிக் கூப்பிடும். எங்களது கல்லெறிக்குப் பயந்து தலைகாட்டாத கோழிகள், சேவலின் அழைப்பில் வந்துவிடும். இரண்டும் சேர்ந்து பண்ணுகிற அழிம்பில், பரசிக் காயப் போட்ட நெல், பல இடங்களில் பள்ளம் பறித்த குழிபோல ஆகிவிடும். காவல்காரர்கள் நாங்கள் சும்மா இருக்க முடியுமா?

ஆயா கோழி விரட்டக் கொடுத்திருக்கும் ஆயுதங்களான, சோளத்தட்டை, தொரட்டிக் கம்பு, இவைகளையெல்லாம் நாங்கள் தொடுவதில்லை. கவன் வில் வைத்திருப்போம். இல்லாவிட்டால் சீனிக்கல்தான். களத்தில் நிறையக் கிடக்கும். இல்லையென்றால் தேரிமேட்டில் பொறுக்கிக் கொண்டு வருவோம். குறிபார்த்து எறிந்தால் 'கெக்கக்கே...', 'கெக்கக்கே...கேகே...' என்று ஆள் உயரத்திற்குச் சேவல் எகிறிப் பாய்ந்து ஓடும்.

'கோழிய கல்லவிட்டு எறியாதீக கண்ணுகளா...குச்சியக் கொண்டிப் பத்திவிடுங்க. கல்லெறி ஒருக்காப் போல இருக்காது. பொட்டுல பட்டுச்சுன்னா பொசுக்குனு மண்டயப் போட்ரும். சாவல்காரி சும்மா விடமாட்டா...' என ஆயாவும், காமாட்சியும் வந்து அவ்வப்போது அறிவுரை சொல்லிப் போர்வார்கள்.

அதையெல்லாம் கேட்க முடியுமா. வேகம் வந்துவிட்டால் சேவலா? நானா? எனக் கோவம் வந்துவிடும். ஆனால் குருவி, காக்காய்க்கு எல்லாம் வெறும் கைதான். குச்சி கூடத்

தூக்குவது இல்லை. குருவியைப் பெரும்பாலும் நாங்கள் விரட்டுவதில்லை.

'பாவம்... ஒரு நெல்லுதான எடுக்குது, திங்கட்டும்.' என அனுமதிப்போம். அதே மாதிரிதான் குருவியும். தன் சின்னஞ் சிறு அலகால் ஒரொரு நெல்லாய் கொத்தித் தின்னும். அதுவும் பயந்து, பயந்து, நெல்லைக் கொத்தி எடுக்கும் காட்சி அழகாய் இருக்கும்.

ஆனால், இந்த கருங் காக்காய்... சேவலை மாதிரிதான். அகலமா பாதத்தை அப்படியே இறக்கும். நெல்லில் தத்தித் தத்தி நடந்து பரசலைக் குலைக்கும். நெல்லை கொத்தித் தின்னாது. தனது நீளமான அலகை, நெல் களத்தில் படுக்கையாய்க் கிடத்தி, அதன் அலகு கொள்ளுமட்டும் வாரிக் கொள்ளும்.

அதனால், காகம் வந்து அமர வட்டமிடும் போதே கை தட்டியும், பளிங்காங் குண்டு ஆடுவது போல, ஆள்காட்டி விரலை இழுத்துக் கவன் எறிவதுபோல 'வில்லு' என பயமுறுத்தியும் விரட்டி விடுவோம்.

'பரவால்ல... அம்மத்தாளுக்கு கெட்டியான காவக்காரக வாச்சிருக்காக போல' என்று வீதியில், ஆயாவை பலபேர் பரிகாசம் செய்தபடி நடப்பார்கள்.

'பேரெம் பேத்தின்னா சும்மாவா. அம்மத்தாளுக்கு ஊதுவத்தி பிடிக்க வரைக்கும் கூடவே இருக்கணும்ல,' ஆயாவுக்கு பெரு மிதத்தில் சிரிப்பு பொங்கிவரும்.

காவலுக்கு இருக்கிற எங்களின் சூட்சுமத்தை, ஆயா அறியுமா எனத் தெரியாது. காவல் காக்கிற அந்த வேளையில், அந்த களத்தைத் தாண்டி எந்த தின்பண்டமும் போய்விடக் கூடாது. சவ்வுமிட்டாய், பன்ரொட்டி, பஞ்சுமிட்டாய், பொரி உருண்டை, மொச்சைப் பயறு என விதம் விதமாய் கூடையிலும், டின்னில் அடைத்துக் கொண்டும் வருவார்கள். ஆயாவும் எது வந்தாலும், சளைக்காமல் கூப்பிட்டு அத்தனையும் வாங்கிக்கொடுக்கும். ஆயா இல்லாத நேரத்தில், காமாட்சி இருந்தால் அப்பவும் விடுவதில்லை.

அப்படி ஒருநாள், பொரி உருண்டைக் காரரை நிறுத்தி, உருண்டை வாங்கிக்கொண்டிருந்த நேரத்தில்தான்,

காமாட்சியின் மகன் வந்துவிட்டான். தலையில் துண்டோடும், இடுப்பில் கட்டிய வேட்டியுமாய், மேல் சட்டை போடாமல் வந்து நின்று, காமாட்சியைச் சத்தம் போட்டான்.

'ஆத்துல துணி அம்பாரமா குமிஞ்சு கெடக்கு. வெளுக்க ஆளில்லாம வெந்து தணிச்சு திண்டாடிக்கிட்டிருக்கே... நீ என்னான்டா இங்க ஒக்காந்து பகுமானமா கொஞ் சிக்கிட்டிருக்க...'

'..ந்தா.. வந்திர்ரண்டா.. நீ போ. ஓம் பின்னாடியே வந்திர்ரே..' என்று அவனுக்கு ரெண்டு உருண்டை தந்தது.

அதனைத் தள்ளி விட்டவன், 'கெளம்புறியா... பின்னாடியே வர்றது தெரியாது...?' என்று கோபித்தான்.

'ஆயி வரட்டும்டா... ஒரு வாத்த சொல்லி, ஒப்படச்சிட்டு கண்டிசனா வந்துர்ரேன்...'

"எனக்குத் தெரியாதா,. ஆயி வந்து, நெல்லப் பூராம் ஆவாட்டி குமிச்சு, அத அரிசியாக்கி, தவுடு பொடச்சு, வித்து முடிச்சு, கணக்குக் குடுத்துட்டுத்தான் வருவ...'

'சத்தம் போடாதடா. ஆரு காதுலயும் விழுந்துரப் போவுது. போ.. சாமி சத்தியமா ஒரு நாழியல்ல வந்திர்ரே....' நாலாபுறமும் திரும்பிப் பார்த்துக் கொண்டே, மகனை அனுப்பி விடுவதிலும் முதன்மையாய்க் கவனம் செலுத்தியது.

'ஆமா... நாஞ் சொல்லித்தான் ஊருக்குப் புதுசாத் தெரியப் போகுது. இப்ப வாரியா இல்லியா... 'பிடிவாதமாய்ப் பேசினான்'. இன்னும் அசிங்கமான வார்த்தையெல்லாம் பேசியதாக ஞாபகம். ஆனால் காமாட்சி ஒரே பதிலைத்தான் திரும்பத் திரும்பச் சொன்னது.

'நம்பி விட்டுட்டுப் போயிருக்கு. ஆயி வரட்டும். வந்திர்ரேன்.'

அப்போது அந்த அண்ணனைப் பார்க்க – நான் அப்படித்தான் கூப்பிடுவேன். அண்ணன் என்னைப் பெயர் சொல்லிக் கூப்பிடும். இதற்கு முன்பு பல இடத்தில் அந்தண்ணனைப் பார்த் திருக்கிறேன். 'எனா பெரபு... ஊர்லருந்து இப்பதே வந்தீகளா...' என்று நல்லவிதமாய்த்தான் கேட்கும். தேரிமேட்டுப் பக்கம், பால்பண்ணையின் பின்பக்கச் சுவரோரமாய்க் கோடு கிழித்து, குண்டு விளையாடும்.

காசுக்குத்தான் விளையாட்டு. பந்தயக் காசுகள் பூராவும் தரையில் கிடக்கும். தவிர 'மாஸ்' பிடிப்பார்கள். அதுவும் கீழேதான் கிடக்கும். ஜெயிக்கிற ஆள் மொத்தமாய் தரைகூட்டி அள்ளிக் கொள்வார்கள்.

அப்படிப்பட்ட சமயத்தில், எங்களைப் பார்த்துவிட்டால் வாங்கித் தின்ன தனத்துக்கும் எனக்கும் காசு தரும்.

அப்படிப்பட்ட ஆளுக்கு என்ன வந்தது. அம்மாவோடு எதுக்கு இப்படி சண்டை எனப் புரியாமல் பயமாய் இருந்தது. வீட்டுக்கு ஓடிப் போகலாமா என்று கூடத் தோன்றியது. காமாட்சியை அடிக்கப் போகுதா?

அந்த நேரம் காமாட்சி, அங்கே கிடந்த பெரிய விளக்குமாரை எடுத்து மகனை அடித்தது.

தனம் பயந்து போனது. 'வாண்ணே, நாம ஆயாட்ட வீட்டுக்குப் போய்ரலாம்...' என கிசுகிசுத்து என்பால் ஒடுங்கி நின்றது.

இன்னொரு நாள் இதேபோல, நெல் ஆவாட்டும் போது, ஆயா சொன்னது. 'காமாட்சி, வேலயிருந்தா நீ போயிர்றீ... இல்லாட்டி அன்னக்கி மாதிரி ஒம் மகெ வந்து, என்னிய ஆத்துக்குக் கூப்பிடப் போறான்...' என்று கண்ணைச் சிமிட்டி சிரித்தது.

ஒரு கணம் ஸ்தம்பித்து நின்ற காமாட்சி, 'மனசுல வச்சுக்காதீங்க ஆயி... அதேன் அவன அன்னிக்கே வெளக்கமாரு பிய்யுமட்டும் வெளுத்திட்டன்ல. கிருத்திரியம் பிடிச்ச நாயி... ஆரோ சொல்லிக் குடுத்துப் பேசி இருக்கான். கெட்டழியற பய...' என்றது.

'எனக்கு ஒண்ணுமில்ல.. இவக தாத்தாதேன் தக்காபுக்கான்னு தவ்விக்கிட்டிருந்தாரு. கொஞ்சம் அந்த மனுசெ கண்ணுல படாம, ஒரு நாலு நாளக்கிப் பாத்துக்க....' என்றது ஆயா.

ஆனால் அதற்கும் மேலாக அந்தண்ணன் சொல்லிப் போனது, எனக்கு இன்னமும் நினைவில் இருக்கிறது. 'நீ வண்ணானுக்குத்தே வாக்கப்பட்ருக்கேன்னா ஒடனே எங்கூட வார..'

அந்தக் கேள்வியில் காமாட்சி அவனை அடிப்பதை

நிறுத்தியது. என்னையும் தனத்தையும் அழைத்துக்கொண்டு ஆயா வீட்டில் வந்து விட்டுப்போனது.

களத்தில் நெல் கேட்பாரற்றுக் காய்ந்துகொண்டிருந்தது.

19

விடிவிளக்கின் வெளிர் நீல ஒளியில் அம்மா, மேற்குப் புறமாகத் திரும்பிப் படுத்திருந்தது. கைகளை நீட்டிக்கொள்ளாமல், சிறு பிள்ளைகளைப் போல மார்புக்கு குறுக்காகக் கட்டி இருந்தது. கழுத்து வரை போர்த்தியிருந்தது போர்வை. காதுகளில் பாதியை மறைத்திருந்தது கேசம். விளக்கொளியில் மங்கித் தெரிந்தது அவரது கல்தோடு. ஒற்றைப் பாய் விரித்து அம்மா மட்டும் படுத்திருந்தது. தனம் வந்தால் பெரிய பாய் விரியாகும். தாயும் மகளுமாய்ச் சேர்ந்து படுப்பார்கள். தனத்தின் பிள்ளைகள் வருகிற நாளில் இந்த உள் அறை கொள்ளாது. ஆளுக்கொரு கோணத்தில் சுவரை முட்டி மோதிக் கொண்டு படுத்துக் கிடப்பார்கள்.

சரவணனும், அப்பாவும் மேலே மாடியில் படுத்திருந்தார்கள். எனக்கான படுக்கை எப்போதும் ஆயாவுக்கு அடுத்து இருக்கும் அறைதான். விருந்தாளிகள் வந்தால், அம்மா இந்த அறையை அவர்களுக்குத் தந்துவிட்டு, நான் படுக்கும் இரண்டாம் கட்டுக்கு வந்துவிடும். மூன்றாம் கட்டு சமையலறையில் யாரும் படுப்பதில்லை.

ஆயாவின் அலறலால், அது ஏற்படுத்திய பீதியின் பொருட்டு, ஒரு வாரமாய் எனக்கு அம்மாவின் அறையில் படுக்கை. சன்னலோரமாய் கிழக்குப்புறம் போட்டிருந்த மரக் கட்டிலில்தான் படுத்திருந்தேன். அப்பா ஒரு காலத்தில் ரொட்டிக்கடை வைத்திருந்தார். அப்போது மாவு பிசைய வாங்கிய பெரிய மேசையை, உதடு வெளுத்த ஆசாரி

ஒருவரிடம் கொடுத்து, இந்தக் கட்டிலைச் செய்யச் சொன்னார். கட்டிலில் யாருமே உறங்குவது கிடையாது. பகல் நேரத்தில் அப்பா, கொஞ்ச நேரம் படுத்து எழுந்திருப்பார். யாராவது விருந்தாளிகள் வந்தால் படுப்பார்கள். வீட்டில் யாருக்காவது உடம்பு சரியில்லாத போது படுத்து எந்திரிக்க சவுகரியமாக இருக்கும் என்பதால், அந்தச் சமயம்தான் முழுமையாய் பயன்படும். மற்றபடி அம்மாவோ... தங்கச்சியோ.. தரையில்தான். இந்த அறைக்கு நான் விருந்தாளியாய் வந்தபடியால், கட்டிலில் படுக்க வேண்டியதாயிற்று.

அம்மா மெல்லத் திரும்பி மல்லாந்து படுத்தது. அந்த அசங்கல் கண்டு, நான் கண்களை மூடிக்கொண்டேன். ஏன் அப்படிச் செய்தேன் என்பதும் விளங்கவில்லை. விழித்திருப்பது கண்டால், 'ஏம்ப்பா ஒறங்கலியா..' என்று கேட்கலாம். 'இல்லம்மா' என்று பதில் சொல்லப் போகிறோம். அதை விடுத்து எதற்காக இந்தக் கள்ளத்தனம்.

கள்ளத்தனம்! இது எனக்கே கூடுதலான விமர்சனமாக இருந்தது. பளிச்செனக் கண்கள் திறந்து கொண்டன. அம்மாவின் வாய் பிளவுபட்டுக் குறட்டை ஓசை வெளிப்படலாயிற்று.

நான் கிழக்குப்புறம் திரும்பிப் படுத்துக்கொண்டேன். சன்னல் மூடப்படாதிருந்தது. அம்மா மட்டும் தனியாகப் படுத்தால் சன்னலை மூடித்தான் உறங்கும். எனக்குத் திறந்திருக்க வேண்டும். சன்னலுக்கு வெளியே, தெரு விளக்கின் ஒளியில் தெரிந்த, எதிர் வீட்டுச் சுவரும், சுவரிலிருந்த அந்த வீட்டுச் சன்னலும் தெரிந்தது. அந்த ஜன்னலும் மூடப்பட்டிருந்தது. ஏன் எல்லா வீட்டுச் சன்னலும் மூடிக்கொண்டுள்ளன.! களவு பயமா? கலவி முகாந்திரமா?

ஏனோ அந்த வார்த்தையில் உடல் வியர்த்தது.

போர்வையைத் தலைக்கு மேல் இழுத்துப் போர்த்திக் கொண்டேன். கண்களை மூடி உறக்கத்தை யாசித்தேன். எப்பவும் இதுபோல ஆப் நைட் சிப்ட் முடித்து வந்தால், அடித்துப் போட்டது மாதிரியான உறக்கம் வந்துவிடும். மறுநாள் காலை எட்டுமணி, ஒன்பது மணி வரையிலும் கூட எழ முடியாத படிக்கு உறக்கம் நீளும். இன்றைக்கு என்ன கேடு என்பதும் விளங்கவில்லை.

இடம் மாறிப் படுத்ததாலா? சொந்த வீட்டில் அந்தக்

கணக்கு செல்லாது. இருந்தாலும், ஒரு வார காலம் வந்த உறக்கம், இன்றைக்கு எங்கே போனது? ஒரு வேளை வாசலில் ஆயாவைப் பார்த்த பீதியாக இருக்குமோ?

ஆயாவின் அமர்ந்த கோலம், முதல் பார்வையில் ஒரு கலக்கத்தை ஏற்படுத்தியது உண்மைதான். 'ஒருவேளை ஆயா இன்றைய ஆட்டத்தை துவக்கிவிட்டதோ' என்ற பயம் மனசுக்குள் நுழைந்ததும் நிஜம்தான்.

சமீப நாட்களில் அது ஏற்படுத்திய பாதிப்புகள் அப்படி.

அமானுஷ்யமான இரவில், 'அய்யய்யோ' என்று அலறினால் எப்படி இருக்கும்? வெறும் கூப்பாடு மட்டுமா, பூட்டிய கதவைத் 'தடால் தடால் என' காலால் உதைத்துக் கொண்டு சத்தம் கொடுத்தால்...

எத்தனை ஆழமான உறக்கம் என்றாலும், பொறி கலங்கிப் போய்விடும். படுக்கையிலிருந்து, சடாரென எழுந்தால் தலை கிறுகிறுத்து, சுவரிலோ, கதவிலோ எதாவது ஒரு இடத்தில் மோதித்தான் நிற்கவோ, உட்காரவோ முடியும். அத்தனை உக்கிரமான சத்தம்.

ஓடிவந்து கதவைத் திறப்பதற்குள், அடுத்தடுத்து தொடர்ந்த படியாய் பலவிதமான சாயைகளோடு கூப்பாடு. எதிரி நாட்டுப் படை, கோட்டைக் கதவைத் தகர்க்கப் பயன்படுத்தும் உத்தி களைப் போலக், கையில் அகப்பட்டதைக் கொண்டு, கதவை அறைந்து, ஆட்டி, மிதித்து, சப்தம் எழுப்பும். சாந்த சொரூபியான மகாத்மாகாந்தி இருந்தால் கூட அந்த மரக்கதவு படும் பாட்டைப் பார்த்து ஆவேசப்பட்டிருப்பார்.

முதல்நாள், கூப்பாட்டில் நான்தான் போர்வையை உதறிவிட்டு அவசரமாய் ஓடி வந்தேன்.

'எல்லாரும் எங்க போய்ட்டீங்க? வந்து கதவத் தெறங்க சாமியளா...இங்க பாரு.. பிள்ளீக பூராம் பசில கெறங்கி நிக்கிதுக. பாவமில்லியா. வாங்கடா வந்து கதவத் தொறங்க...' கையில் சாப்பாட்டுத் தட்டை வைத்துக்கொண்டு கதவைத் தட்டியது. எவர் சில்வர் தட்டின் 'சிலீங்' ஓசையும், ரெட்டைக் கதவின் கதறல் ஒலியும் கலந்து வந்து, அந்த இரவின் அமைதியைக் குலைத்தன.

'யேய்...' சமையல் கட்டைத் தாண்டுகிற போதே குரல்

கொடுத்தேன்.

சத்தம் கேட்டதும், கதவின் மீதான தாக்குதல் நின்றது. கலைந்த வேட்டியைச் சரிசெய்து கொண்டு, தாள் திறந்தேன்.

'என்னாப்பா... எம்புட்டு ஒறக்கம். எவ்வளவு நேரம் கூப்புடுறது... ஔொம்மாளக் கூப்புடு. பாவம் வண்ணாத்திச்சி பிள்ளைக வகுத்துப் பசின்னு வந்து நிக்கிதுக. பாரு, கெறங்கித் தவிக்குதுக. அம்மாளக் கூப்பிட்டு வண்ணாத்தி கஞ்சி எடுத்துவரச் சொல்லு...'

பதிலுக்காகக் காத்திராமல், திறந்த கதவைப் பற்றி எழுந்து நின்றது. வாசலை மறித்து நின்ற என்னை ஒதுக்கிவிட்டு, சடாரென வீட்டிற்குள் நுழைந்தது. அந்த நேரம் ஆயாவை மறிக்கும் எண்ணம் உதிக்கவில்லை.

'எங்கெ போற ஆயா...' என்று அதன் பிந்திய கையை மட்டும் பிடித்தேன். தோல் சுருங்கிய, அதன் கைகளில் வெப்பம் மிகுந்திருந்தது. அடுத்த கணம் வெடுக்கெனக் கையை உதறிக் கொண்டது. வீட்டுக்குள்ளே இதுவரை ஆயாவின் எல்லை அடுக்களை வரைதான். அதையும் கூட அம்மா அனுமதிக்காது. ஆயாவுக்கு பார்வையில் பழுது பட்டிருப்பதால், எதையாவது தட்டிவிடும் என்கிற பயம்.

'அடுப்படில ஒனக்கு என்னா வேல...? என்னத்தியாச்சும் கைல கால்ல போட்டுக்கிறாத..' என்று அடுக்களை வாசலுடனேயே, ஆயாவை நிறுத்தி வைத்திருந்தது.

இம்மாதிரியான அசாதாரண சூழல், தடைகள் அத்தனையும் உடைத்துவிடுகிறது. விறுவிறுவென வீட்டுக்குள் நுழைந்த ஆயா, நேரே அடுக்களைக்குள் போய் உட்கார்ந்துகொண்டது.

'அடே கிராதகா...பாவி. பச்சப்புள்ளீகளுக்கு ஒருவா சோத்தப் போடுன்னா... போட மாட்டேங்கிறீயே' தலையை அண்ணாந்து கொண்டு பேசியது.

'ஆயா... என்னா கிறுக்கு எதும் புடிச்சுக்கிருச்சா? எந்திரி. போய்ப் படு. காலைல பேசிக்கலாம்..' என்றேன்.

'பாவிகளா, பாவிகளா, பாருங்கடா வாசல்ல, பசிச்ச வகுறு... பரிதவிச்சு நிக்கிதுகளே...கண்ணு அவிஞ்சு போச்சா...?'

‘ஒருத்தரும் நிக்கல ஆயா... நடு வீட்ல வந்து ஒக்காந்துகிட்டு, இப்படி கூச்சல் போடாத. சொல்றதக் கேளு...’ இந்த அடுக்களை அறையிலிருந்துதான் மாடிப்படி மேலே ஏறவேண்டும். மொட்டை மாடியில் அப்பாவும், சரவணனும் உறங்கிக் கொண்டிருக் கிறார்கள். ஆயாவின் கூப்பாடு, அவர்களை எட்டி இருவரும் கீழே இறங்கி வந்தால், ரசாபாசம்தான்.

உள் அறையிலிருந்து அம்மா கதவைத் திறந்துகாண்டு வந்தது.

‘என்னா.. என்னா ஆச்சு ஒனக்கு. ஏன் இப்பிடி?’ மாராப்பைத் திருத்தி, முந்தானையை இழுத்துச் சொருகியபடி வந்து கேட்டது.

‘யம்மா..யம்மா... காமாட்சி புள்ளீகளப் பாருமா..? மூணு புள்ளீக கஞ்சி கேட்டு, வாசல்ல நிக்கிது. பாவம், ஆத்தாள பறி குடுத்துட்டு நிக்கிதுக. ஒரு வா சோறு இல்லீங்காம போட்டு விடு...’ ஆயா, முன்னால் சொன்னதையே சுதி மாறாமல் சொன்னது.

அம்மாவுக்கும் எதும் புரியவில்லை. ஆனாலும் சமாளிப்புக்கு வேறு வழி தெரியவில்லை. ‘சரி.. நாங் குடுத்து விடுறே...? நீபோய் ஒன் எல்லைல படு. கௌம்பு, கௌம்பு...’ அம்மா ஆயாவின் கையைப் பிடித்துத் தூக்கிவிட்டது.

‘பெத்தவளத் தண்ணீல விட்டுப்புட்டு தட்டழிஞ்சு நிக்கிதுக. வெறுஞ் சோத்தப் போட்றாத. எதுனாச்சும் ஒரு வெஞ்சனம் வச்சுக்குடு. ஓங் குடும்பம் ஆலமரமா ஊண்டி நிக்கிம்...’ அம்மாவோடு எழுந்து, அதன் இருப்பிடம் வரைக்கும்...’ சொல்லிக்கொண்டே வந்தது.

‘சரி..சரி..’ அம்மா ஆயாவின் பாயை விரித்துச் சரி செய்து, அதன் படுக்கையில் ஆயாவை உட்கார வைத்தது.

‘வாசனத் தெரவியமே...’

வானத்து நட்சத்திரமே

வா...ழக் கொல்லையில நீ

வாசம் மணக்கும் மல்லிப்பூவே..

தேனே.. தீம்பாகே...

ம. காமுத்துரை । 123

தெக்குச் சீம ஓவியமே.. நீ..

தேம்பி...யமுகையில.. உனக்கு

தெம்பு சொல்வார் ஆருமில்ல...'

விரித்த பாயில் இரண்டு கால்களையும் நீட்டிப் பரப்பிக் கொண்டு, கைகள் நீட்டித் திசையெங்கும் சுழற்றி மார்பில் அறைந்துகொண்டது. கண்களில் கண்ணீர் வழிய வழியக் கேவிக் கேவிப் பெருங்குரலெடுத்துப் பாடத் துவங்கியது ஆயா.

"அய்யய்யோ.. ஒப்பாரி வக்கெ ஆரம்பிச்சிருச்சே. ஊருசனம் எந்திரிச்சா மானம் போயிருமே' என்று பதறிய அம்மா. ஆயாவை சமாதானப்படுத்த முயற்சித்தது. ஒன்றும் பலிக்கவில்லை. ஆயாவின் உணர்ச்சி, யாவற்றிலும் மிஞ்சி இருந்தது.

'லே... பெரியவனே.... இங்க வாடா. ஆளுக்கொரு பக்கமா புடிச்சு உள்ள போடுவம். நம்மளப் புடிச்ச கெரகமா. கெழட்டு முண்ட.... தொண்டயப் பாரு. செத்த வீட்ல சங்கு ஊதுற மாதிரி..'

இரண்டு பேரும் ஆளுக்கொரு கைப்பிடித்து தூக்கினோம். உண்மையில் முடியவில்லை. எப்படி இவ்வளவு எடை ஆயாவுக்குக் கூடியது. அம்மா திணறியது. எனக்கே மூச்சு வாங்கியது. வெளியிலிருந்து, எனது இரண்டாம் கட்டு அறைக்கு மட்டுமே தூக்கிச் செல்ல முடிந்தது. அதற்கு அப்பாலும் கொண்டு செல்ல வேண்டியதில்லை என நினைத்தேன்.

'இந்த ரூம்லயே இருக்கட்டும். உள்ள போட்டா வீடு வெடிச்சிப் போகும் போல... நீ வேணா, உள்ள வந்து படுக்கறியா?' என்றது அம்மா.

'இங்க ஒக்கார வச்சாலும் சத்தம் வீதிக்குக் கேக்குமே' என்றேன்.

'கேட்டா மூச்சப் பிடிச்சுக் கொல்ல வேண்டியதுதே...' நானும் அம்மாவும் படுகிற இத்தனை பாடுகளையும் ஆயா உணர வில்லை. அதன் ஒப்பாரியும் நிற்கவில்லை.

'சீ...ல.. பெருஞ்சேல...

சீலக்காரி உடுத்து... சீல..

மால... மணிமால.. ஏ..ம்

மணிக் கொறத்தி

தோள் மால...' ஒவ்வொரு வார்த்தையிலும் ஆயா, காமாட்சியை நிறுத்தியிருந்தது.

20

சரவணன் யாரிடமும் சொல்லாமல், வீட்டுக்கு குறி சொல்கிற முருகனைக் கூப்பிட்டு வந்திருந்தான். முருகன், எங்கள் வீட்டில் எல்லோருக்கும் அறிமுகமான நபர்தான். சமீபத்தில்தான் தனது பெயரோடு 'தாசன்' எனச் சேர்த்துக்கொண்டான். முதலில் அவன் ஒரு ரொட்டிக் கடையில் மாஸ்டராக வேலை பார்த்து வந்தான். பன் ரொட்டி, தேங்காய் பன், சுருள்பன், சுவீட்பன் என இன்னும் ஏதேதோ பெயர்களைச் சொல்லி,விதவிதமாய் தகர டின்னில் அடுக்கிக் கெண்டு வந்து, கடைகளுக்குப் போடுவான். அப்போது அத்தனை அய்ட்டங்களையும், தானே மாவு பிசைந்து, வடிவமைத்து, கனப்பு அடுப்பில் ஏற்றி, பக்குவமாய் இறக்கி, பாக்கெட் போடுவது வரை, ஓராள் வேலை என வாய் இனிக்கப் பேசுவான். அவன் கொண்டுவரும் அய்ட்டங்களும், மிருதுத் தன்மையும், இனிப்பும் பொதுவான ருசியாய் இருந்தன.

சிறு வயதில் நாங்கள் வடக்குத் தெருவில் குடியிருக்கும் போது, மாலை நேரத்தில் பன் ரொட்டிகன் விற்பனைக்கு வரும். செவ்வக வடிவத் தட்டில், மேலும் கீழும் நியூஸ் பேப்பர் போட்டு, மறைத்து அடுக்கிக் கொண்டு வருவார்கள்.

'ஒன்னு கால் ரூவா, அஞ்சு வாங்குனா ஒரே ரூவா..' என்று கட்டைக் குரலில் ராகம் பாடியபடி வருவார் ராசுத்தேவர். எங்களைப் போல சிறுபிள்ளைகள் இருக்கும் வீடு அவருக்குத் தெரியும். அந்த வீடுகளுக்கு என்று விசேசமான சத்தம் ஒன்றைத் தயார் செய்திருப்பார்.

‘ரொட்டி வாங்கலியா.. தங்கம்.. பன்ரொட்டி, பல்லுக்கு மெதுவான ரொட்டி, சூடா எடுத்து வந்திருக்கெ... மணம் மணமா மணக்கும் ரொட்டி. பள்ளிக்கொடடத்துப் புள்ளீக பசி தாங்கும் ரொட்டி...’ என்று கூவிக்கொண்டே, கிழித்துக் கொண்டு வந்த பேப்பரில் வைத்துத் தருவார்.

‘இன்னிக்கு காசு இல்ல தேவரே’ என்றாலும் தட்டிலிருந்து எடுத்த சரக்கைத் திரும்ப வாங்க மாட்டார்.

‘பிள்ளைகளுக்கு ஊட்டடங் குடுங்க ஆத்தா. காசப் பெறகு வாங்கிக்கறேன்..’ என்று கெட்டியாய் ஏவாரம் செய்வார்.

அப்போது முருகன் சிறு வயதுப் பையன். ஏறத்தாழ எனது வயதிருக்கும். முன் பக்கம் கண்ணாடி சொருகிய தகர டின்னைக் கழுத்தில் கட்டித் தொங்க விட்டுக்கொண்டு, பஞ்சுமிட்டாய் ஏவாரத்திற்கு வருவான். தகர டின்னுக்குள் இட்லி வடிவத்தில் பஞ்சுமிட்டாய் அடுக்கப்பட்டிருக்கும். கையில் வெங்கல மணியை கழுத்தில் தொங்கவிட்டு, யானை போலத் தலையை ஆட்டிக்கொண்டே, தெருத்தெருவாய் சுற்றிவருவான். அந்த நேரம் அவனது சூட்டிகையான வியாபார நுட்பத்தைக் கண்ட ராசுத்தேவர், அவனை தனக்கு மடக்கிப் போட்டார். சைக்கிள் ஒன்று வாங்கி, பின்பக்க கேரியரில் பெட்டி செய்து, அவரது பேக்கரி அய்ட்டங்களை அடுக்கிவிட்டு, கடைகளுக்கு மொத்த வியாபாரத்திற்கு அனுப்பி வைத்தார். லைனுக்குப் போகாத நாட்களில் பேக்கரியில் அடுப்படி வேலைக்கு உதவினான். அதுதான் அவனை மாஸ்டராக மாற்றியது.

பாலின் மணமும், உமிழ்நீரைச் சுரக்க வைக்கும் சுவையும் கொண்ட, பிரிட்டானியா பிஸ்கட்டுகள் டின்களில் வந்து இறங்கிய பொழுது தொழிலை மாற்றிக்கொண்டான். ஊருக்கு மேற்கிலிருந்த வீரப்பய்யனார் மலைக்கு விறகெடுக்கச் சென்றான். அய்யனார் மலையில் அடியெடுத்து வைக்கும் முன், ஆண்டவனை வேண்டி முருகன் செய்கிற பூசனைகள் பலரையும் ஈர்த்தன. அந்த நேரம் மேல்மங்கலத்திலிருக்கும் அவனது குலதெய்வத்திற்குக் கோயில் கட்டி இருந்தனர். நிலையான பூசாரி ஒரு ஆள் தேவைப்பட்டது. பங்காளிகள் அனைவரும் சேர்ந்து முருகனை மேல்மங்கலத்தில் பூசாரியாக்கி இருக்க வைத்தனர். அவனுக்கும் இத்தனை காலம் அலைந்து சம்பாதித்த வேலை அலுத்துப்போனது. ஒவ்வொரு

விஷேசத்தையும், விரதமிருந்து நிறைவேற்றினான். கழுத்தில் எப்போதும் உத்ராட்சம் இருக்கப் பார்த்துக் கொண்டான். அதனால் அவனுக்கு கல்யாணம் முடித்துவைத்தும் அவன் குடும்பமாகவில்லை. மனைவி கோபித்துக்கொண்டு பிறந்த வீட்டுக்குப் போய்விட்டாள்.

சஷ்டி, பிரதோஷம், மார்கழி மாத பஜனை, பௌர்ணமி பூஜை என்று மாதத்தில் முப்பது நாளும் கோயிலை விழாக் காலமாய் மாற்றினான். கோயிலிலேயே தஞ்சமென அடைந்துகிடந்தவன், முத்துப்போட்டுப் பார்க்கவும், காப்பு, கயிறு, எந்திரம் முதலியன உருப்போட்டுத் தரவும், சில மந்திரவாதிகளிடம் பழகிக்கொண்டதாகவும், அறிய வந்தது. இப்போது அதன் உச்சமாய் வினை எடுப்பு செய்வதாகவும் சொல்லிக்கொண்டார்கள்.

முருகனும், சரவணனும் மாடியிலிருந்து கீழிறங்கி வந்தார்கள் அடுக்களையில் நுழைந்து ரெண்டாம் கட்டு அறையில் இருவரும் உட்கார்ந்தார்கள். முருகன் சாமியாடித் தோற்றத்திலிருந்து விடுபட்ட சாமான்யனாக உட்கார்ந்திருந்தான். அம்மா காப்பி போட்டுக்கொண்டிருந்தது. அம்மாவின் உள் அறையிலிருந்து நானும் வந்து, அவர்களோடு சேர்ந்துகொண்டேன்.

சடாரென எழுந்தவன், 'நீ ஒக்கார்ணே..' என நீள பெஞ்சில் இடம் ஒதுக்கிக் கொடுத்தான்.

"இருக்கட்டும் முருகா." என்று ஒரு காலை சுவரில் பின்புறமாய் மடித்து வைத்து சுவரில் சாய்ந்து நின்றேன்.

"ஒருகால் ஊனி நிக்கக் கூடாதுண்ணே…"

துணுக்கென்றது எனக்கு, மடித்த காலை கீழே இறக்கிவிட்டேன்.

"என்னா முருகா… வீட்ல பாத்தாச்சா. எதும் தெரிதா?" நானே கேள்வியைத் துவக்கினேன்.

கையிலிருந்த 'வேர் முடிச்சை தண்டம்' எடுத்துப் பத்திரமாய், தனக்குப் பின்பக்கமாய் ஒதுக்கி வைத்துவிட்டு, "எதிர்பாத்த மாதிரி செய்வினை, எந்திரம் ஏதும் இருக்க மாதிரி ருசு இல்ல" என்று சொல்லிக்கொண்டே, வலது கையில் அணிந்திருந்த பித்தளைக் காப்பினை மேலே ஏற்றிக்கொண்டான்.

"அப்பன்னா வீட்ல ஏதுமில்லியா..." பெருத்த சந்தோஷமாக இருந்தது அம்மாவுக்கு. உடனடியாய்ப் பதில் தந்தான் முருகன். "அப்பிடிச் சொல்லலம்மா.. வீட்டுக்குள்ள எதும் பதிக்கல அவ்வளவுதா. ஆனா... ஒரு ஏவல் இருக்கு. அறிகுறிதே இன்னும் புலப்படல."

வீட்டுக்குள் நுழைகிறபோது, முன்புற ஸ்பிரிங் கேட்டில் மாட்டிக்கொண்ட அவனது கால் பெருவிரல், இன்னமும் வலியில் தெறித்துக் கொண்டிருந்தது.

"நாம ஆருக்கும் இன்னிய தேதி வரைக்கும், அநியாயம் பண்ணதில்லியே முருகா..." அம்மா புலம்பியபடி அவனுக்குக் காப்பி டம்ளரை நீட்டியது.

"நாம நெனைக்காட்டியும், நீங்க நல்லாயிருக்கறது... ஒரு சில நீச கண்ணுக்குப் பொறுக்காதில்ல." முருகன் அம்மாவைக் குழப்ப வழி பார்த்தான்.

"அப்படியெல்லாம் யாரும் இல்லியேப்பா."

"அதெல்லா நம்மனால இனங் காண முடியாதும்மா. தும்மல் வர்ர மூக்க, நம்மனால நேர பாக்க முடியுதா,..? நெறையா இருக்கும்மா"

"அதனாலதே எங்க கெழவி இம்சப் படுதா.?"

அம்மாவின் கேள்வியும் முருகனின் பதிலும், ஒரு புள்ளியில் வந்து சேருவதை என்னால் ஏற்க முடியவில்லை.

"எங்க குடும்பத்து மேல பொறாமப் பட்டவங்க, எங்க ஆயா வுக்கு எதுக்கப்பா துயரத்தக் குடுத்து ஏவி விடணும். லாஜிக்கே சரியில்லியே முருகா."

அப்பவும் அவன் தயங்கவில்லை. "யண்ணே.. நீங்க படிச்ச வங்க. ஒங்களுக்கு எல்லாமே தனித் தனியாத்தே தெரியும்." என்றவன். "இப்ப ஒங்க பாட்டியால் ஆருக்குத் துன்பம்?." என்று புன்முறுவல் பூத்தபடி, தன் கையிலிருந்த பித்தளைக் காப்பை மேலே ஏற்றி விட்டுக்கொண்டான்.

"இதே வார்த்தயத்தான சரவணன் சொன்னான். இது அவன் வார்த்தையா? இவன் வார்த்தையா?"

குழப்பம்தான் எஞ்சியது.

21

"ஒரு சந்தேகம் முருகா.." முருகனோடு கொஞ்சம் அளவலாவ வேண்டும் போலிருந்தது.

"கேள்...ணே..." என்றான்.

"கையில் போடுற காப்பு தங்கத்துல போடுவாக, வெள்ளில போடுவாக. செம்புல அதிகமா பாத்திருக்கேன். இதென்னா நீ போட்டுருக்கறது பித்தளமாதிரி தெரிதே.." என்றேன்.

காப்பியை வாய் வைத்து உறிஞ்சிக் கொண்டிருந்த முருகன், கேள்விக்கு உடனடியாய் தலையாட்டி ஆமோதித்தான். பதில் சொல்வதற்காக தம்ளரை ஒரே மூச்சில் கவிழ்த்து குடித்து முடித்தான்.

சரவணனும் அப்போதுதான் அதனைப் பார்ப்பதுபோல பாவனை செய்தான். அவனுக்கு விடை தெரியுமோ!?

காலி தம்ளரைக் கீழே வைக்க, இடம் தேடிய முருகனிடம் இருந்து, அம்மா வாங்கிக் கொண்டது. உடனே, "காப்பி வேணு மாப்பா" என்று என்னிடம் கேட்டது. நான் கை சைகையில் வேண்டாம் என மறுத்தேன்.

"செம்புக் காப்பும் ஒண்ணு வச்சுருக்....கேண்ணே...." கழுத்தில் தொங்கிய துண்டில் வாயைத் துடைத்தான். அப்படித் துடைத்த போது வந்து இறங்கிய காப்பைத் திருகி, மறுபடியும் முழங்கை நோக்கி ஏற்றி விட்டுக்கொண்டான். "யேனப்பா... செம்புக் காப்பு வச்சிருந்தும் போட்டு வரலன்னு

கேக்குறீக...? அப்பிடித்தான..." என்று அவனாக கேள்வியைக் கேட்டு வாங்கிக் கொண்டான்.

"அப்பிடியெல்லாமில்ல... சும்மா தெரிஞ்சுக்கத்தே." என்ன இருந்தாலும் தம்பியின் நண்பன். ஏதாவது ஒரு வார்த்தையில் காயமேற்பட்டுவிடக் கூடாது என்கிற எண்ணம் எழுந்தது.

"செம்புக் காப்புக்குப் பவர் கொஞ்சம் ஜாஸ்தி..ண்ணே..." என்றான்.

"சரி, சரி,..பித்தளைக்கு பவர் கம்மியா... அப்போ இரும்புக்கு?" என்றேன்.

"ஹ்..." என சமாளித்தவன், "இரும்பெல்லா போட மாட்டம்ண்ணே..."

"ஏன்?"

"எல்லாமே உரு ஏத்துறதுலதான் இருக்குண்ணே.. அது ஒரு கணக்கு. பித்தளன்னா ஒரு கணக்கு. செம்புன்னா ஒரு கணக்கு. அதுப் பிரகாரம் பூச போட்டு உரு ஏத்தி வச்சுக்கிருவம்...ணே. இந்த மாதிரி வெளிய காரியத்துக்கு வாரப்ப. 'அவன்ட்ட', மேலே கூரையை காண்பித்தான். "உத்தரவக் கேட்டு அவெ எதச் சொல்றானோ, அந்த ரூபத்த எடுத்து பூட்டிவிட்டு வர வேண்டியதே.."

"பூச போட்டு, சாமி உத்தரவுப்படி காப்பு போட்டு வருவீக ளாக்கும்."

"பின்ன? இதெல்லா சாதாரண காரியமா. அசந்தா ஆள முடிச்சுப்புடும்..ண்ணே. உத்தரவு குடுக்காம நாங்க வெளியேற முடியாது."

"வீட்லயே தனி ரூமெல்லா இருக்கா?"

"வீட்லயே தனியா பூச ரூம் வச்சிருக்காப்லல்ல," சரவணன் முருகனுக்காக வாய் திறந்தான். "நீ பார்த்ததில்லையா.." எனக் கேட்டான்.

"துடியான தெய்வத்த வீட்ல வக்க முடியுமா?..." அவர்களோடு இயைவதைப் போலப் பேசினேன்.

அதற்குப் பலன் இருந்தது. முருகனின் முகத்தில் பெருமிதம்

பொங்கியது. “நா… குடும்பத்த விட்டுட்டேன்ல..ணே” என்றான். தொடர்ந்து, “ஒன்ர வருசமாச்சு. இன்னிக்கு தெய்வத்தோட தெய்வமா கெடக்கே.. என்னிக்கி பிடிமண்ண எடுத்து வந்து வீட்ல வச்சனோ அப்பயே கணக்காயிருச்சு.”

“பிள்ளைக இல்லையேோ…?“ என்ற கேள்வி வாய்வரை வந்து திரும்பியது. அதனால்தானே முருகன், தெய்வத்தோடு தெய்வ மாய் உறைந்தது.

“பிடிமண் எடுத்து வந்து தனிப்பட்ட ஆளு அத சேவிக்க முடியுமா முருகா…” சரவணன் ஒருவித அச்சத்துடன் கேட்டான்.

“பங்காளிகதான் எடுத்துவந்து பொட்டி வசசு கும்பிடுவாங்க. அது வேற சரவணா, அதுல பவர் கெடைக்காது. தெரியுமா?.. எங்க பூர்வீகம் கும்பகோணத்தில இருக்குன்னு கேள்விப்பட்டு அங்கயே போய் எடுத்து வந்தேன்.”

“இது சரியா வருமா?”

“சரியா இருக்கப் போய்த்தான உசுரோட ஒலாவுரே… இல்லாட்டி இந்நேரம் அடிச்சுச் சாச்சிருக்குமே.”

முருகன் சொல்லிக் கொண்டிருக்கும் போது ஆயா, தனது இருப்பிடத்திலிருந்து உள்ளே வந்தது. கூட்டமாய் இருந்த எங்களைப் பார்த்து சற்றுத் தயங்கினாற் போல நின்றது. பிறகு எங்களின் மூச்சுக் காத்து படக்கூடாது என்பதைப் போல, ரொம்பவும் ஒதுங்கி மேற்குப் புறச் சுவரை ஒட்டி நடந்து அடுக் களைக்குள் நுழைந்தது.

வடச்சட்டியில வெண்டைக்காயை மதியச் சாப்பாட்டுக்காக வதக்கிக் கொண்டிருந்த அம்மா, ஆயாவின் வருகையால் அதிர்ச்சியடைந்தது. “இங்க… என்னா..?” என்றது.

ஆயா பதிலேதும் கூறாமல், அங்கேயும் சுவரைத் தடவியபடியே இருந்தது.

“ஆயா…யே… என்னா தேடுற…” அம்மா கத்திக் கேட்டது.

அதற்கும் பதில் சொல்லவில்லை ஆயா. ஆனால் அம்மாவின் சத்தத்தால் தன் தேடுதலை அங்கே நிறுத்திவிட்டு, நாங்கள் உட்கார்ந்திருந்த அறைக்கு மறுபடி வந்து, சுவரைத்

தடவியபடியே மூலையில் வந்து நின்றது.

அங்கிருந்துதான் கிழக்குப்புறச் சுவரின் சன்னலோரமாய் நீள மர பெஞ்ச் போடப்பட்டிருந்தது. அதில்தான் சரவணனும், முருகனும் உட்கார்ந்திருந்தார்கள்.

ஆயாவின் வருகையால், எங்களது பேச்சு முற்றிலுமாய் நின்று போனது. மூணு பேருமே ஆயாவின் நடவடிக்கைகளையே பார்த்துக் கொண்டிருந்தோம்.

"என்னாயா... தேடுற.." சரவணன் பொறுமை இழந்து கேட்டான்.

அந்த அதட்டலில் துணுக்குற்ற ஆயா, சட்டென, அவனருகே பெஞ்சில் உட்கார்ந்தது. ஆனாலும், கைகள் சுவரையும், பெஞ்சின் விளிம்பையும் துழாவியபடியே இருந்தன.

"ஒண்ணுமில்லய்யா. வேலைக்கிப் போலியா..." குழைவாய் கேட்டபடி, ஒரு கை சரவணனது தோள் பட்டையை வருடிக் கொண்டிருக்க, வலது கை அவனுக்குப் பின்புறமாய், சன்னலின் விளிம்பைத் தடவியது. சன்னலில் முருகன் சாத்தி வைத்திருந்த வேர்முண்டு, ஆயாவின் கைக்கு அகப்பட அதனை எடுத்துக் கொண்டு எழுந்தது.

உடனே முருகன் விருட்டென எழுந்தான். தனது பதவியே பறிபோனது போல அதிர்ந்தான்.

"பாட்டி... அது என்னது. சாமி பெரம்பு..." கை நீட்டிக் கேட்டான்.

சரவணனும் எழுந்தான். "அது எதுக்கு ஒனக்கு?" ஆயாவின் கையிலிருந்த பிரம்பைப் பிடுங்கலானான். ஆயா வலுவாய்ப் பிடித்துக் கொண்டிருந்தது.

"இது என்னோட ஊனு கம்பு ராசா. இதத்தே இம்புட்டு நேரமா தேடுனே..." சாதாரணமாகச் சொல்லியபடி மறுபடி பெஞ்சில் உட்கார்ந்தது.

"நாசமாப் போச்சு.." என்று புலம்பிய அம்மா, "இன்னிக்கி பகல்லயே கச்சேரிய கூட்டியாச்சா" என்று முகம் சுருங்கியபடி ஆயாவிடம் வந்தது. "ந்தா... ஆயா. எதுக்கு ஒனக்கு...குடுத்துரு

அத." அம்மாவும் பிரம்பைத் தொட, ஆயா இரண்டு கைகளாலும் அதைக் கெட்டியாய்ப் பற்றிக் கொண்டது.

"இல்லம்மா...மூக்குப் பொடி தீந்து போச்சு. கடைக்குப் போகணும். ஊணுகம்பத் தேடுனா, இங்கன கெடக்கு. இத யாரு கொணாந்து போட்டாங்க." எந்தப் பதட்டமும் இல்லாமல் ஆயா பேசியது.

அம்மாவுக்குக் கோபம் அதிகரிக்கத் தொடங்கியது. அடுப்பு வேலை வேறு கிடக்கிறது. "லே, சரவணா அந்த குச்சியத் தேடிப் பிடிடா. கடவுளே, இப்பிடி பகல்லயே நெகாத் தெரியாமத் திரிய ஆரம்பிச்சிட்டாளே. என்னன்டு சொல்ல.." குரலில் அழுகையின் சாயல் தெரிந்தது.

சரவணன் நகர்ந்ததும், முருகன் நேரடியாய் ஆயாவிடமிருந்து தனது பிரம்பை மீட்கத் தயாரானான். ஆயா, அவனது பிரம்பைத் தொட்டதுமே முருகனுக்கு உடல் நடுக்கம் காணலா யிற்று. கண்கள் லேசாய் சிவக்கலாயின.

உடனே ஆயா அவனைப் பார்த்து "யேய்... ஏங் கம்ப தொடாதேடா" என அதட்டியது.

அது முருகனை மேலும் பாதிக்கலாயிற்று. பற்களை நறநறவெனக் கடிக்கலானான். சாமி ஆடப் போகிறானோ? சட்டென ஏதோ ஒரு உந்துதலில் நான், ஆயாவுக்கும் முருகனுக்கும் இடையில் புகுந்தேன். முருகனின் தோளைப் பிடித்து உலுக்கி "பொறு முருகா, ஆயாட்டருந்து பிரம்ப நான் வாங்கித் தாரேன்" என்று அவனது ஒருமுக கவனத்தைச் சிதறடித்தேன். உடலின் நடுக்கம் சற்றுக் குறையலானது.

"ஆயா, இது ஒன்னது இல்ல. சிறுசா இருக்கு பாரு. ஓங்கம்பு பெரிசு. நீளமா இருக்கும். இத கீழ வச்சு ஊண்டி நடக்கப் பத்தாது. பாருமே..." என ஆயாவையும் அலைக்கழிக்க முயற்சித்தேன்.

ஆயா அப்போதுதான் குச்சியின் நீளத்தைச் சரிபார்த்தது.

"ஆமா,. தேஞ்ச போச்சு போல.." சொல்லிய பிறகும் அதை மேலும் கீழும், கீழும் மேலுமாய், திருப்பித் திருப்பிப் பார்த்தது. "ஆரு சாமி இத ஒடிச்சது?"

அதற்குள் சரவணன் ஆயாவின் ஊன்று கோலைத் தேடி

எடுத்துவந்து விட்டான்.

அப்போது முருகன், "ஓய்ய்ய்.." என ஓங்காரமாய் சத்தமிட்டு, உடல் நடுக்கத்தை ஒரு உதறலுடன் நிறுத்திக்கொண்டான். ஆயா குச்சியை மாற்றிக்கொண்டது.

முருகன் சப்தம் எழும்பிய வேளையில் அப்பாவும் வீட்டுக்குள் பிரவேசித்தார். ஒரு வினாடி உறைந்துபோன அப்பா, அனை வரையும் ஒரு சுற்று நோட்டம் விட்டார். எதிர்பாராத அந்த கணம் எல்லோரையுமே செயலற்றவர்களாக்கியது.

அப்பா முதலில் விடுபட்டு உள் வீட்டினுள் போக, ஆயா தானாகவே தனது ஊன்றுகோலுடன் இருப்பிடம் சென்றது. அம்மா முகத்தில் அடர்ந்த வேதனையுடன் அடுக்களைக்குள் புகுந்தது. சரவணனும் முருகனும் விடைபெற்று வெளியேறினார்கள்.

நான் அம்மாவின் உள் அறைக்குச் சென்றபோது அங்கே அப்பா, அம்மாவிடம் இப்படிச் சொல்லிக்கொண்டிருந்தார்.

"இதுக்கு மேல தாங்க முடியாது. ஒண்ணு... ஓங்காயாவெ ஆஸ்பத்திரியில சேக்கப் பாரு. இல்ல, ஆஸ்ரமம், அவங்க சொந்த பந்தம், தாயாதிகாரவங்களைக் கூப்பிட்டு, கூட அனுப்பிச்சு விட ஏற்பாடு பண்ணு..."

22

ஊரிலிருந்து மறுபடியும் தனம் வந்திருந்தது. முழுக்க முழுக்க அப்பாவின் மகளாய்— செயல்வடிவம் பெற்றிருந்தது. அதற்கு ஒப்ப ஆயாவின் நடவடிக்கையும் வித்தியாசப்பட்டது. தூரத்தில் கட்டிக்கொடுத்த பேத்தி என்ற வாஞ்சை, ஆயாவுக்கு தனத்தின் மேல் எப்போதுமே உண்டு. தனம் ஊரிலிருந்து என்றைக்கு வந்தாலும், அது வீட்டுக்குள் நுழைந்த கணத்திலிருந்து ஊருக்குக் கிளம்பும் நிமிஷம் வரைக்கும் வைத்த கண் மாறாமல் பார்த்துக்கொண்டே இருக்கும்.

தனத்தின் மாறுகிற முகபாவம், அதனிடம் மெருகேறி இருக்கிற அல்லது குறைந்திருக்கிற உடல்வாகு, அணிந்திருக்கிற நகை வகையறாக்கள், உடுத்தி இருக்கும் துணிமணி, சிரிக்கிற சிரிப்பில் கூட, ஆயாவால் பேத்தியின் உள இருப்பை அறிந்துகொள்ள முடியுமென்பது அவர்களிருவரது உரையாடலில் இருந்து உணர முடியும்.

ஒருமுறை இதே போலத் தனம் வந்திருந்தபோது, வழக்கம் போல உரையாடல் நடந்து கொண்டிருக்கிறது. ஆயாவும் தனது இடத்தை மீறாமல், கதவு நிலைப் பக்கமாய், உட்கார்ந்து கொண்டு பேத்தியாளை ரசித்துக்கொண்டிருந்தது. எப்பவும் போல அம்மாவும், “வாசல மறிச்சு ஒக்காராட்டி, உள்ளாற வர வேண்டிதான, எப்பப் பாரு, .. சொல்லிச் சொல்லியே எனக்கு ஆயுசும் கடந்துரும்போல..” எனச் சொன்னது.

“என்னைக்காச்சும் எங்க ஆயா எல்லயத் தாண்டி வந்துருக்கா. வேலி தாண்டாத வெள்ளாடு...” எனப்

பரிகாசமாய்ச் சொல்லிச் சிரித்தது தனம்.

ஆயா வழக்கம் போல புன்முறுவலித்தபடி, "என்னா கண்ணு, பல்லுப் பூராம் கார புடிச்சுப் போய்க் கெடக்கு...தண்ணி சேரலியா?" எனக் கேட்டது.

எல்லோருக்கும் ஆச்சரியம். 'பாருடி கெழவிக்கு இருக்க வெளிச்சத்த,, இம்புட்டுத் தூரத்திலருந்து காரப் பல்லு, கோரப் பல்லு எல்லாம் கண்டு பிடிச்சிருச்சே..." நாகேஸ்வரி சீண்டியது. அவளைத் தவிர வசந்தா சித்தி, புஷ்பம் அத்தை, இன்னும் பலர் உட்காரந்திருந்தார்கள்.

"பேத்தியாள உப்புத்தண்ணி, ஒவரு நெலத்துல கட்டிக்குடுத்தா பல்லு மஞ்சளாத்தே மாறும்..." புஷ்பம் அத்தை.

தனத்துக்கும் உடனே, தனது உடல் குறித்த கிலேசம் ஏற்பட்டு விட்டது. அதுவரை இருந்த கலகலப்பு மாறி அம்மா விடம், "ஏம்மா, பல்லு மஞ்சளாவா இருக்கு,," கலக்கத்துடன் கேட்டது.

அம்மா நேரடியாய்ப் பதிலளிக்கவில்லை. 'ஊர் மாறி வாரப்ப ஒடம்பும் கொஞ்சம் மாறும்ல. நம்ம புஷ்ப அத்தையவே எடுத்துக்க. கட்டிக்குடுத்த புதுசுல, கே.ஆர். விசயா மாதிரி கட்டு செட்டா ஒடம்பும், மொக லட்சணமும் உள்ள பொம்பளதே. ரெண்டு வர்சத்துக்கு ஒருக்கா, மூணு வருசத்துக்கு ஒருக்கா, ஊர் ஊரா மாறி மாறி, இப்பப் பாத்தீல்ல... முடியெல்லாங் கொட்டி கண்ணுப்பட்டயெல்லாங் கெடங்கு விழுந்து போச்சுல்ல. அப்படி ஒவ்வொரு ஒடம்பு வாகு... சரியாப் போகும்." என்றது.

'நாந்தே உதாரணத்துக்கு வாச்சேனா?.." என்றது அத்தை. அத்தை மறுபடியும் கே.ஆர்.விஜயாவாக இருக்கக் கண்ட தனத்திற்கு ஒரு ஆறுதல் கிடைத்தது.

'ஆமாம்மா,.. எனக்கும் அப்பிடித்தே. அங்க போன புதுசுல தலவழியா தண்ணிய ஊத்துனா, முடி பூராவும் அப்படியே கொத்துக் கொத்தா சீப்புல வரும். பயந்தே போயிட்டேன். அப்பறம் எங்க நாத்தனார்தே, தலைக்கு மட்டும் நல்ல தண்ணி ஊத்திக்க தனம்னு டேங்குத் தண்ணிய புடிச்சுக் குடுத்துச்சு."

'டேங்கு தண்ணின்னா..." கனகு சித்தி ஒரு கரைதலுடன்

கேட்டது.

‘நம்ம ஊர்ல வார நல்ல தண்ணி மாதிரி, அவக ஊர்ல நல்ல தண்ணிக்குத் தனி பைப்லைன்லாம் கிடையாது. நேரடியா வாட்டர் டேங்குலருந்து, லாரில புடிச்சுக் கொண்டு வந்து, தெருத் தெருவா சப்ள பண்ணவாங்க. குடிக்க மட்டு நாலு கொடம் கெடைக்கும். மத்த பொழக்கத்துக்கு எல்லாம் போர்ல வார உப்புத் தண்ணிதே.” அம்மா நீண்ட விளக்கம் அளித்தது.

‘டேங்குல புடிச்சுட்டு வார தண்ணியா?”

‘பல்லும் கூட ஆயா சொன்ன மாதிரி, லேசா பழுப்பு அடிச்சுத்தே தெரிது. ஏம்மா..” இன்னும் மருகிக் கேட்டது தனம்.

‘மனுச ஒடம்பு என்னா அடிச்சு வச்ச செலயா... வரஞ்ச ஓவியமா. அப்படியே மங்காம இருக்க. அதிலயும் கூட காலப் போக்குல அழுக்குப் பிடிச்சு நெறம் மாறித்தான போகுது. கொமரீல உடம்பு கிண்ணுன்னு இருந்துச்சுன்னா,.. அடுத்த வீடு போயி, அங்க ஒரு பொழக்கம் வந்து புள்ளயப் பெத்த பெறகு...பல்லுப் போச்சு. பவுசு கொறையுது அப்படின்னு பேசற தெல்லாம், ஓவரா தெரியல.’ வசந்தா சித்தி தனது கீச்சுக்குரலில் எல்லோருக்குமான பொதுவான தீர்ப்பைச் சொன்னது. ஆனாலும் தனத்துக்கு ஆயாவின் அங்கலாய்ப்பு உறுத்திக் கொண்டே இருந்தது.

‘ஒரு வேள, காலைல மாதிரி ராத்திரிக்கும் பல்லு விளக்குனா. கார மாறலாம்ல. ரெண்டு நேரம் தேய்ச்சா.”

‘பேசாம ஒங்க ஆயாகிட்ட சொல்லி, அது தேய்க்கிற ‘பேஸ்ட்’ட நீயும் கொஞ்சம் வாங்கிட்டுப் போயி, காலையில எந்திரிச்சதும் வாசப்படில சம்மணம் போட்டு ஒக்காந்து தெக்கயும் வடக்கயுமா வாய்க்குள்ள வெரல விட்டு ஆட்டு..” நாகேஸ்வரி இதுதான் சாக்கு என்று தனத்தை வாரினாள்.

அம்மா, ஆயா உட்பட அத்தனை பேருமே சிரித்தார்கள். ஆயாவின் பல்தேய்க்கும் விசேசம், தெருவில் பிரசித்தமானது.

ஆயா கடையில் விற்கும் பல்பொடியை உபயோகிக்காது. நெல் உமி கொஞ்சம் எடுத்து வந்து, ஒரு மண் சட்டியில் போட்டுத் தீ வளர்த்து சாம்பலாக்கும். அதுவும் கூட முக்கால்

வேக்காடுதான். சாம்பலைத் தொட்டால் விரலில் தைக்க வேண்டும். அதை அப்படியே உரலில் போட்டு கைப்பிடி உப்புசேர்த்து, பதனமாய் உலக்கை கொண்டு குத்தி, பெருங்கண் சல்லடையில் போட்டுச் சலித்து, ஒரு டப்பாவில் அடைத்து வைத்துக் கொள்ளும். அதைத்தான் காலையில் எழுந்ததும் கொஞ்சம் அள்ளி வாய்க்குள் போட்டு அதக்கிக் கொண்டு, விரலை விட்டு உள்ளும் புறமும் தேய்க்க, வீட்டில் பாத்திரம் விளக்குகிற அழுத்தம் பல்லில் தெறிக்கும். கடவாயெல்லாம் கருப்பு மசி வழிய...தெருவே வேடிக்கையாய்ப் பார்க்கும்.

அதே போலவே தனத்தின் ஒவ்வொரு வருகையின் போதும், ஆயாவின் விசாரிப்பு விதவிதமாய் இருக்கும். அதில் தாய்மையும், கரிசனமும், கருணையும் கலந்திருக்கும்.

கடந்த பதினைந்து வருடங்களில் இன்றைக்குத்தான் பேத்தியைக் கண்டுகொள்ளாத ஒருபோக்கு தெரிந்தது. இல்லாவிட்டால் வாசலில் காலடி வைத்ததுமே, 'வா கண்ணு...' என்றோ, 'வாடா' எனவோ,'ஏ பொன்னுப் பிள்ள...!' என்றோ குடும்பத்தில் முதல் ஆளாய் வரவேற்கும். அதைத் தனம், அவர்கள் ஊரில் பெருமையாய்ச் சொல்லிக்கொள்ளும். 'எங்க ஆயா... கண்ண மூடிக்கிட்டே கெடந்தாலும் வாசனையை வச்சே என்னிய வாடி ராசாத்தின்னு கண்டுபிடிச்சுக் கூப்பிடும்.'

அன்று, தனம் வீட்டினுள் நுழைகிறபோது கண் திறந்தபடியே தான் ஆயா வீட்டில் உட்கார்ந்திருந்தது. அதுவும் தவிர, தனமே வழியப் போய், 'என்னா ஆயா... என்னா செய்ற...' என்று விசாரிக் கவும் செய்தது. ஆயாவின் கண்களில் இமை ஆடிக்கொண்டுதான் இருந்தது. உடலசைவில் ஒரு பதற்றமும், விரைப்புத் தன்மையும் மிகுந்திருந்தது.

ஆயாவின் பாராமுகம் தனத்துக்கு, மனசில் கலக்கத்தை உண்டு பண்ணியது. "யேம்மா... இப்பிடி..." கிசுகிசுப்பாகத்தான் அம்மாவிடம் பேச முடிந்தது.

"விதி"

அம்மா ஒரு சொல்லில் முடித்துவிட்டு, தனத்தின் திடீர் வருகை குறித்தும், மகள் வீட்டில் ரூீ மருமகன். பேரப் பிள்ளைகளின் நலம் குறித்தும் பரபரப்பாக விசாரித்தது. மதுரையில் எந்த பிரச்சனையும் இல்லை என்றும், அப்பாதான்

மருமகனிடம் போனில் பேசி, தன்னை அனுப்பி வைக்கக் கோரியதாகவும் தனம் சொன்னது.

“மாமியாளோட சேந்துக்கிட்டு இந்த மனுசனுக்கும் மதி கெட்டுப்போச்சா. ஒன்னிய எதுக்கு வரச் சொன்னாரு.. நாங்க படுற லோலு பத்தாதுன்னு ஒன்னயும் வந்து ஒறக்கம் கெட்டு நிக்கச் சொல்றாரா...”

“சொல்லலியா...? ஆயாவ ஆஸ்பத்திரில சேக்கப் போறோம். ஊடமாட வந்து ஒத்தாசையா இருன்னு சொன்னாரு...”

காலைச் சாப்பாட்டுக்குப் பிந்தி வந்ததால், சரவணன் தனத்திற்கு டிபன் வாங்கி வர, அய்யர் கடைக்குப் போயிருந்தான். இட்லியும், கேசரியும், உளுந்தவடையும் மட்டுமே இருந்ததாகச் சொல்லி, வாங்கி வந்திருந்தான். காப்பி மட்டும் அம்மா போட்டுத் தந்தது.

தனம் சொன்ன சேதியில், எல்லாருக்கும் காப்பி விக்கியது. “யார்ட்ட சொன்னாராம்.?” அம்மா கேட்டது. எனக்கு என்னவோ அதுதான் முழுத் தீர்வாகப் பட்டது.

அம்மாவுக்கு வழக்கம் போல, பணக் கவலை பிறந்துவிட்டது. “காலம் போன கடசீல, இந்தப் பாவத்த ஆஸ்பத்திரிலதேஞ் சேக்கணுமா? அவக என்னத்த செய்யப் போறாக?” குளுக் கோஸ் பாட்டலு ரெண்டு ஏத்தி டெஸ்ட்டுக்கு அனுப்புவாக, ஆட்டாவ வச்சு அங்கயும், இங்கியுமா அலயவச்சு வியாதி ஒண்ணுமில்ல சத்தான ஆகாரம் குடுங்கன்னு சொல்லிட்டு பத்தாயிரம் பன்னண்டாயிரம் புடுங்கப் போறாங்க....” என்றது.

“மதுரைல இருக்க ஒனக்குத் தகவல் தெரிஞ்சிருக்கு. எங்ககிட்டக்க ஒரு வாத்த சொல்லக் காணமே..” என்று வேக மெடுத்துப் பேசிய சரவணன், “அப்ப நாங்களெல்லாஆகாத ஆள்களா...தேவ இல்லியா?“ என்று கேள்வி எழுப்பியவன், “ஏண்ணே, ஒங்கிட்டயாச்சும் சொன்னாரா?.” என்றான்.

நானும், “இல்லை“ என்றே தலையாட்டினேன்.

“யேம்மா. இவரு..” மறுபடி அப்பாவின் மீது குற்றத்தின் அஸ்திரத்தை எய்தபோது அம்மா லாவகமாகத் தட்டி விட்டது. “யே. பெரியவனே. பொர்றா..!. என்னா ஏதுன்னு வெசாரிக்காம சரிசரின்னு பேசுவ. ஆஸ்பத்திரின்னு பேசுனதால ஊடமாட தொனக்கி இருக்கட்டுமேன்னு

மகளுக்குச் சொல்லி விட்டுருப்பாப்ல..” என முடித்தது.

“அவர யாரு ஆஸ்பத்திரிக்குப் போகச் சொன்னது. நாந்தே குறி பாத்து, ஒரு கட்டு கட்டிப்புடலாம்னு வேலய பாத்துட்டு இருக்கேன்ல. அவெ இன்னிக்கி ராத்திரி பூசய ஆரம்பிக்கிறானே.”

தனத்துக்கு சரவணனின் பேச்சு விளங்கவில்லை. அம்மா முருகதாசன் வந்து போனதைச் சொன்னது. “சின்னதுக்கு ஏன் இப்பிடி புத்தி சாமியார்த்தனமா மாறுது...’ நேரடியாகவே கேட்டது.

“ரகள..” சரவணன் தனத்தை முறைத்தான்.

“கோடாங்கி, குறி பாக்கணும்னு எவ்வளவு பெரிய ஆள்களெல்லா எந்தெந்த ஊர்லருந்து வாராகன்னு ஒனக்குத் தெரியுமா? ஐ.ஏ.எஸ். கலெக்டர்லருந்து மந்திரி வரைக்கும் ஆயிரம், லெட்சம்னு செலவழிச்சு அவனக் கூட்டிட்டுப்போறாங்க. எதோ பழகுன பழக்கத்துல நம்ம வீட்டுக்கு வாரான்னா... ரொம்பவும் லேசாப் பேசுறீங்களே.”

இது, மிகப்பெரிய வில்லங்கமான இடத்துக்குக் கொண்டு போய்விடலாம் என்று உள்மனம் சொன்னது எனக்கு. குறுக்கே புகுந்து இந்த விவாதத்தை கலைக்க வேண்டும் எனத் தோன்றியது. ஆயாவை முன்னிட்டு ஒரு பிரிவு நிகழ வேண்டாம்.

“டே சரவணா! பொறு... ஒரு நிமிசம் தனிவாப் பேசு. ஒரு பிரச்சன வந்துருச்சுன்னா. நோய்க்கும் பாரு பேய்க்கும் பாருன்னு சொல்லுவாங்க. அது நம்ம வீட்ல ரெண்டு பக்கமுமே தானா நடக்குது. ரெண்டுமே நடக்கட்டுமே. எதுல தீந்தாலும் நல்லதுதான. அப்பா தன் வழில ஆஸ்பத்திரிக்கிப் போகட்டும். நீ... ஒன் வழில வேலயப் பாரு. எல்லாருமே ஆயாவுக்குத்தான மெனக்கிடுறம். என்னா தனம்...?” என பேச்சைத் திசை மாற்றினேன்.

“சரித்தேண்ணே..” என்ற தனம். “ஆனா.. உடுக்க அடிக்கிற தெல்லா அப்பா வீட்ல ஒத்துக்கமாட்டாரு. அவருகிட்ட சிக்கலாயிடும். அதனால நீ சொல்ற மாதிரி, அதது நடக்கட்டும். எங்குட்டோ ஆயா பழயபடி எந்திருச்சு வந்திட்டா சரித்தான். எங்க வீட்ல வேற பெரிய பிள்ளைக்குத்

தாவணி போடனும்னு பேசினாரு. இந்த நேரத்தில இப்பிடி ஒரு சங்கடம் மறிச்சு நிக்கிறது எல்லாருக்கும் வருத்தந்தே..” பேச்சோடு பேச்சாய் அது ஒரு கல்லெடுத்து எறிந்தது.

“ச்சீ.. வயசாயிடுச்சின்னா இப்படிச் சீப்படக்குடாது. சடார்னு ரெண்டு அரளி வெதயக் கூட நையிநையின்னு மென்டு செத்துரணும். எல்லாருக்கும் எம்புட்டுப் பாடு...” அம்மா தலையைப் பிடித்துக் கொண்டு புலம்பியது.

“இப்பத்தே வந்தியா கண்ணு.. பிள்ளீகளக் கூட்டிவாரேன்ன வரலியா. கண்ணுக்குள்ளியே நிக்கிதுக..’ யாரும் எதிர்பாராத திருப்பமாய், ஆயா வீட்டுக்குள் பிரவேசித்து தனத்தின் தலையை வருடிக் கொடுத்தது.

தனம் விக்கித்துப் போய்க் கலங்கிய கண்களோடு ஆயாவை ஏறிட்டுப் பார்க்க, ஆயா அசைந்து அசைந்து அடுக்களைக்குள் நுழையப்போனது.

சடாரென சுதாரித்த அம்மா வேகமாய் ஆயாவைப் பிடித்தது. “அங்க என்னாத்துக்குப் போற?. என்னா வேணும்...” என அதட்டலாய்க் கேட்டது.

ஆயா அம்மாவின் சொல்லுக்கு கட்டுப்பட்டது போல நின்றது. “ஒருவா தண்ணி குடு...தொண்டையெல்லா காஞ்சு போச்சு” எனக் கேட்டு அடுக்களையின் வாசலிலேயே நின்றுகொண்டது.

அம்மா தண்ணீர் கொண்டுவர, வாங்கிக் குடித்துவிட்டு தம்ளரை எறிந்துவிட்டு திரும்பி நடந்தது ஆயா.

23

வழக்கம் போல, அந்தப் பஞ்சாயத்துக்கும் சனம் அவ்வளவாகக் கூடவில்லையாம். பொதுவாகவே சமுதாயத் திருவிழா, கட்டமொய் காரியம் இவற்றுக்குத்தான் கூட்டம் நிற்கும். திருவிழாக் காலத்தில் பெரும்பாலும் வேலை குறைந்திருக்கும். வெட்டைக் காலத்தில் காத்துவாங்க வந்தவர்களும், காலம் போக்க வந்தவர்களுமாக சாவடி கொள்ளாமல் இருப்பார்கள். இதில் விழாக்கால சந்தாக்களும், சாவடியின் மூலைமூலைக்கு மூணுபேர் நாலுபேர் மேசை ஒன்றை போட்டுக் கொண்டு கொடுக்கல் வாங்கல் நடத்திக் கொண்டு இருப்பார்கள்.

இதையெல்லாம் மீறித்தான் பஞ்சாயத்துகள் நடக்கும். வீடுவீடாய்ப் போய், தோட்டி ஊர் சொல்லிக் கூட்டம் சேர்க்க வேண்டும். ஆள் வராவிட்டால் ஊர் சொல்லியின் தலையில் விழும் பழி. 'வீடு சொல்ல வர மாட்டேங்குறான் என்பார்கள்'. எந்தப் பஞ்சாயத்துக்கும் எல்லா சனங்களும் வருவதில்லை. பிரச்சனைக்கு ஆளாகிற குடும்பங்களின் சொந்த பந்தங்கள் மட்டுமே 'வந்து தொலையிறம்' என்று வலுக்கட்டாயமாக வருவதுண்டு. அதிலும் கூட 'நாளை பின்ன நம்ம வீட்டுப் பிரச்சனைக்கு நாலுசனம் வரணுமே" என்கிற தொலை நோக்குப் பார்வையும் அதில் அடங்கி இருக்கும்.

காதல் பிரச்சனை என்றால், இளவட்டங்களாய் ஒரு செட் சேர்ந்துவிடுவார்கள். பெரியாள்கள் முரண்டு பண்ணினாலும், கூட்டத்தில் 'ஓ' போட்டே ஜோடியைச் சேர்த்து வைத்துவிடு வார்கள். இந்த களேபரத்தில், சில சமயம் பொருந்தா மணமும்

கூட நடந்தேறிவிடுவது உண்டு.

'லே... அவுக ரெண்டு பேரும் தாயாதிக்காரவுகப்பா, மொற ஒட்டாது...' என்று இரண்டு பேரின் கிளை பார்த்து, குலம் தேடிப் பெருசுகள் அப்படியான, அடாத செயல்களைப் பிரித்து வைக்க முயன்றாலும், வாலன்டரி செட்டுச் சரியாக அமைந்துவிட்டால், 'படுத்து எந்திரிச்சா மொறமக்காரக ஆயிருவாங்க பெர்சேய்' என்று எகத்தாளமாகவும், சில காரியங்கள் அரங்கேறுவதும் உண்டு. 'மனசுக்குப் பிடிச்சுப் போச்சுன்னா, மறுபேச்சு எழும்பக்கூடாது.' என்பதே இளவட்டங்களின் எழுதாத சித்தாந்தம். அதே சமயம், மனசு ஒப்பாத ஜோடியையும், ஒரே நாளில் தனித்தனியே பிரிந்து போகவும் அனுமதிப்பதும் உண்டு. இந்த தர்ம நியாயங்களை மீறி சில துரோக காரியங்களும் நடப்பது உண்டு.

அன்றைய தினத்தில், அதுபோல ஒரு துரோக பிரச்சனை ஒன்று, பஞ்சாயத்துக்கு வந்தது. கிழக்குத் தெரு ஏகாலி வீட்டுப் பஞ்சாயத்து.

ஊருக்குள் மொத்தம் பத்துப் பன்னிரண்டு வீடுகள்தான் ஏகாலிகளுக்கு. இதில் மேலத் தெருவுக்குத் துவைப்பவர்கள் ஏழெட்டுக் குடும்பமும், மீதிப்பேர் இந்தத் தெருவுக்குமான பண்ணயம் பாடு.

மேலத்தெருத் துணிகளைத் துவைப்பதற்கு ஈஸ்வரன் கோயிலுக்குக் கீழ்ப்புறமாய் வெள்ளாவி போட்டு, அங்கேயே வரிசையாய் துவைகல் நட்டிருப்பார்கள். அவர்களுக்கு வீடு தேரிமேட்டில் வைக்கப்பட்டிருந்த்து. ஏழெட்டுக் குடும்பங்களும் கழுதைகளோடு காலம் கழித்தனர். கீழத்தெருத் துணிகளைத் துவைப்பதற்கு, பொட்டியம்மன் கோயிலுக்கு வடக்கே தடுப்பணையின் கீழ்ப்படியில் கிடந்த ஒடுக்கத்தில் துவைகல் போட்டிருந்தார்கள். அவர்களுக்கு வெள்ளாவியெல்லாம் கிடையாது. தேவைப்பட்டால் உவர் மண் எடுத்துவந்து விட்டுக்குப் பின்புறம் அடுப்புக் கூட்டி, துணிகளை வேகவைத்துக்கொள்ள வேண்டும். பெரும்பாலும் அங்கே வெள்ளாவி அடுப்புக் கூட்டு வதில்லை. உவர் மண் வெளுப்பே பிரமாதமென இருந்தார்கள். அந்த வசதி கூட சமீப காலமாகத்தான். அதுவரை கீழத் தெருவுக்கு ஏகாலியே கிடையாது.

பிச்சையும் சுப்புவும் தகப்பன் – பிள்ளை – அந்தத் தெருவில்

துணி எடுத்து, வாரத்துக்கு ஒருநாள் ஆத்துக்குப் போவார்கள். மீதிநாளில் தெரு ஆட்களோடு சேர்ந்து சம்சாரிகளின் வீட்டு வேலை, காட்டு வேலைகளும் பார்ப்பது வழக்கம். சுப்பு மந்தம் பிடிச்சது போல, அப்பனுக்கு ஒத்தாசையாய் எடுபிடியாய்ச் சொன்னதை மட்டுமே செய்பவனாய்த் திரிந்தான். 'ரா' கஞ்சி வாங்கக் கூட போக மாட்டான்.

'பத்து வீட்டுக் கஞ்சீல்ல. அப்பிடித்தானப்பா...!' மந்துன்னு இருக்கும்." என்று சம்சாரிகள் சுப்புவைக் கேலி செய்வதுண்டு.

சுப்புவுக்கு சரசுவைக் கலியாணம் செய்து வைத்தார்கள். என்னதான் மந்தாரமாயிருந்தாலும் பொண்டாட்டி வந்தால், பொறுப்பு கூடும் என்பது பிச்சையின் கணக்கு. அது ஓரளவுக்குப் பலித்தது. ஒரே இடத்தில் மந்தென நின்றவன் சரசுவின் சொல்லுக்காக, அசைந்து கொடுத்தான். அவனை வேலை வாங்க, சரசுவும் ஆத்துக்குப் போக வேண்டியிருந்தது. அவள் கரையில் உட்கார்ந்து, துணி பிரித்துக் கொடுப்பாள். வெளுத்துப் போட்ட உருப்படிகளைக் காயப் போடுவாள். காய்ந்த உருப்படிகளை மணல் உதறி மடித்துத் தருவாள். மற்ற வேலைகளை சுப்புவும், பிச்சையும் பகிர்ந்து கொண்டார்கள். வீட்டுக்கு வந்தால், பிச்சைக்கு ஒண்ட இடம் கிடைக்காது. அது பகலோ இரவோ, வாசலிலேதான் குத்தவைக்க வேண்டி இருந்தது.

சின்னஞ்சிறுசுகள், புதுக்கருக்கு – பொண்டாட்டி கிறுக்கு என்று சாவடியில் வந்து படுக்கையைப் போட்டார் பிச்சை. அது, வருசம் கழிஞ்சும், குறையவில்லை. சரசுவுக்கும் கரு பலமுறை கூடிக் கலைந்தது. எல்லாரும் சுப்புவைப் பரிகசித்தார்கள். 'கொஞ்ச நேரமாச்சும் ரெஸ்ட்டு விட்டாத்தான...' என்றார்கள்.

ஒருவழியாய் அந்த வருசச் சித்திரையில் சரசு கருவுற்றாள். மூன்று மாதமும் குளியல் தேதி தப்பிக் கடந்த பிறகுதான் உறுதிப்படுத்தினாள். அந்தத் தேதியிலிருந்து அவள் ஆத்துக்குப் போவதை நிறுத்திக் கொண்டாள். வீட்டில் இருந்தபடியே வெளுத்து வந்த துணிகளுக்குக் குறிபோட்டு – வீடு பிரிப்பது, சமயத்தில் பெட்டிக்கு காங்கை ஏற்றித், தேய்த்து – அடுக்கி வைப்பதுமாய், தனது வேலைத் தன்மைகளை மாற்றிக்கொண்டாள்.

அஞ்சாம் மாசம் பல சோறு கட்டிவந்து, சரசுவுக்கு வளையல் போட்டார்கள். ஏழாம் மாசம் ஏழுவகைச் சோறு

ஆக்கி, எல்லாரையும் அழைத்துப் பந்தி வைத்தார்கள். மாட்டுவண்டி பூட்டிச் சரசுவை தாய்வீடு கூட்டிச் சென்றனர். சரசு வண்டியில் ஏறி உட்கார்ந்ததும் சுப்புவுக்குக் கண்ணீர் தளும்பிவிட்டது. சாமி கும்பிடு, திருவிழா என இரண்டு நாள் விசேசத்துக்கு சரசு ஊருக்குப் போனால், சுப்புவும் சேர்ந்து போய், சரசுவுடன் சேர்ந்து வருவான்.

இந்த முறை அவனை உடன் போகக்கூடாது என்று பெரியாள் கள் தடுத்துவிட்டனர். மச்சினன் மட்டும் அவனது பரிதவிப்புக் கண்டு. 'இன்னி ஒருநாள் கழிய நாளை வந்திரு மச்சான்' என்று வழி சொன்னான். சரசு ஒரு பேச்சும் பேசவில்லை. அதில் ஒரு வருத்தம் இருந்தது சுப்புவுக்கு. மறுநாள் மச்சினன் சொல்லுக்குப் போகவில்லை.

அவனது அய்யாவும் ஆத்துக்குப் போகத் தன்னால் ஏலாது என டிமிக்கி கொடுத்துவிட்டார். அவன் மட்டுமே துறைக்குப் போகவேண்டி வந்தது. அய்யா சலவைக் குறி போடவும், வெளுத்த துணிகளுக்கு இஸ்திரி போட்டு, வீடுகளுக்குக் கொண்டு போய்ச் சேர்ப்பதுமாய் வீடடைந்து கொண்டார்.

உவர் மண் அள்ள, எல்லோரும் ஈஸ்வரன் கோயிலுக்குப் பின்பக்கம் உள்ள சுடுகாட்டுக்குச் செல்ல வேண்டும். அதன் பக்கமாகத்தான் மேலத்தெரு ஏகாலிகள் துவைகல் போட்டிருந் தார்கள். ஆற்றின் கரையும், கரைக்குக் கீழே வயலுமாக செழிப்பான இடம், கரையோரம் நாணல் புதர்கள், நாணல்கள் பூவெடுத்து தூர் பெருத்து காய்ந்து கிடக்கும்.

செவ்வரளி வேலிச்செடிகள் பின்னிப் பிணைந்து, கொத்துக் கொத்தாய்க் கூடி அகலமான கரை, ஆழம் மிகுந்த முல்லை ஆறு. துணிப் பொதிகளை இறக்கிவிட்டு, கழுதைகளை கால்கட்டுப் போட்டு ஓட்டிவிட்டால், கரை மேய்ச்சலிலேயே வயிறு நிரப்பிவிடும். தவறியும்கூட சம்சாரிகளின் நெல்வயலில் வாய் வைக்காதபடிக்குப் பழகி இருந்தது.

ஊரிலிருந்து சுடுகாடும் – வண்ணாந்துறையும் ரொம்பவும் விலகி இருப்பதால், எதாவது இழவு விழுகிற காலம் தவிர்த்து, பிற நாட்களில் ஆள் நடமாட்டம் காண முடியாது. ஆற்றின் சீற்றமும், காற்றின் சீழ்க்கை ஒலியும், கழுதைகளின் தும்மலும் தவிர, மயான அமைதிதான். ஆனாலும், துணிச்சலே துணையாக வண்ணாத்திச்சிகள் தனியாகக் கூட துறைக்கு வருவதுண்டு.

சுப்பு தனது ஒடுக்கத்தில் கழுதையை நிறுத்திவிட்டு, கொஞ்சம் உவர்மண் எடுக்க வந்த போதுதான், முதன் முதலாய் காமாட்சியைப் பார்க்க நேர்ந்தது. அவள்தான் மண்ணைக் குத்திக் கோரி அள்ளுவதற்கு சாமான் கொடுத்தாள்.

மண் அள்ளி முடித்து, சாமானைத் திருப்பித் தருகிறபோது, காமாட்சியின் வீட்டிலிருந்து, அவளது ஆத்தாள் மதியக் கஞ்சி கொண்டுவந்தது. சுத்தி வளச்சுப் பார்த்தால், சுப்புவின் அய்யா பிச்சை, தனக்கு அண்ணன் முறை என்ற கணக்கு வந்தது. அவனது குடும்ப நிலவரம் கேட்டது காமாட்சியின் ஆத்தா. "பொம்பள இல்லாத வீட்டில் கஞ்சிப்பாடு எப்படி" என காமாட்சி கேட்டாள்.

"ரவைக்கு ஊர்க்கஞ்சிக்குப் போறது இல்லியா...?" மீண்டும் காமாட்சி கேட்டாள்.

"எல்லாமே கூலிச் சனங்க. கூழும் களியும் கிண்டி, கொற சாமத்துல திம்பாக. அதுல எந்நேரம் நாம் போயி கேக்க.. என்னிக் காச்சும் ஒரு நா மேலத் தெருப்பக்கம் விசேசமா வந்தாத்தா ராக்கஞ்சி. எங்க பக்கமெல்லா ரொம்பத் தாம்சம் ஆகும் ஆயி" என்றான் சுப்பு.

"ஆயி இல்லடா படுவா. அத்த மொற வேணும்"

"இன்னி, ரவ்வைக்கி வேணா எங்க வூடு வர்றியா.. நெல்லுச் சோறு எடுத்து வச்சிருக்கேன்." காமாட்சி தனது ஆத்தாளை முந்திக்கொண்டு அழைத்தாள்.

"நெல்லுச்சோறா... பருக்கக் கஞ்சி"

"வேணும்னா வாடா, கஞ்சிக்கெல்லா பஞ்சமில்ல. ரெண்டு வீடு சேந்து நடந்தா சரியாப்போகும்..." அவளது ஆத்தாளும் அழைத்தது.

"இட்டிலி தோசயெல்லாங் கூடக் கெடைக்கும். வேணும்னா ஒவ் வீட்லருந்து சட்டி எடுத்து வா. நா வாங்கித் தாரேன். என்னா ஆத்தா,.." காமாட்சியின் அந்தக் குறுகுறுப்பு சுப்புவை இழுத்துப்போட்டது.

விழுந்துவிட்டான்.

சரசுவைப் பார்க்கப் போக வேணுமென்ற நினைப்பே

அவனுக்கு எழவில்லை. வேண்டியது எல்லாம் காமாட்சி வீட்டிலேயே கிடைத்தது. போனால் போகிறதென்று, பிறந்த பிள்ளையை மட்டும், ஒரு தரம் போய்ப் பார்த்துவிட்டு வந்தான். மூணாம் மாதம் வந்து தாயும் பிள்ளையையும் கூப்பிட்டுப் போகச் சொன்னார்கள். போகவில்லை. அஞ் சாவது மாதம் ஆள்விட்டு, பிள்ளைத்தாச்சியை வந்து அழைத்துப்போ என்றார்கள். அசைய வில்லை சுப்பு.

காமாட்சியின் சகவாசம் அவனது கண்ணைக் கட்டிப் போட்டிருக்கிறது என்பதனை அறிந்த சரசுவின் அண்ணன்மார்கள் சுப்புவை இழுத்துவந்து, நாலு தட்டுத் தட்டி, புத்தி சொன்னார்கள். அங்கே அவனது பால்ய குண விசேசமான 'மந்தம்' தலைதூக்கி நின்றது.

'அடிதடி பிழைப்பைக் கெடுத்துப்போடும்' என்று சரசுவின் தாயார் சொன்னதன் பேரில், மகளைத் தாங்களாகவே அழைத்துக்கொண்டு வந்து, சீர் செனத்தியோடு சுப்புவின் வீட்டில் இறக்கிவிட்டனர். வீட்டுக்கு வந்த சரசுவை என்ன என்று சுப்பு கேட்கவில்லை. பிள்ளையை ஏறெடுத்துப் பார்க்கவில்லை. மொத்தத்தில் கீழத் தெருப்பக்கம் வரவே பிரியமில்லாமல் திரிந்தான்.

பஞ்சாயத்துக் கூட்டுவதைத் தவிர வழி தெரியவில்லை.

"ஆள்படை தோது கெடையாது நாய்கரய்யா...நீங்கதே எங்களுக்கு முன்னாடி வந்து எல்லாமா நின்னு, புள்ளைக்கிப் பொழப்ப பாத்துக் குடுக்கணும்," அன்னஞ்சி நாய்கரிடம் சரசுவின் வீட்டாள்கள் வந்து நின்றனர்.

உடனே தாத்தாவுக்குத் தூது விட்டார் நாயக்கர். "வாரும் பிள்ளே... விசேசமான சோலி இருக்கு என்று.."

தாத்தாவும் பிரமாதமான அலங்காரத்தோடு பஞ் சாயத்திற்கு வந்து நிற்க, அவருக்கும் ஒரு சேர் போட்டு அமர வைத்தார்கள்.

24

பஞ்சாயத்தில் முதன் முறையாய் காலில் விழுந்து கும்பிட்டான் சுப்பு. பிச்சைக்கே அது ஆச்சரியமாக இருந்தது. "மந்தாரம் பிடிச்சவன், எந்தக் கூறுபாடும் இல்லாதவன், வாயில் வந்ததைப் பேசுவதும், நினைத்ததைச் செய்வதுமாய், ஊர் கிண்டலுக்கு ஆளாகிக் கிடந்தவன், சுயபுத்தி வந்துவிட்டதோ ஊர்காலப்பே... எம் புள்ளக்கி புத்தியத் தந்திட்டாம் போல," எனப் பரவசப்பட்டார்.

அதற்குக் காரணமும் இருந்தது. பஞ்சாயத்தின் துவக்கத்தில் இரு தரப்பாரும், சபைக்கு மரியாதை நிமித்தம், தண்டனிட்டு நெடுஞ்சாண் கிடையாக கூப்பிய கையோடு தரையில் விழுந்து எழ வேண்டும். "சபையோர் சொல்கிற தீர்ப்பை, எந்த விதமான அட்டியோ மறுப்போ இல்லாமல் அப்படியே ஏற்றுக் கொள்கிறோம்" என்று அதற்கு அர்த்தம். அப்படி இரு தரப்பும் ஒத்துக் கொண்ட பிறகே சபை ஆரம்பமாகும்.

அதன்படி சரசு வீட்டார் சகலரும் சரசு உட்பட, மாறி மாறிக் காலில் விழுந்து, ஒரு கட்டு வெத்திலையும், ஒண்ணே கால் ரூபாய் காணிக்கையும் பஞ்சாயத்துப் படியாக வைத்தனர்.

சுப்பு தரப்பில் அவனுக்குப் பதிலாய் பிச்சை, துண்டை இடுப்பில் கட்டிக் கொண்டு, கையைத் தலைக்கு மேல் உயர்த்திக் கும்பிட்டு. "மொதலாளிமாரும் பெரியவகளும் சொல்ற பேச்ச, தெய்வ வாக்காக ஏத்துக்கறேன்யா..." என்று தலை குப்புற விழுந்து கும்பிட்டார்.

சரசு வீட்டாருக்கு, சுப்புவை எல்லார் காலிலும் விழச் செய்ய வேண்டும் என்ற அவா இருந்தது. பஞ்சாயத்துத் திடலிலாவது பொண்டாட்டியைப் பார்க்காவிட்டாலும், பெத்த பிள்ளையையாச்சும் கள்ளத்தனமாகக் கூட எட்டிப் பார்க்காமல், தெனாவெட்டாக விரைப்பாக நின்ற தோரணை, அவன் மீதான கோபத்தை அதிகப்படுத்தியது.

“கால்ல விழ வேண்டியது அவெ. சம்மந்தமில்லாம பெருசு விழத் தட்டுறீக. அவன விழச் சொல்லுங்கய்யா.“ என முறையிட் டான் சரசுவின் மூத்த அண்ணன்.

அவனது முறையீடு உரக்க விழாமல் முணுப்பாய் கசிய நாட் டாமை சபையைத் துவக்கலானார்.

“யே... சவ கூடீருச்சுன்னா... பஞ்சாயத்தார் கேள்விக்கு கீழ நிக்கிறவங்க வதுலு மட்டுந்தா சொல்லணும், ஒங்க கேள்விக்கு, இங்க இருக்கவக பேச மாட்டாக. மீறிப் பேசுனா வார்த்தைக்கு கால்ரூபா அவதாரம் கட்டணும்.”

“மாப்பு கேட்டுக்கறன்ங்கய்யா.. சபைக்கு மரியாத செய்யணும்னு எங்க குடும்பத்துல அல்லாரும், சபைய வணங்கி எந்திரிச்சம். அங்கன சென மந்தியா நிக்கிறானேன்டு ஒரு ஆத்தரம் தேன்ங்கய்யா..”

உடனே பிச்சை மறுபடி கையெடுத்துக் கும்பிட்டார். “அல்லா ரும் எனக்கும் மாப்புத் தரணும். அவெ ஒரு கூறு கெட்டபய... எத எப்ப செய்யணும், எப்பிடிச் செய்யணுன்ற கூறுபாடு தெரியாதவ. அவனுக்கு வதுலா இன்னந் நாலு தரங் கூட நா உங்க காலுல விழறே.” என்று மறுபடி மறுபடி காலில் விழுந்து எழுந்தார் பிச்சை.

“அவனா சின்னப் பய..? கூறுபாடு தெரியாமத்தே கூத்தியா வச்சுக் கொஞ்சிகிட்டு திரிஞ்சானாக்கும். ” சரசு தரப்பு மறுபடி கொந்தளித்தது.

“பொறப்பா. அத நீ சொல்லப்படாதுங்கறம்ல. மறுபடி சொல்றே. சவைல நின்னாச்சுன்னா கேள்விக்கு மட்டுந்தே வதுலு சொல்லணும். ஒப்பிக்கணும். அத விட்டுப்பிட்டு, இங்க, ஆடர் போடறது, அமட்டிப் பேசறது எல்லாத்தியும், வேற பக்கம் வச்சுக்கணும்.” பெரியாள் ஒருத்தர் நாட்டாமையின் பேச்சை வழி மொழிந்தார்.

“பிராத சொல்லுங்கப்பா”

சரசுவின் மூத்த அண்ணன் கைகட்டிக் கொண்டு துவங்கினான். “அய்யா... பிராது எல்லாம் பெருசா ஒண்ணு மில்லீங்க. நீங்கள்லா இருந்துதே இவுகளுக்கு கலியாணம் செஞ்சு வச்சீக.ரெண்டு பேரும் பிரியமாத்தே இருந்தாங்க. பிள்ள பொறந்த நாள்லருந்து, அவக நடவடிக்க சரியில்லீங்க. தாயையும், பிள்ளையையும் ஒரு எட்டு வந்து பாக்கலங்கறது ஒரு பக்கம் இருக்கட்டும். பேறு காலத்துக்கு அனுப்பிச்ச பிள்ளய வந்து கூப்பிட்டும் போகல. நாங்களா வலியக் கொணாந்து விட்ட பெறகும்... அந்தப் பயலோட நடவடிக்க சீரு இல்லங்கய்யா. ஒழுங்கு மொறயா பொண்டாட்டிய வச்சு வாழச் சொல்லுங்க. அம்புட்டுத்தே..” பெரியவன் முடித்து ஒதுங்கினான்.

“யே.. மொதல்ல அந்தாளு எதுக்கு வரலன்னு காரணம் சொல்லணும்ய்யா. சீரு செனத்தி கொற வச்சமா... மட்டுமருவாதி குடுக்காம விட்டமா. ஊருக்குள்ள ஒரே அசிங்கமா இருக்கு..” சரசுவின் தாயார் எடுத்துக் கொடுத்தார்.

நாட்டாமை கை உயர்த்தி அமைதிப்படுத்தினார். “ஒரு ஆள் பேசியாச்சின்னா ஊடால பேசக்குடாது. சரி இப்ப... பிள்ளைய வச்சு வாழச் சொல்லணுமா. இல்ல ஏண்டா பாக்க வரலன்னு கேட்டுத் தரணுமா.”

கூட்டம் கொஞ்சம் திகைத்தது. சரசுவின் தரப்பிலிருந்து இளையவன் எழுந்து “ரெண்டும்தாங்க.” என்றான்.

“சரி. பிச்ச... எங்கப்பா. ஓம் மகெ? பிராதக் கேட்டீல்ல. நீ என்னா சொல்ற.”

“அய்யா.. நா ஒத்த வீட்டுக்காரெ. என்னத்த சொல்லப் போறேங்க. நீங்க பாத்து எது சொன்னாலும் சரித்தேய்யா.” தோள் துண்டைக் கையில போட்டுக்கொண்டு சொன்னார்.

“ஸ்சு. ஒத்த வீட்டுக்காரெ. ரெட்ட வீட்டுக்காரென்னெல்லாம் பேசக் கூடாது. நாயத்துக்கு ஊம் குடுத்தாப் போதும். அடுத்த கேள்விக்கு வதுலச் சொல்லு. மொறப்படி தாய், பிள்ளய கூட்டிட்டு வரலியே. ஏன்,?“

“அதும் தப்புதான்.. ங்கய்யா. “ மறுபடி காலில் விழுந்தார்.

“பொம்பள இல்லாத வீடு. வர மொற தெரியலீங்க?”

“ஒன்னிய விடப்பா. பொண்டாட்டியப் பாக்கணும். புள்ளயப் பாக்கணும்னு ஒம் மகனுக்கு நெனப்பு இல்லியா. நீ என்னா பிள்ள பெறாதவனா?”

தாத்தாவுக்கு சேரில் உட்கார முடியவில்லையாம். நாயக்கரிடம் நெளிந்து இருக்கிறார். “என்னா நாய்க்கரே. கெழவியப் பிடிச்சு இழுத்த மாதிரி, நாக்கு ஒணந்து போகுதே. ஒண்ணுக்குப் போய்ட்டு வரலாமா...?” என்றபடி எழுந்திருக்கிறார்.

துணைக்கு அவரைக் கூப்பிட, நாயக்கர் “நல்லாருக்காது..” என்று வர மறுத்துவிட்டாராம். ரோட்டோரமாய்க் கிடந்த குப்பைமேடு தாண்டி, வாய்க்கால் பக்கம் நடந்தார். வாய்க்காலுக்குள் கிடந்த கல்லில், பெண்கள் துணி துவைத்துக் கொண்டி ருந்தனர். தாத்தாவைக் கண்டதும் துவையலை நிறுத்தி, எழுந்து கும்பிட்டனர். “ஊர் சம்சாரி கால் அலம்ப வந்திருப்பார்” என நினைத்து, துணிகளை ஓரமாய் குமித்துப் போட்டு வாய்க்காலைத், தாத்தாவிடம் முழுமையாய் ஒப்படைத்து விட்டுக் கரையேற, தாத்தா லங்கோடு அவிழ்த்து, ஓடுகிற நீரிலேயே கால் கை அலம்பிக் கழுவிக் கொண்டு வெளியேறினார்.

மறுபடி பஞ்சாயத்துக்கு வர, ஒரே களேபரமாய் இருந்தது. சரசு வீட்டார் ஒரு பக்கம் பெருங் குரலெடுத்துக் கத்திக் கொண்டிருக்க, பிச்சை தனது கூனிக் குறுகிய நிலையை மாற்றி, குரல் உயர்த்திக் கேள்வி கேட்டுக் கொண்டிருக்க, சுப்பு மட்டும் ஒடுங்கிப்போய், குறுகி நின்றிருந்தான்.

பஞ்சாயத்தார், நாயக்கரிடம் எதையோ பேச்சில் பகிர்ந்து கொண்டிருந்தனர். தாத்தாவுக்கு கண்கட்டு வித்தையாயிருந்தது. “ஒரு எட்டு ஒண்ணுக்குப் போய் வரங்குள்ள அடியும் புரியல. முடியும் தெரியல. என்னாய்யா.. ஆச்சு” என நாயக்கரைக் கிள்ளினார்.

அந்தப் பெருஞ்சத்தத்தின் ஊடாக நாயக்கர் சொன்னதின் சாரம், “சுப்பு, பிள்ளையை பாக்கப் போகாததுக்கு காரணம், சரசு போகும் போது, போய்ட்டு வாரேன்னு சொல்லலியாம். ரெண் டாவது, பிள்ள அவனுக்குப் பெறக்கலியாம். அவக அப்பெ பிச்சைக்கிப் பொறந்ததுங்கறான்.”

அதற்குள் கூட்டத்தின் அமளி துமளி மட்டுப்பட நாட்டாமை, நாயக்கரை பேசுமாறு வேண்டினார்.

“இவெஞ் சொன்னத ஆரும் ஒத்துக்க முடியாது. அது அபாண்டம். அவெ அப்பெ பிச்சைய அல்லார்க்கும் தெரியும்.” என்று முதலடி எடுத்துக் கொடுத்தார்.

“லே,.. பாவி, கிராதகா, அந்தப் பிள்ள எனக்கு ஆத்தா மாதிரிடா. அக்குரும்மா பேசறியே..” அழிஞ்சு போவ.” பிச்சை இன்னும் சூடு தணியாமல் இருந்தார்.

“போதும். பொறும. பிச்ச... பொறப்பா. இப்ப நம்ம கடக்கார நாயக்கரய்யா..” என மறுபடியும் நாட்டாமை நாயக்கரை முன்மொழிய முயற்சித்தார்.

“அய்யா. அவெ உள்ளூர்ல ஒரு கூத்தியா வச்சுக்கிட்டுக் குதியாட்டம் போட்டுத் திரியறான்யா. மாப்ளய மப்பக் கழட்டாம அடங்க மாட்டான்யா.” சரசுவின் அண்ணன்மார் அத்தனை பேரும் சுப்புவை நோக்கிக் குரல் கொடுத்தார்கள்.

நாட்டாமைக்கு முகம் கறுத்துவிட்டது. “ஓ” என பெருங் குரலெடுத்துக் கத்தினார்.

“யேப்பா, நாமெல்லா சோத்தத்தான திங்கிறம். ஊர்ப் பெரிய மனுசங்கள கூப்புட்டு வந்து, மொதலாளி மாருக நமக்காக வேல வெட்டிய விட்டுப்பிட்டு ஒக்காந்துருக்காக. அவரு வார்த்தயக் கேளுங்கடான்னா... இதுனால தாண்டா நாம வெளங்காம போறம்.” கூட்டம் அடங்கியது. “இன்னிமே எவனாச்சும் பேசுனீக, ஒறமொறய விட்டுத் தள்ளி வச்சிடுவம். அய்யா... நீங்க சொல்லுங்க.”

நாயக்கர் எழுந்தார். “இது நாங்க எல்லாரும் பேசுன மொத்தப் பேச்சுத்தே” என ஆரம்பித்தவர், “லே சுப்பு, நீ சொல்றதெல்லா சால்சாப்பு. ஒரு புள்ளயக் கட்டி வப்பாகளாம். அத வகுத்த ரெப்பி அனுப்புவானாம். திருப்பி கூப்பிடலியான்னா, எவெம் மேலயாச்சும் பழிய தூக்கிப் போட்டுர்றது. இது செல்லாது. ஒண்ணு, அது போகட்டும். அடுத்து இவெ கூத்தியா வச்சிருக்கானா, கொழுந்தியாள வச்சிருக்கானாங்கறதயும் விட்ருவம். அப்பிடி என்னாவாச்சும் இருந்தாலும், அத இன்னி யோட, இந்த நிமிசத்தோட அத்து விட்றணும். ரெண்டு, அடுத்துக் கைதொட்டுத் தாலி கட்டுன

பொண்டாட்டிய எதோ ஒரு காரணத்தால கூட்டிட்டு வராம விட்டுட்ட, அதையும் பிள்ளைக மொகத்தப் பாத்து மன்னிச்சுருவம்”

“சம்மந்தப்பட்ட அத்தன பேரும், இங்கன நடந்த ரசாபாசத்த இங்கயே மறந்துறணும். மறுபடி தாயும் பிள்ளையுமா சேத்து வச்சிருவம். பெத்தவக வீட்ல செய்யவேண்டிய மொற வகைய செஞ்சிருங்க. அதோட பிச்சப் பய வீட்ல பொண்டு பிள்ள இல்லேங்கறதால, ஆராச்சும், ஒரு பெரிய மனுசிய கொஞ்ச நாளைக்குத் தொணைக்கு இருக்கச் செஞ்சு விட்டுப்போங்க. இதுதே இந்தப் பஞ்சாயத்தோட முடிவு. என்னோட கருத்தும், எப்பவுமே தப்பு செய்யாத மனுசெ பூமில கெடையாது. அதே சமயம் நடந்தத மறந்தாத்தே, நடக்கறது பூரணமாகும். லே சுப்பு.. பிள்ளைய வாங்குடா.” என முடித்தார்.

கூட்டம் ஒரு கணம் மௌனம் காத்து நின்றது.

சாதி நாட்டாமை, தன் பரிவாரங்களோடு மௌன பாஷை பேசினார். “சரித்தே... வெளியாளக் கூட்டி வந்து சொல்ல விட்டுப் பெறகு சொன்னத மாத்திப் பேசக் கூடாதுல்ல..“ என்பது போல ஆளுக்கொரு பக்கம் தலையாட்டி நாயக்கரின் தீர்ப்பை வழிமொழிந்தனர்.

“இருந்தாலும் சுப்பு பயலுக்கு அவதாரம் எதாச்சும் போட்டாத்தே பஞ்சாயத்துக்கு மருவாதி” என்ற நாட்டாமை “சுப்புவுக்கு நூத்தியோரு தேங்காய் அபராதம்“ என உபரி தீர்ப்பு வழங்கினார்.

அப்ப்போதுதான் சுப்பு முதல் முறையாய் பஞ்சாயத்தாரின் காலில் விழுந்தான். “அய்யா தாங்காது சாமி” என்றான். மகனின் மாற்றம் கண்ட பிச்சை, தானும் ஒரு முறை விழுந்தார். அப்பனும் மகனுமாய் பல முறை காலில் விழுந்த பின், “பதினொரு காய் அபராதம்” இறுதி முடிவானது.

உடனடியாய் காய் வாங்கிவர சுப்புவுக்கு சொன்னார்கள். நாயக்கர் தனது கடையில் இருப்பதாகச் சொல்லி அனுப்பினார்.

“சரி, பஞ்சாயத்த முடிச்சிரலாம்ல..“ என்று பெரிய தனம் உடம்பை முறுக்கி எழுந்தார்.

அப்போதுதான், காமாட்சி கூட்டத்தை விலக்கிக்கொண்டு குபீரென பஞ்சாயத்தாரின் முன்னால் வந்து கைகூப்பி

நின்றாள். நெடுநெடுவென உயரமும், தலைகொள்ளாக் கூந்தலுமாய் நெடுஞ்சாண் கிடையாய் விழுகிறாள் காமாட்சி.

25

அதே பஞ்சாயத்தில்தான், தாத்தாவுக்கும் அன்னஞ்சி நாயக்கருக்கும் மனஸ்தாபம் ஏற்பட்டதாகச் சொன்னார்கள். நாயக்கர் கடைசி வரையிலும், காமாட்சியின் வாதத்தை ஏற்க வில்லையாம். "முடிஞ்சது பஞ்சாயத்து, சொன்ன தீர்ப்ப, மாத்திட்டே போனா நாளும் பத்தாது. ஆளும் பத்தாது..." என்று சினிமா வசனம் போலப் பேச ஆரம்பித்திருக்கிறார்..

வழக்கு தங்களுக்குச் சாதகமான நிலையில் இருக்கும்போதே, சபையைக் கலைத்துவிட்டால் நல்லது என்கிற சூழலில், நாயக்கரது தீர்ப்பை மெச்சிப் பேசி, சரசு வீட்டார் பஞ் சாயத்தை கலைக்க முயற்சி செய்தனர்.

நாயக்கர், சில வற்புறுத்தலுக்குப் பிறகு, 'இத ஒரு நாளக்கி வச்சுத் தனியா எடுத்துப் பேசிக்கலாம். இன்னிக்கி இப்பிடியே முடிச்சிக்கலாம்" என்று சொல்லி இருக்கிறார். அப்போது நாட் டாமை இன்னபிற முக்கியஸ்தர்களிடம், 'வேணாம்னா ஒரேதா விட்ரலாம். பேசணும்னா சுருக்கமாப் பேசி முடிச்சிட்டா நல்லது. சவைக்கு வந்தத சால்சாப்பு சொல்லி அனுப்புறது நாயமில்லை..' என்கிற கருத்து பரவலாக எழுந்துள்ளது.

'சபைல தஞ்சம்னு விழுந்தாச்சுன்னா உபாயம் சொல்லாமக் கலைறது ஊமப் பஞ்சாயத்துனு பேராகிரும். ஒரு வார்த்த பேசிட்டா எல்லார்க்கும் மனசு ஆறிடும். நெஞ்சுக் கூட்ல நெருப்பு கட்டிட்டு வார சனத்துக்கு, ரெண்டு ஆந்த வாத்தயாச்சும் சொல்லிக் குளிர அனுப்பறதுதான் தருமம். இல்லாட்டி நம்மள எரிச்சுப்பிடும்' என்று பயந்தனர்.

‘அப்பன்னா நீங்க இருந்து பேசீட்டு வாங்க.. கடைக்கி நேரமாச்சி.’ என எழுந்திருக்கிறார் நாயக்கர். ‘மேலுக்கு ஆரம்பிச்சு விட்டுப் போகலாம்யா. கூப்புட்டவங்களுக்கு அகமானமா இருக்குமில்ல’ என்று தாத்தா அழுத்தி உட்கார வைத்துவிட்டார். தாத்தாவின் அந்தப் பேச்சையே எல்லோரும் ஆமோதிக்க வேறு வழியில்லை நாயக்கருக்கு.

“செரி சட்டுபிட்டுன்னு சங்கதியச் சொல்லும்மா..” நாட்டாமை அவளிடமும் கவுளி வெத்திலையும், காணிக்கையும் வாங்கிக்கொண்டு பிராதுவைத் துவக்கி வைத்தார்.

உவர் மண் அள்ள வந்த நாளிலிருந்து, ஊர்க்கஞ்சி எடுத்து ஊட்டி விட்ட கதைவரை, வரிசையாய்ச் சொல்லி முடித்தாள் காமாட்சி.

“அவெ, ஏற்கனவே கல்யாணமாகி இன்னொருத்தி புருசன்ங் கறது தெரியுமா” சரசுவின் வீட்டாரிடமிருந்து கேள்வி புறப் பட்டது.

காமாட்சி பதில் சொல்லவில்லை. தலை குனிந்தபடிக்கு நின்றிருக்கிறாள். சபையில் அத்தனை பேசியதில், அவளுக்கு உதறல் எடுத்து மழையில் நனைந்த கோழிக்குஞ்சாய், நடுங்கி நிற்பதை தாத்தா கண்டிருக்கிறார்.

“அந்தப் பயலுக்குத் தெரியாதா இது பச்சப் பிள்ளன்னு..” தாத்தா காமாட்சியின் சார்பில் கேள்வி எழுப்பினார். அது யாரும் எதிர்பார்க்காதது. குறிப்பாக சரசு வீட்டார்.

தாத்தாவின் அந்தக் கேள்விக்கு எந்தப் பதிலும் வரவில்லை. தொடர்ந்து காமாட்சி தரப்பிலிருந்து, அபயக்குரல் மட்டும் அவ்வப்போது எழும்பிக் கொண்டிருந்தது. சுப்புவும் என்ன செய்வது என விளங்காத நிலையில் இருந்தான். கையில் பிள்ளையை வேறு திணித்துவிட்டார்கள். அந்தச் சுமை வேறு கனத்தது. பக்கத்தில் பால் வாசனையுடன் சரசு. அந்த வாசனை வேறு இம்சித்துக்கொண்டிருந்தது.

மந்தம் பிடிச்சவன், மந்துன்னு ஊரெல்லாம் பேச வச்சு. பால் மாட்டையும், கெடறிக் கண்டயும், ஒரே நேரத்தில் ஓட்டி இருக்கானே..’ என்று இளவட்டங்கள் பொறாமைப்பட்டனர்.

“ஒரே வீட்ல ரெண்டு பேர் மஞ்சக்குளிக்க ஆகுமாப்பா...’ பஞ்சாயத்தில் ஒரு கேள்வி வந்தது.

‘அது வெளங்காது..’ பதிலும் வந்தது. சரசுவின் வீட்டார் பக்கம்தான் அதிகமான சத்தம்.

“வீட்ல பொருள வச்சுட்டுத்தே, வெளில போக முடியலேன்டு கண்டுருக்கம். இந்த ஊர்ல புருசனக் கூட ஒத்தைல விட்டுட்டுப் போக முடியலியேப்பா...” யாரோ ஒரு பெண்மணி பிலாக்கினம் செய்தது.

“ந்தா.. சலசலன்னு பேசறத நிறுத்து. சொலவட போடவுல்லா நேரமில்ல. ஏற்கனவே டயமாயிருச்சு” என்று எழுந்து, தானாய் பரிபாலனத்தை ஆரம்பித்த தாத்தா, “ஆருமா.. நீ. ஒம் பேரென்னா காமாட்சியா..முடிவா என்னா சொல்ற. உன்னைய நம்பிக்க மோசம் செஞ்சிட்டானாக்கும். அதுக்கு பஞ்சாயத்துல என்னான்னு கேக்குற... கட்டி வக்கவா? இல்ல காசு வாங்கித்தரவா?’

தாத்தாவின் இந்தக் கேள்வி, நாயக்கருக்கு மட்டுமல்லாது, எல்லாத் தரப்பையும் அசைத்துவிட்டது. ‘யாருக்கும் சாதகமாக பேசுகிறாரோ என்ற சந்தேகத்தையும், சட்டுபிட்டுன்னு சபையை முடிக்கப்பேசுகிறாரா’ என்ற எண்ணத்தையும் ஏற்படுத்திவிட்டது.

‘காசா’ என்று காமாட்சி வகையராவும், ‘கட்டிவக்கெவா’ என சரசுவின் தரப்பும் தாத்தாவை, எரிக்கும் விழிகளால் ஏறிட்டுப் பார்த்தனர். பஞ்சாயத்தாருக்கோ இக்கட்டான நிலை. இப்படியான நேரத்தில் வாய்தா வாங்கி, ஆறப் போடுவது, வீட்டுக்கு வரச் சொல்லி, ‘தோது பார்த்துப்’ பேசி முடிப்பதும், எழுதப்படாத விதி. ஆனா, இப்ப இந்த பெரிய மனுசன், எரியற கொள்ளிய எடுத்து சலாவரிச ஆடுறாரே. அமந்திட்டா நல்லது. அது பாட்டுக்கு மளமளன்னு பிடிச்சிருச்சின்னா.. இன்னம் மேல் வெளியாள் கூப்புடுற சோலிய வுட்டுப்பிடணும்.’ என்று நினைத்தது கூட்டம்.

மெதுவாக அன்னஞ்சி நாயக்கரின் காதைக் கடித்தனர். ‘என்னாங் நைனா.. கணக்காப் பிள்ள எங்கெங்கேயோ போறாரு...”

நாயக்கருக்கும் தாத்தாவின் பேச்சு பிடித்தமில்லை.. “என்னா மாரியப்பிள்ள...” என விலாவில் இடித்து எச்சரித்திருக்கிறார்.

தாத்தா தணியவில்லை. தனி ஆட்டம் ஆடினார்.

"இதுதே மொற. எதையும் சட்டுப் புட்டுன்னு முடிச்சிறனும். அதவுட்டுட்டு அவெ வந்தியா...(ன்) 'நின்னயா...(ன்)' 'பாத்தியா... (ன்)' 'வச்சியா...(ன்)' இப்பிடியே பேசுனா என்னிக்கி முடிய?" பேசப் பேச பேச்சில் வேகம் கூடிக் கொண்டிருந்தது.

"என்னாங் நைனா.. தீய்ய அமத்திவிடச் சொன்னா இப்பிடி கௌச்சு விடுறாரு." நாட்டாமை பணிவாய்ச் சொன்னார்.

'பொறப்பா. ஒங்க வம்சாவளிக்கு மட்டும், ஆளும் பேருமா வந்து நின்னு, காபந்து பண்ணிக்கிட்டீகள்ல.. அது அமத்துற வேலயாக்கும்?" தாத்தா பஞ்சாயத்தாரைக் குழப்பினார்.

"அப்ப இந்தப் பிள்ள ஆரு.." நாயக்கர் தாத்தாவோடு நேரடியாய் மோதினார். "இதுவும் அவக சனத்தில ஒரு பிள்ளதே.. எனத்துக்குள்ளயே தொட்டவெ விட்டுட்டான்னா... இந்தப் பிள்ளய வேற எவெ சீந்துவான்?"

"அவனுக்கே ரெண்டையும் சேத்து விட்றலாமா?"

"ஆ..மா.. நோண்டுனான்ல பாக்கட்டுமே..."

"அவெ அவத்தப்பய கணக்காப்பிள்ள.."

"அத நீ எதுக்குய்யா சொல்ற. அந்தப் பிள்ள சொல்லட்டும். அவெ அவத்தப்பய அக்குருமஞ் செஞ்சிட்டான். காச வாங்கிக் குடுன்னு சொல்லட்டும். நீ, நாயம் பேசற மனுசெ. நாயத்தத்தேஞ் சொல்லணும். அவத்தப் பயலா? ஆம்பள சிங்கமான்னு? நடமொறல பாருய்யா.."

தாத்தாவின் அந்த அமரிக்கையான பேச்சு, அத்தனை பேரை யும் வாயடைத்தது. சரசுவின் வீட்டார் மட்டும் ஒப்புக்கொள்ள முடியாது என வெளியேறினர்.

எல்லோரும் தாத்தாவின் கணக்காப்பிள்ளை மூளை, கச்சிதமாய் செயல்பட்டதாகச் சொன்னார்கள். 'கூட்டலும் கழித்தலும், வகுத்தலும் பெருக்கலும் மட்டுமல்லாது. பின்னக் கணக்கும், சனங்களின் மனக் கணக்கும் தெரிஞ்ச மனுசன்" எனப் போற்றினார்கள்.

காமாட்சியை, சுப்புவோடு சேர்த்தனுப்பியது பஞ்சாயத்து. அனுதினமும் சக்களத்தி சண்டை. சண்டையின் முடிவில் காமாட்சி, பஞ்சாயத்தில் தனக்கு சாதகமாய்ப் பேசிய

தாத்தாவிடம் ஒப்புவிக்க வருவது வாடிக்கையாகி இருக்கிறது. எண்களின் கணக்கில் இம்மி பிசகாது விடை கண்ட தாத்தா, காமாட்சியின் எண்ணக் கணக்கையும் எடுத்துப் பார்த்துக் கொஞ்சம் கழித்தலும், பெருக்கலுமாய், அவள் மனசை அலைக்கழித்துக் கூட்டல் விகுதியில், அவளைத் தன்னோடு இணையச் செய்தாராம்.

இதுதான் காமாட்சி தாத்தாவிடம் வந்து சேர்ந்த கதை.

26

ஆயாவை ஆஸ்பத்திரியில் சேர்த்த மாலைப் பொழுதில் நல்ல மழை பெய்தது. சன்னல் வழியாக வந்த ஈரக் காற்றுதான் மழையைச் சொன்னது. மழையின் ஓசையோ, மின்னலோ, இடியோ ஆஸ்பத்திரிக்குள் கேட்கவே இல்லை. வீடாக இருந்தால் மழையின் வாசனையும், அதன் ஜில்லிப்பும், கட கடத்த ஒருவித கிலியும் மனதோடு பிணைந்திருக்கும். இங்கே மழை அந்நியப்பட்டுப் பெய்துகொண்டிருந்தது.

ஆயாவுக்கு குளுக்கோஸ் ஏறிக்கொண்டிருந்தது. குறைந்த அளவில்தான் உடலுக்குள் செலுத்தப்படுகிறது. வந்ததில் இருந்தே உறங்கிக் கொண்டுதான் இருக்கிறது. முகத்தில் எங்கேயோ களவு கொடுத்த பொருளை மீட்டுக் கொண்ட அமைதி. டாக்டர் வந்து பரிசோதனை செய்துவிட்டு "ட்ரிப் தொடரட்டும்" எனச் சொல்லிவிட்டுப் போனார். "பயப்படும்படியாக இப்போதைக்கு ஏதும் தெரியவில்லை." எனக் கம்பவுண்டர் சார் சொன்னார். அவரது ஆலோசனைப் படிதான், குளுக்கோஸின் அளவு குறைச்சலாய் கொடுத்துக் கொண்டிருக்கிறார்கள். வேறு ஒரு நோயாளியானால், இந்நேரம் இரண்டு மூன்று பாட்டில்கள் மாற்றி இருப்பார்கள்.

ஆயாவிடமும், அது வீட்டில் உண்டாக்கிய எந்தவிதமான எதிர்வினையும் இதுவரை ஏற்படவில்லை. எதனையோ தேடிவந்து கண்டடைந்ததுபோல, நிச்சலமான உறக்கத்தில் இருந்தது. அது உறக்கமா, மயக்கமா எனவும் அனுமானிக்க முடியவில்லை. அதை அறிந்து கொள்ளவும் கூட யாருக்கும்

ம. காமுத்துரை | 161

மனசு பிரியப்படவில்லை. வியர்வைக் குளியலில் வெந்து கிடந்தவனுக்கு, சீதளக்காற்று சீண்டிப் பார்த்தது போல ஒரு இதம், ஆயாவின் அந்த உறக்கம்.

மதியச் சாப்பாட்டைச் சமைத்து வைத்துவிட்டு, அம்மா ஆஸ்பத்திரிக்கு வந்தது. அவரோடு சேர்ந்து, தெருப் பெண்கள் நாலைந்து பேர் உடன் வந்தார்கள்.

“என்னா செய்யிது ஆயா?”

காவலிருந்த தனத்திடம் பெண்களும், என்னிடம் ஆண்களுமாய் விசாரித்தனர்.

“அதுக்கென்னா, குடுத்து வச்ச மகராசிக்கு. என்னான்னு கேக்க தண்டல்காரனும் இல்ல, இந்தான்னு குடுக்க சந்தானமுமில்ல. பொண்ணாப் பொறந்தவளுக்கு, இம்புட்டு பொக்கிசமான வாழ்வு..” நீட்டி முழங்கியது அக்காண்டிப் பெரியம்மா.

“எல்லா வீட்லயும் பெத்த மக்களே.. ஆத்தா அப்பன, சீந்தாத நாளயில, பொட்டப் பிள்ளன்னு ஒருத்தியப் பெத்தாலும், ஈர மனச காட்டிப்பிட்டால்ல..”

ஒரு சேர எல்லோரும், அம்மாவின் புகழ் பாட ஆரம்பித்தனர். நான் மெல்ல எழுந்து ஆயாவின் கட்டிலருகே போனேன். என்ன உறக்கம் எனத் தெரியவில்லை. கொஞ் சமும் அசங்காத ஒரு நிலை. முகத்தில் ஒரு மெல்லிய கீற்றாக ஓடிப் பாய்ந்து கொண்டிருந்த துடிப்பு, ஆயாவின் சுபாவமாய் இருந்தது. அந்தத் துடிப்பு, கண் இமைகளில் செயல்படும் போது விழி வெண் படலம் வெளித் தெரிவதும், உதட்டில் நெளிகிறபோது உதடு கோணி சின்னக் கீறலாய், குறட்டைச் சத்தம் கேட்பதுமாய் இருந்தது.

ஆயாவின் கோலமிட்ட புறங்கையை என்னையுமறியாமல் தொட்டேன். கதகதவென வெம்மை சுட்டது. ஆஸ்பத்திரியில் கொடுத்திருந்த பச்சை நிறப் போர்வை போர்த்தப்பட்டிருந்தது. தோள்பட்டை வரை போர்வை விலகி இருந்தது. அதனைச் சரி செய்யும் போது, கைகள் முழுவதும் பசேலென வரையப் பட்டிருந்த மிருக ராசிகளின் படங்களும், புள்ளிக்கோலமும் கல்வெட்டுகளாய் மின்னின.

“ஸ்லீப்பிங் டோஸ் கொடுத்திருக்காங்களா...” நாகராஜ்

அண் ணன் கேட்டார். பலசரக்குக் கடை வைத்திருப்பவர்.

அவரது கேள்விக்குப் பிறகுதான், ஆயாவின் உறக்கத்திற்கு விடை தெரிந்தது. அப்படியும் இருக்கலாமோ?

மறுபடியும் ஆயாவின் முகத்தைப் பார்த்தேன். வாயின் மேல் உதட்டைப் பிளந்து கொண்டு, குறட்டை ஒலி பீறிட்டுக் கொண்டிருந்தது.

“மாத்தர தந்த மாதிரி தெரியல. ஒரு வேள குளுகோசோட சேத்து, ஊசி வழியா குடுத்துருப்பாங்களோ..” மனசில் ஓடியதை வந்தவர்களிடம் பகிர்ந்து கொண்டபோது அப்படித்தான் என உறுதி சொன்னார்கள்.

“ஆஸ்பத்திரின்னா வந்த ஒடனே குளுக்கோஸ் ஏத்தி பெட்டுல படுக்கப்போட்ருவாங்க. கொஞ்சம் கிரிட்டிக்கலான கேஸ்னா, ஸ்லீப்பிங் டோஸ் ஜாய்ண்ட் பண்ணி நிம்மதியா உறங்க வச்சிருவாங்க.” நாகராஜ்தான் சொன்னார்.

“ஒறங்க வக்கிறதும் மயக்க நிலைக்கு கொண்டுகிட்டுப் போவறதும்தான அலோபதியோட ஸ்பெசாலிட்டி,” பிரேமா டீச்சர் நுனி நாக்கில் பேசினார்.

அப்போது, சரசரவென ஒரு வெள்ளுடையணிந்த நர்ஸ் பெண் உள்ளே வந்தார். ஆயாவின் இறங்கிக்கொண்டிருந்த குளுகோஸ் பாட்டிலில், ஏதோ அளவு குறித்துக் கொண்டார். குறிக்கும் போது இடது கையின் உட்புறமாய்த் திருப்பிக் கட்டி இருந்த சின்னஞ்சிறு கடிகாரத்தில் நேரம் பார்த்துக்கொண்டார்.

“கொஞ்சம் மெதுவாப் பேசுங்க. டாக்டர் விசிட் வர்ற நேரம்.” என்று யாருடைய முகத்தையும் பார்க்காமல், சாவி கொடுக்கப்பட்ட பொம்மை போலப் பேசினார்.

“டாக்டர் வாரப்ப மட்டும் அமைதியா இருந்தாப் போதுமா... அவர் போனப்புறம் பெலக்காப் பேசிக்கலாமா...” பிரேமா டீச்சர் குறும்புத்தனம் மிளிர நர்ஸ் பிள்ளையிடம் பேசினார்.

எனக்கு அது கூடுதலான பேச்சாகப் பட்டது. வந்த இடத்தில் தன்னை வெளிக்காட்டிக் கொள்ள, எதையாவது பேசி முழங்குகிற பழக்கம், பலருக்கு ஓய்வதில்லை.

ம. காமுத்துரை । 163

நர்ஸ் அவருக்கு அமைதியாய் பதில் சொன்னது. "இது நோயாளிகளுக்கு மட்டுமில்லம்மா. எல்லார்க்கும்தான். எதிலயும் ஆரவாரத்த அடக்கி, மனச அமைதியா வச்சுக்க செய்யிற ஒரு ட்ரெய்னிங். அமைதியான சூழலே ஆரோக்யத்த வளக்கும்" எங்கோ படித்ததை ஒப்பிப்பது போல இருந்தது.

"வலுக்கட்டாயமான அதாவது, செயற்கையான ஒரு செயலுக்குப் பலன் கெடைக்குமா.. எப்பவுமே இயற்கையா தானா.. செய்றப்பதான், நீங்க சொல்ற கிரிடிட் கெடைக்கும்." டீச்சர் தனது மேதா விலாசத்தை அவிழ்த்துவிட்டார்.

"உண்மையில் எதுக்குமே ஒரு பயிற்சி தேவப்படுதுல்லம்மா. பயிற்சிங்கறது செயற்கைதான். அதுவே செயலா மாறிப் பழகிட்டா இயற்கையா மாறிடும்ல.."

நர்சின் அந்த புத்திப் பூர்வமான பேச்சு, எனக்கு ஒரு தெளிவைக் கொடுத்தது. அதனாலேதான், பொது இடங்களிலும் கல்வி, கலை போன்ற ஸ்தாபன நிலையங்களிலும் அமைதியை வேண்டுகிறார்களா?

"அப்ப, அமதியா இருந்தாலே எல்லாம் சரியாயிடுமா?" அக்காண்டிப் பெரியம்மா நக்கலாகக் கேட்டார்.

"அமைதி கெடும் போது தான்மா, உடம்புல ஆரோக்கியக் கேடு உருவாகுது. அப்பறந்தான ஆஸ்பத்திரியத் தேடி வர்ரீங்க."

"ஆஸ்பத்திரில அமைதி காக்கச் சொல்றீங்க..அப்படித்தான. நாகராஜ் அண்ணன் முடித்து வைக்கவும், டாக்டர் இன்னொரு நர்ஸோடு அறைக்குள் வந்தார்.

"என்ன, பாட்டியம்மா இன்னமும் முழிக்கலியா?"

"ஆமா டாக்டர்."

நர்சிடம் "பி.பி." என்றார்.

"நார்மல் சார்"

ஸ்டெத்தாஸ் கோப்பை வாங்கி, அங்கங்கே தொட்டுப் பார்த்தார். நர்சிடம் எதோ சொன்னார். தான் சுமந்து வந்த ட்ரேயிலிருந்த ஒரு மருந்தை, நர்ஸ் சிரிஞ்சில் உறிஞ்சி டாக்டரிடம் தந்தது. ஆயாவின் கையில் டாக்டர் அதனை ஏற்றினார். ஊசி குத்திய வினாடியில் ஆயாவின் நெற்றியில்

வலி ஓடியது.

"சரி,.. பாப்பம்" கிளம்பினார்.

"டாக்டர், ஆயா தூங்கிக்கிட்டே இருக்கு." அம்மா கேட்டது.

"என்னாம்மா... வீட்ல தூங்கவிடாம தொந்தரவு பண்ணுதுங் கறீங்க.. இங்க தூங்குனா.. தூங்குதுங்கறீங்க.. எழுப்பிவிடவா?" டாக்டர் சிரித்தார்.

"அதுக்காக ஒரேயடியாவா?" அக்காண்டிப் பெரியம்மா மெல்லிய குரலில் சொன்னது.

"ஒண்ணுமில்ல. இப்ப அவங்களுக்கு கொஞ்சம் தூக்கம் தேவப்படுது. எந்திருச்சிருவாங்க. பாப்பம்,"

"வேற எதுவும்,?" நாகராஜ் கேட்டார்.

"ஃபிசிக்கலா இப்பதக்கி எதுவும் தெரியல. எந்திரிச்ச பிறகு பாக்கலாம்." பேசியபடியே அறையை விட்டு வெளியேறினார்.

அதுவரை வாசலில் நின்றிருந்த கம்பவுண்டர் சார், டாக்டரோடு சேர்ந்து கிளம்பினார்.

"பிசிக்கலா தெரியல," என்ற டாக்டரின் வார்த்தையும், நர்ஸ் சொன்ன 'அமைதி'யும் வேறு வேறாய்த் தெரியவில்லை. ஆயா அமைதியைத் தேடிக் கொண்டிருக்கிறதா? இல்லை, அமைதி யான சூழலில் குடிகொண்டுள்ளதா?

உதயன் வரவும், 'கம்பவுண்டர் சாரைப் பார்க்க வேண்டும்' எனச் சொன்னேன்.

27

காமாட்சிக்கு ஏழாவது பிள்ளைக்கான வலி வண்ணாந் துறையில் ஆரம்பாமானது. கொஞ்ச நேரத்துக்கு மின்னேதான் கழுதையோடு வந்திருந்தாள். அழுக்குப் பொதியை இறக்கிப் போட்டுவிட்டு, கழுதையின் கால்களை கிட்டித்து, அனுப்பி இருந்தாள். அன்றைய வேலைக்கான உருப்படிகள், வெள்ளாவிப் பானையிலிருந்து பிரிக்கப்பட்டு, ஆற்றங்கரையில் முறுக்கிக் கிடந்தன. அவளது புருசன் விடியுமுன்னே வந்து, வெள்ளாவி கட்டுப் பிரித்துப் போட்டுவிட்டுப் போய்விட்டான். உவர் மண் அள்ளப் போயிருக்கலாம்.

சாராய கேன் வருவதற்குள் வந்துவிட்டானானால், துணி களைப் பிரித்து உவர் மண்ணில் ஊறப்போட்டு, வெள்ளாவிப் பானையில் அடுக்கி வைப்பான். பானையை வேடுகட்டி இறுக்கி, ஆத்து வேலை முடிந்து, கழுதையைப் பத்திக் கொண்டு போகும் போது, அடுப்புப் பற்ற வைத்து, விசிறி விட்டுப் போனால், ராவெல்லாம் எரிந்து, வேக்காடு பூரணமாகி இருக்கும். சூடு தணிந்த பிறகு, இதுபோல பிரித்துப் போட்டுவிட்டால், ஆற்றில் அடித்து அலசிப் போட சரியாய் இருக்கும்.

சுடுகாட்டை ஒட்டிய நாணல் புதரில்தான், சாராயக் கேன் வந்து இறங்கும். சில நேரம் லாரி ட்யூப்களில் அடைத்துக்கொண்டும் வருவார்கள். எப்படியும் பதினோரு மணி ஆகிவிடும். அதிலிருந்து ஆள் நடமாட்டம் வந்து போய்க்கொண்டிருக்கும். சுப்பு சாராயத்துப் பக்கம் போயிருக்கக்

கூடாது என, மாரியாத்தாளை வேண்டிக்கொண்டாள் காமாட்சி. குடித்துவிட்டு வந்தால் யாரையும் வேலை செய்யவிடமாட்டான். செய்கிற வேலையும் கீசரி மேசரியாய் உலப்பி எடுத்துவிடுவான்.

மாரியாத்தாளை வேண்டுகிற போது தான் காமாட்சிக்கு, அடி வயிற்றில் முதலில் கலகலத்தது. ஏதாச்சும் பொருமலாய் இருக்கும். ஏப்பமோ, குசுவோ விட சரியாகிவிடும் என்ற நம்பிக்கையில் இருந்தாள்.

இதே போலத்தான் நாலாவதாய் ஜனித்ததும் இதே துறையில்தான். அன்றைக்கு ஆத்துக்குள் நின்றிருந்தாள். அழுக்குத் துணியை அடித்துத் துவைத்துக் கொண்டிருந்த போது, கால்வழியே நீரொழுக்காய் தொடையிலிருந்து சூடாய்க் கீழிறங்கியது. கையிலிருந்த துணிகளைக் கரையில் வீசி எறிந்தாள். 'ஆகா, பனிக் கொடம் பழுதாயிருச்சு போலிருக்கே...' எனப் பதை பதைக்கையில், திடீரென வலி மின்னலாய்த் தாக்கியது. அன்றைக்கும் இதுபோலவே முன்காலை நேரம். யாரும் உடன் வந்திருக்கவில்லை. 'ஆற்றுக்குள்ளேயே நின்று கொண்டிருந்தால், பிறக்கப்போகும் குழந்தை ஒருவேளை, கை நழுவி நீரோடு போயிவிடுமோ' என்ற பயம் வந்தது காமாட்சிக்கு.

இரண்டு கைகளாலும், அடிவயிற்றை ஏந்திப் பிடித்தபடி கரை ஏறினாள். கரையில் நடக்க முடியவில்லை. கால்கள் உளைச்சல் எடுத்தன. தொடையிலிருந்து கணுக்கால் வரைக்கும் நடுக்கம் பிறந்தது. இடுப்பு நிற்க வொட்டாமல் திருகி எடுப்பது போல, வலி மிகுந்து புரட்டியது. காலை மடித்து உட்காரந்து ஊர்ந்து போகவும் இயலவில்லை. பத்தடித் தூரத்திலிருக்கும், அரளிப் புதருக்குப் போய்விட்டால் போதும். 'அய்யோ... ஆத்தா..' என ஆயாவைத்தான் கூப்பிட்டாளாம்.

ஆற்றில் தண்ணீர் அலங்காரமாய், ஆரவாரத்தோடு ஓடிக் கொண்டிருக்கிறது. இளவெய்யில் கண் கூசாத படிக்குக் காய்ந்துகொண்டிருக்க, சிலுசிலுவென காற்றும் கூடி வந்து இதம் தந்தாலும், அரளிப் புதரை அடைவதற்குள் மரணபயம் வந்துவிட்டது. புதரின் வேர்களைப் பிடித்துத் தரையில் உட்கார, தவிட்டு மண் தரை, அவளை அப்படியே தாயாய்த் தாங்கிக் கொண்டது. மறைப்புக்குத் தோதுவாய் நிற்கிறது. காமாட்சிக்கு, நீர்க்குடம் முழுதுமாய் உடைந்து பரவி, சிசுவின்

தலை வெளிப் பட, அவளே கையேந்தித் தன் பிள்ளையை வாங்கி இருக்கிறாள்.

ஊரில் பல பேருக்கு பேறுகாலம் பார்த்த அனுபவம், காமாட்சிக்கு அந்த இடத்தில் கை கொடுத்திருக்கிறது. காமாட்சி நிதானம் தவறாமல், அதன் உடம்பெங்கும் பரவி இருந்த உமிழ் நீரை வழித்து எறிந்துவிட்டு, சரியாக ஆறுவிரல் கடை அளவு வைத்து, நஞ்சுக் கொடியைப் பல்லால் கடித்து அறுத்தாளாம். அதற்கும் முன்பே பிறந்த, குழந்தையின் ஆயுளைக் கணித்து விட்டாளாம்.

'பொறந்த புள்ள பொட்டயா ஆயிருச்சுன்னு, அது பொல்லாத பாவம்னு தலப்பால், சீம்பாலுக்குப் பதுலா அரளிக் காம்ப ஒடிச்சு, நாக்குல சேன தொட்டு வச்சிட்டா. பெத்தவ மொகத்தக் கண்தெறந்து பாக்காமலே, அந்தச் சிசு பரலோகம் போய்ச் சேந்திடுச்சு.'

காமாட்சிக்கு ஆத்தாங்கரைல பிள்ள, செத்துப் பொறந் திருக்குன்னு ஊருக்குள்ள சேதி சொல்லி, கரையிலயே குழி தோண்டி அடக்கம் செஞ்சுட்டு வந்திட்டாளாம் காமாட்சி, தன் மார்பு கணக்கும் போதெல்லாம், கரையேறி புதை மேட்டில் பால் பீச்சிவிட்டுப் போவாளாம். ஆயா இதையே ஒரு கதைபோலச் சொல்லும்.

'ஒரு ஊர்ல ஒரு வண்ணாத்திச்சியும், அம்பட்டச்சியும் இருந் தாங்களாம். வண்ணாத்தி வகுத்துல பொறந்தவதா அம்பட்டச்சி." என்று சுவாரசியாமாய்ச் சொல்லும்.

காமாட்சிக்கு அந்த பயம்தான் இப்போது வந்துவிட்டது. "மறுபடியும் அரளிப்புதருக்குள் பிள்ளைபெற வேண்டுமோ?" அந்த தினத்தைப் போலவே, முன்காலைப் பொழுது, ஆளரவம் இல்லாத வேளை, 'ஆயிரங்கண் நாச்சியா... அடைக்கலங் காத்தவரே, என்னிய பரிதவிக்க விட்டுறாத ஆத்தா..'

வேலையை அப்படியே போட்டுவிட்டுக் கரையேறிய வளுக்குப் பிறப்புறுப்பில், சுருசுருவென நீர் வெளியேறுவது போல அவதி இருந்தது. தாங்கிப் பிடிக்க ஒரு துணை, சாய்ந்து கொள்ள ஒரு மடி, தேவைப்படுவதை உணர்ந்தாள். எத்தனை வேகமாய் வீட்டுக்கு நடக்க முடியுமோ, அத்தனைக்கு நல்லது என்று வைராக்கியம் மனசில் கொண்டு, வண்ணாந் துறையிலிருந்து வெளியேறினாள். பாதையின் விளிம்பில்

வளர்ந்திருந்த தென்னை மரத்தில் கழுதைகள் முதுகைத் தேய்த்துக்கொண்டு திரிந்தன. நெல் வயல்களில் களை பிடுங்கும் பெண்கள், சேலையை கெண்டக்காலுக்கு மேலே ஏத்திச் சொருகிக் கொண்டு, பின்வாக்கில் களை பிடுங்கிக் கொண்டு இருந்தனர்.

ஊருக்குள்ளிருக்கும் பெரிய பள்ளிக்கூடத்திற்கு, உயர் நிலைப்பள்ளி — பின்புறமாய் பிள்ளை வாய்க்கால். அதன் கல்பாலத்தில் ஏறி இறங்க, ஆற்றங்கரை வரை நெல்வயல்கள். கண்ணெட்டு மட்டும் பச்சை. காற்றில் கடலலையாய் மாறும் நெய்பயிரின் இளந்தளிர்கள். பிள்ளை வாய்க்கால் பாலத்திலிருந்து நெல்பயிரின் இளந்தளிர்கள். பிள்ளை வாய்க்கால் பாலத்திலிருந்து வண்ணாந்தொறைக்கு வண்டிப்பாதை அமைத்திருந்தார்கள். பாதையை வெட்டிச் சுருக்கி விடாமலிருக்க, இருமருங்கும் தென்னைமர வரிசை ஆற்றங்கரை வரையிலும் நீண்டிருந்தது.

அந்த தென்னை மர நிழலில் அடி மேல் அடி வைத்துத், தலை யில் தண்ணீர்க் குடம் சுமப்பவள் போல, சர்வ ஜாக்ரதையாய் அடிவயிற்றைக் கைகளால் ஏந்தயபடி நடந்து போனாள் காமாட்சி.

காமாட்சியின் அந்த பரிதவிப்பான நடை, களை பிடுங்கிக் கொண்டிருந்தவர்களைக் கவர, பதட்டமாய்ப் பார்த்தார்கள்.

"அடியே காமாட்சி.. என்னாடி இந்நேரமே கௌம்பிட்ட..." நிறை முடித்த பெண்ணொருத்தி நிமிர்ந்த சமயம் கூப்பிட்டாள். நிமிராமல் வேலை செய்த அலுப்பில், ஏற்பட்ட ஊமை வலியை, இப்படி ஏதாவது ஒரு சந்தர்ப்பத்தில் தான் இடுப்பை நிமிர்த்தி, ஆத்திக் கொள்ள முடியும். அத்தனை பேரும் வேலையை விட்டு, காமாட்சியைக் கவனித்தார்கள்.

"என்னாடி இது, வீடு தீப்பிடிச்ச மாதிரி கால் பாவாம நடக்குறா.."

"புருசெ நெனப்பு வந்திருக்கும்"

"வகுத்துல பொதியச் செமந்துக்கிட்டிருக்காளே"

"அப்பத்தே அதிகமா நெனப்புத் தட்டும்"

"வீட்டுக்குப் போகாம... தொறையில எடமா இல்ல..."

“புருசெ?”

“அதுக்குந்தே”

அவர்களது அந்த நையாண்டிப் பேச்சு, காமாட்சிக்கு எட்ட வில்லை. கூப்பிட்ட குரலுக்கு மரியாதை கொடுத்து, அவர்களைச் சமீபிக்கிற மாதிரி, வண்டிப்பாதையின் விளிம்பிற்கு வந்தாள்.

“சேட்டமில்ல ஆயா... வீட்டுக்குப் போறெ..” நிற்க மாட்டாமல் அசைந்தபடி பதில் சொன்னாள். பதில் பேசாமல் போனால் சம்சாரிகள் வீட்டுப் பொல்லாப்பு.

“என்னா கேடு.”

“வவுறு எறங்கி தகுப்பா வருது ஆயி”

சொல்லும் போதே வயிறு நிலை புரள்வது போலிருந்தது. வலி கொஞ்சம் மட்டுப்பட்டிருந்தது. இப்படியே வீடு போகும் வரை இருந்தால் தாக்காட்டி விடலாம்.

“அடி நீசச் சிறுக்கி, நெற மாசமா? கிறுக்கு முண்ட, வீட்ல கெடந்து வேல பாக்கமாட்டாம... இம்புட்டுத் தொலவு வரலாமா?” கங்காணியம்மாள் பதறினார்.

“நாம யென்னா சம்சாரிகளா. சவரட்டணயா வீட்ல ஒக்காந்து பேறுகாலம் பாக்க. இன்னிக்கி இவளுக்கு, நாளைக்கி நம்மளுக்கு. சரி சரி சூதானமாக் கெளம்பு. கையில் கால்ல ஏதும் இரும்புக் காப்பு போட்டிருக்கியாடி..”

புள்ளத்தாச்சிப் பொம்பளையைக் காத்துக் கருப்பு அண்டாமல் இருக்க வேணுமே என்கிற கவலை வர, சட்டென அந்தக் கங்காணி தன் இடுப்பிலிருந்த பன்னருவாளை எடுத்து, ஒரு பெண்ணிடம் கொடுத்துவிட்டாள். “அவ கைல குடு..”

அதனை வாங்கிய அந்தப் பெண், “யேம்ட்டீ... இவளக் கொண்டுட்டுப் போயி வீடு சேத்துட்டு வந்திரட்டுமா. பெரியாயி –சம்சாரி–வந்தா சொல்லீருங்க” என்று அனுமதி கேட்டு, வரப்புத் தாண்டி வந்து காமாட்சியைத் தாங்கிக் கொண்டாள்.

“அதுஞ் சரித்தே.. சூதானமா விட்டுட்டு வெரசுன்னு வந்துரு. முடிஞ்சா ஒரு வெந்நித் தண்ணி சுட வச்சுக்

குடுத்துட்டு வந்திரு..”

காமாட்சிக்கு, ஆயிரங்கண் கொண்டவளே உதவ வந்தது போலப் புல்லரித்தாள். இனிப் பயமில்லை என்ற தெம்பு பிறந்தது.

“வலி பொறப்பட்டுருச்சா.. நீரொழுக்கல் எதும் தெரிதா..” அந்தப் பெண் தோளில் கைபோட்டு நடந்தாள்.

“யே... கங்காணியக்கா. என்னோட நெறய கொஞ்சம் கவனிச்சுக்கங்க. கொறவிட்றாதீங்க.”

“நீ போடி...” என்ற கங்காணி அந்தப் பெண்ணின் வேலையை, தான் நின்று பார்த்தாள்.

அவர்களிருவரையும் அனுப்பிவிட்டு, எல்லோரும் மறுபடி குனிந்து நிறை பிடித்து, களை பிடுங்கலானார்கள். அப்போது நடுவிலிருந்து ஒரு இளம் பெண். பக்கத்தில் இருந்த வேலம்மாளிடம் கேட்டாள். “ஏம் மதனி..... காமாட்சி இப்ப ஆருக்கு உண்டாயிருக்கா..?”

வேலம்மாள் எந்தப் பதட்டமுமில்லாமல் பதில் சொன்னாள். “நீ யாருக்கு உண்டானயோ அவனுக்குத்தே.”

களை பிடுங்கிப் போட்ட வரப்பில் நெளிந்த, மண் புழுக் களைத் தின்ன நாரைகள் வட்டமிட்டு வந்தன.

28

ஊருக்குள் பேறுகாலம் பார்ப்பது, காமாட்சி வீட்டுப் பெண்கள் தான். அதிலும் காமாட்சியின் மூத்தவள் மல்லிகா இதில் கெட்டி. கிட்டத்தட்ட தொழிலாகவே செய்து வந்தாள். புருசன் செத்த பிறகு, நிம்மதியான பொழப்புக்கு அதுதான் உரமாய் இருந்தது. ஊருக்கெல்லாம் ஓடியாடி 'வேலை' பார்த்தாலும், சொந்த பந்தத்துக்குக் கொஞ்சம் ஒதுங்கியே இருந்தாள். அவளுக்கு துட்டுப் பைத்தியம் ஜாஸ்தி. எந்தப் பக்கம் துட்டுக் கிடைக்கும் எனக், கணக்குப் போட்டே வேலை பார்ப்பாள்.

அவள் வண்ணார் வீட்டுப் பெண்ணானாலும், தன் துணியைத் தான் துவைக்க மாட்டாள். ஆனால், தீட்டுத் துணிக்கு மல்லுக் கட்டி வருவாள். எல்லோரும் அந்தத் துணியை குச்சியால் தூக்கிப் பிடிக்கும் நேரத்தில், மல்லிகா சுபாவமாய் அதனைச் சுருட்டி கக்கத்தில் வைத்துக்கொள்வாள். மரக்கா நெல்லும், காணிக்கைத் துட்டும், காய்கறியும் தவிரத், தீட்டுத்துணிக்குத் தனியாக ஒரு ரேட்டு பேசிக்கொள்வாள். "காரம் வாங்கணும். கவுச்சி வாட போக பிளீச்சிங் பவுடர் வாங்கணும்" என்று பட்டியல் போட்டுப் பிரித்துப் பிரித்து பில் போடுவாள். ஊர்ச்சனங்களும், மல்லிகாவையே அதிகம் கூப்பிட்டனர். அதற்கு முதல் காரணம் எந்த நேரமானாலும், அவளை வீட்டில் பிடிக்கலாம். காமாட்சி மாதிரி வண்ணாந்துறைக்குத் தேடிப் போகத் தேவை இல்லை. வலி துவங்கிய நேரத்திலிருந்தே வந்து தங்கி இருந்து, ஒருநாள் ரெண்டு நாளானாலும், தாயும் பிள்ளையும் பிரித்து

வைத்துவிட்டே வீட்டுக்கு வருவாள்.

அதுபோல, காமாட்சிக்கும் தனிக் கூட்டம் இருந்தது. வலி கண்டதும் வண்ணாந்துறைக்குத் தகவல் வந்துவிடும். என்ன வேலையிருந்தாலும், போட்டுவிட்டு வந்துவிடுவாள். வரும்போதே பழைய துணி சேகரித்துக் கொண்டு வருவாள். அதற்கென்றே கிழிந்த வேஷ்டி, நூல் சேலைகளைத் துவைத்து பத்திரப் படுத்தி வைத்திருப்பாள்.

தன் வீட்டில் காமாட்சி பாடு பார்த்துக் கொண்டி ருந்த போது, இடுப்பு வலி என்று வந்த அழைப்புகளில் காமாட்சி தன்னை மறப்பதும், அழைத்துச் செல்பவர்கள் அவளிடம் காட்டுகிற பவ்யம், நேசம், வாஞ்சை ஆயாவுக்குப் பிடித்துப் போனது.

இதனைத் தான் இத்தனை காலமாய் தேடிக் கொண்டிருந்ததைப் போல எளிதாய் ஆயா, தன்னை இழந்துவிட்டது. அதிலிருந்து காமாட்சி எந்த ஒரு வீட்டுக்குப் போனாலும், ஒரு தூக்குவாளியில் ஆயா விளக்கெண்ணை ஊற்றிக் கொடுத்துவிடும். இதற்காகவே காட்டிலிருந்து வரும் ஆமணக்கை, விசேசமாய் வறுத்து, இடித்து, வேகவைத்து, எண்ணெய் வடித்து எடுத்து வைக்கும். எந்த வீட்டில் குழந்தை பிறந்தாலும் 'உள்'ளுக்குத் தர ஆயாவின் எண்ணெய்தான் பயன்படுத்தப்பட்டது. கடை எண்ணெய் மீது இன்றைக்கிருக்கும் ஆயிரம் சந்தேகம் அப்போதுமே இருந்திருக்கிறது. வெகு சீக்கிரத்தில் பேறுகாலம் பார்ப்பதில் ஆயாவும், நிபுணத்துவனம் பெற்றுவிட, ஊர் சம்சாரிகளுக்கு ரொம்பச் சந்தோசம். வைத்தியத்துக்கேயானாலும் ஒரு வண்ணாத்திச்சியிடம் கெஞ்சிக் கொண்டிருப்பதில் தடை இருந்தது. இருந்து கொண்டிருந்திருக்கிறது.

ஆயாவும், பேறுகாலத்துக்கு மட்டுமல்லாது பிள்ளையைக் குளிப்பாட்டித் தரவும், உடம்புக்கு எண்ணெய் கட்டி பேதிக்குத் தரவும், பிள்ளைகளுக்கு குடலிறக்கம் ஏற்படுகிறபோது, சாம்பல் தடவி வயிறு தட்டி விடவும் என, சிசுக்களுடனான நெருக்கத்தைக் கூடுதலாக்கிக் கொண்டிருந்தது.

இந்த நேரத்தில் தான் காமாட்சியின் ஏழாவது பிரசவம்.

காமாட்சியை வீட்டிற்கு அழைத்து வந்த நடவுப் பெண், அவளை வீட்டுத் திண்ணையில் உட்காரச் செய்தது.

“வென்னீ வச்சுத் தரட்டுமாடீ” என அடுப்பைத் தேடிய போது, காமாட்சி ‘இதுவே புண்ணியம்’ எனக் கை கூப்பிக் கும்பிட்டாள்.

“வலி என்னா சொல்லுது...?”

“எப்பிடியும் இன்னிக்கு ஆயிரும் ஆயி. விட்டு விட்டு வலி வருது. போற வழில எங்க ஆயாகிட்ட ஒரு வாத்த சொன்னீன்னா...” எனக் காலைத் தொட்டுக் கும்பிட எத்தனித்தவள், “கீ.. சாதி மவ நானு, ஆரையும் வேல சொல்லக் கூடாது. ஒங்களுக்கு ஏவல் செய்யக் கடமப் பட்டவ.. தன்னால முடியாம... சொல்றே மாப்புக் கேட்டுக்கறேன்” என்றாள்.

“அத விட்றி... ஒத்தாசைல என்னத்த சாதி... அதெல்லா திண்டுமுண்டா தின்னுப்புட்டுத் திரியறவகளுக்குத்தே. நாம எல்லாமே பசிச்சா தீவனம் மாதிரி, ஒழச்சாத்தே சீவனம்னு இருக்கவக. அதிலயும் எல்லாப் பய சாதியிலயும் பாத்தீன்னா, பொம்பளைகதே ரொம்பக் கீச்சாதி. அதனால, யாரையும் பெருசா நெனைக்க வெணாம். எங்களுக்கும் தெரியும் எங்க வகுசி.”

வழக்கம்போல ஆயா, எண்ணெய்த் தூக்குடன் வந்துவிட்டது. அதற்குள் நடவுப்பெண், வென்னீரும் சுட வைத்துத் தந்துவிட்டுப் போயிருந்தாள்.

“தண்ணிக் கொடம் ஒடஞ்சிருச்சாம்ல டீ..” ஆயா பரிதவிப் போடு கேட்டது.

“மேத் தண்ணி வெளியேறி இருக்கும்னு நெனக்கிறே..” காமாட்சி தெம்பு விடாமல் பதில் சொன்னாள்.

“வகுறும் நல்லா எறங்கி இருக்கு. தெக்கும் வடக்கும் பெருத்திருக்கே...” ஆயாவோடு வந்த பக்கத்து வீட்டுப் பெண்மணி சந்தேகம் கிளப்பினார்.

காமாட்சி தலை உயர்த்தித், தன் உடலைப் பார்த்தாள் வித்தியாசம் தெரியவில்லை.

“இவ அக்கா மல்லியாவ கூட்டியாரட்டுமா?” என்றாள் அந்தப் பெண்.

ஆயா நிதானமாய் “ஒண்ணும் பெர்ச்சன இல்ல. ஆரும்

வந்து எதையும் மறிக்க முடியாது. பொறக்கப் போற சிசு, தனக்குன்னு விதிச்ச நேரத்தில தரைல வந்து எறங்கும்." என்றது.

சேதி கேட்டு அக்கம் பக்கத்துப் பெண்கள் கூடிவிட்டார்கள். அதற்கப்புறம் ஆயாவின் ஏவல்தான். வலி மிகுந்த நேரம் வெந்நீர் விட்டுப் பார்த்தார்கள். பொய் வலியானால் போய்விடும். நிஜவலி யாருக்கும் அடங்காது. காமாட்சிக்கு ராத்திரி வரை விட்டு விட்டு வலி வந்து போனது.

காமாட்சியின் புருசன் வந்து, மல்லிகாவைக் கூப்பிட்டு வந்தான். "எனக்கு வெவரமே தெரியாது." என்று சொல்லிக் கொண்டே காமாட்சிக்கு நாடி பிடித்துப் பார்த்தாள். வயிறை லேசாய்த் தொட்டுப் பார்த்தாள். "பிள்ளை எட வலமாத் திருகி இருக்கு போல..." என்றவள், தங்கச்சிக்கு செரமம் கூடுதலா இருக்கும் என அச்சப்பட்டுக் கொண்டு, காமாட்சி புருசனிடம் "ஆஸ்பத்திரிக்கி போனாக் கூடத் தேவல.." நாள்ப் பூரா வலில கெடக்கா.." பிள்ள தல திரும்பல..." என்றாள்.

புருசன் கோபப்பட்டான். "ஊருக்கெல்லா அக்காளும், தங்கச்சியும் ஓசி வைத்தியம் பாத்துப்புட்டு, ஒனக்கு மட்டும், ஒசந்த வைத்தியம் கேக்குதா. அதுக்கெல்லா எவெ காசு வச்சிருக் கயா?" என்று மல்லிகாவிடம் சத்தம் போட்டான்.

"எதுவா இருந்தாலும் வீட்டிலேயேதான்," ஆயாவும், காமாட்சி யும் தீர்மானமாய் மறுத்திருக்கிறார்கள்.

"அதுவரைக்கும் வலி பின்னி எடுக்கும். தாக்குப் பிடிப்பாளா. தண்ணிக் கொடம் ஒடஞ்சு, உள்ளாற நீர்க் கட்டும் கொறஞ்சு இருக்கும்." மல்லிகாவுக்கு, காமாட்சி வீம்பு பிடிப்பதாய் பட்டது.

"வலின்னா என்னான்னு தெரியும்க்கா. பாப்பம்" காமாட்சி தெளிவாகவே பேசினாள்.

"ஒடம்புல வலி வருதுன்னா, அது உள்ள இருக்க தேக்கத்த ஒடைக்கிதுன்னு அர்த்தம். சொஸ்தமாய்க்கிட்டு இருக்குங்கறத சொல்லுறதுக்குப் பேர்தா வலி. வலி வந்தா சந்தோசப் படணும். சந்தேகப் படக்கூடாது." என்று தான் சொல்லித் தந்ததையே திருப்பிச் சொல்லுகிற காமாட்சியைக் கடுப்புடன் பார்த்தாள். வயிற்றின் மேல்புறம் விளக்கெண்ணை விட்டு, நீவி

விடச் சொன்னாள். அது சிசுவை செயற்கையாய் திருப்பும் முயற்சி, அதற்கும் ஆயா ஒத்துக்கொள்ளவில்லை.

"கொஞ்சம் பாத்துச் செய்யலாண்டி மல்லியா. நாம ஒண்ணு செய்ய, அது ஒண்ணு நடக்க, பொறுமயா பாப்பம், படச்சவனுக்கு இல்லாத அக்கறயா.."

இதில மல்லிகா கோபம்கொண்டு வெளியேறி விட்டாள்.

நடு ராத்திரிக்கு மேல் வலி உச்சம் பெற்று, காமாட்சியை தூக்கிப் போட்டிருக்கிறது. உடனிருந்த பெண்கள் அத்தனை பேரும், ஆளுக்கொரு 'நேர்த்திக் கடன்' போட்டிருக்கிறார்கள்.

ஆண் குழந்தையை அன்றைக்குப் பெத்து எடுத்தாளாம் காமாட்சி. அதற்கு ஆயாவின் பெயரையே 'ரத்தின சாமி' என்று வைத்திருக்கிறாள்.

அந்தச் சிறுவனுக்குத் தாத்தாவின் சாடை இருப்பதாய், பின்னாளில் பல பேர் கேலி செய்தார்கள்.

29

மழை விடாமல் பெய்துகொண்டிருந்தது. மில்லில் லீவு எழுதிக் கொடுத்துவிட்டு வந்திருந்தேன். மழைக் காலத்தில் லீவு வாங்குவதில் சிரமம் உண்டு. உலகத்தின் குளிர்ச்சி, ஓடிக்கொண்டு இருக்கும் மெசின்களிலும் ஏறி நிற்கும். பருத்தி இழையும், அதனை நூலாய்த் திரிக்கும் கட்ரோலும், ஸ்டீல் ராடும், நூலைத் திரித்து இழுக்க முடியாமல், ஈரப்பதம் கொண்டு, ராடிலும், ரோலிலும் பஞ்சு பஞ்சாய்ச் சுற்றிக் கொள்ளும். மெசின் ஓட்டத்திற்கு ஈடு செய்யும் வேகத்தில் திரண்டுகொண்டிருக்கும். பஞ்சைப் பிய்த்துப் பிய்த்து சைடர்களின் விரல்கள் புண்ணாகிப்போகும். இந்த சமயத்தில்தான், ஓராள் வேலையை மூணாள் நாலாள் பார்க்க வேண்டியிருக்கும். ஓவர் டைம் பார்க்கச் சொல்லி, முந்தைய சிப்ட் ஆட்களை வற்புறுத்திக் கொண்டிருப்பார்கள். மேஸ்திரி தசரதன் எங்கள் வீட்டின் நிலைமை தெரிந்தவர் என்பதால் லீவுக்கு அனுமதித்தார்.

ஆஸ்பத்திரியில் ஆயாவின் உறக்கம் பிரபலமாகி இருந்தது. சப்பிடக் கூட எழவில்லை. 'குளுக்கோஸ் இறங்கிக் கொண்டிருப் பதால் கவலை வேண்டாம்' எனக் கம்பவுண்டர் சார் சொன்னார். அப்பாவும், ரெண்டொருதரம் வந்து பார்த்துவிட்டுப் போனார்.

"இங்க ஒறங்குற வேலய, வீட்ல வந்து செய்யலாம்ல. கம்பவுண் டர் சாருகிட்ட மெல்லக் கேளு. பெட்டு வாடக, டாக்டர் பீசு.." மெதுவாய்ச் சொல்லிவிட்டுப் போனார்

அப்பா.

சரவணனுக்குத் தன்னுடைய 'எடுப்பு' வேலைதான், ஆயாவுக்கு அமைதியான உறக்கத்தையும், வீட்டிலுள்ளவர்களுக்கு நிம்மதியையும் கொடுத்திருக்கிறது என சந்தோசம். முருகதா சனுக்குக் காணிக்கை தர அம்மாவிடம் பணம் கேட்டுக் கொண்டிருந்தான்.

தனத்துக்கு, 'ஆயா கண் முழித்துவிட்டால், இரண்டு வார்த்தை பேசிவிட்டு சட்டுப்புட்டென ஊருக்குக் காரேறி விடலாம்' என்றிருந்தது. பிள்ளைகளையும், புருசனையும் தனியாய் வீட்டில் விட்டுவிட்டு அடிக்கடி வந்து போகிறதில் வருத்தம்.

தனம் பெரும்பாலும் ஆஸ்பத்திரியிலேயே இருந்து கொண்டது. வீட்டில் வேலை செய்ய அம்மா அனுமதிப்பதில்லை. விருந்தாளியா வந்தவ. 'ஆத்தாளுக்கு வேல செஞ்சு அலுப்பாயிருச்சுன்னு ஒங்க வீட்ல பேசீரக் கூடாது' என்று எதாவது சொல்லி அம்மா அடுக் களையில் தன் பிடியை விட்டுக்கொடுக்க மறுத்தது. அதனால் தனத்தின் முழுப் பொழுதும், ஆயாவை கவனித்துக் கொள்வதும், ஆஸ்பத்திரிக்கு வருபவர்களை வரவேற்பதும் மட்டுமே என ஆனது.

உதயனும் நானும் வந்தபோது, வரவேற்பறையில் தனம் இல்லை. குடையை மடக்கிக் கையில் பிடித்தபடி, உதயன் பின்னால் வந்தார். மழை நிதானமாய்ப் பெய்து கொண்டிருந்தது. காலை பத்து மணிப் பொழுது, அதிகாலை ஆறு மணி போல மங்கலாய்த் தெரிந்தது.

"தங்கச்சியக் காணாம்?" உதயன்.

"தெரில... உள்ளே இருக்கும்"

வார்டுக்குள் தான் தனம் இருந்தது. சேரில் சாய்ந்தபடி, மெல்லிய உறக்கத்தில் அமர்ந்திருந்தது. சப்தம் எழுப்ப வேண் டாம் என உதயன் எனக்குச் சைகை செய்தார். நடையை மிருது வாக்கினேன். ஆயாவின் கட்டில் பக்கம் சென்றோம். ஆச்சரிய மாக ஆயா கண் திறந்தபடி படுத்திருந்தது.

"ஆயா.."

எதோ ஒரு உந்துதலில் வாய்விட்டு சத்தமாய் அழைத்தேன். எனது குரல் கேட்டு தனம் 'படக்' கென விழித்தது. ஆயாவிடம் எந்த அசைவும் இல்லை. மாறாக மல்லாந்து படுத்திருக்கும் பிள்ளைப் பூச்சியைப் போல, கை கால்களைப் பரத்திக் கொண்டு படுத்திருந்தது. குளுக்கோஸ் ஏறிக் கொண்டிருக்கும் போது, வலது கையை அடிக்கடி பார்த்தபடி..... விறைப்பாய், மிரட்சியோடு இருந்தது.

"பாட்டியம்மா..ஆயாம்மா," உதயன் மெதுவாகக் கூப்பிட்டார். அப்போதும் எந்த பிரதிபலிப்பும் இல்லாது, ஊசி குத்திய பகுதி யிலேயே கவனத்தைக் கொண்டிருந்தது. எதோ ஒரு அவஸ்தையில் தத்தளிப்பது போல, உடம்பில் சிறுசிறு நெளிதல் தெரிந்தது.

உதயன் கட்டிலின் மறுபுறம் வந்து நின்றார். குளுக்கோஸ் ஸ்டாண்டை தாண்டுகிறபோது ஆயா அவரைக் கூப்பிட்டது.

"சித்த இத அவுத்து விடுறியா? ஒண்ணுக்குப் போகணும்..."

குளுக்கோஸ் ட்யூப்பால் தன்னைக் கட்டிப் போட்ட பிரமை ஆயாவுக்கு.

"அது ஒண்ணுமில்ல ஆயா... நீ எந்திரி." தனம் ஆயாவின் படுக்கையில் அமர்ந்து, அதன் கழுத்திற்கு கீழ் கை கொடுத்து, மெதுவாய் நிமிர்த்தி உட்கார வைத்தது. தனத்திற்கு நானும் உதவ வேண்டி வந்தது. ஆயா, மரச்சட்டம் போல விரைப்பாய் நிமிர்ந்து உட்கார்ந்தது. ஆயாவின் முதுகுப்புறம் வெதுவெதுப்பாகவும், மேல்புறம் சில்லிட்டும் இருந்தன. உடம்பில் ஒரு வித நடுக்கமும், பயத்தால் வெளிறிய தோற்றமும் தெரிந்தன.

"பாட்டியம்மா... கொஞ்சம் நெர்வசா இருக்காங்க போல. அனீஸியா பீல் பண்றாங்களோ," உதயன் கணித்துச் சொன்னார்.

"இதுவரைக்கும் ஆஸ்பத்திரிக்கே போகாத கட்டண்ணே," தனம் பெருமை பேசியது.

"குளுக்கோஸ் கூடத் தேவையான்னு கேட்டு, வயர எடுத்து விட்டிரலாமே." சொல்லிக் கொண்டே உதயன் வெளியே போய், நர்ஸ் ஒருவரைக் கூப்பிட்டு வந்தார்.

வார் அறுந்து போன செருப்பை, காலில் மாட்டிக் கொண்டி ருப்பவரைப் போல, இழுத்து இழுத்து நடந்தபடியே வந்தார் அந்த நர்ஸ்.

"பாட்டியம்மாவுக்கு ஒடம்பு சொகமாயிருச்சோ?" ஸ்டெத்தாஸ் கோப்பை வைத்துப் பரிசோதித்தவர், "பாத்ரூம் போகணுமா," எனக் கேட்டபடி குளுக்கோஸ் ஒயரை எடுத்து விட்டார்.

"ம். கூட ஒர்த்தர் போங்க. தடுமாறிடப் போறாங்க." தனம் ஆயாவைக் கைத்தாங்கலாக அழைத்துச் சென்றது.

தனம் பாத்ரூமில் விட்டு வந்து, வாஷ்பேசனில் முகம் கழுவிக் கொண்டிருந்தது. ஆயா முதலில் இருந்தபடியே கட்டிலில் வந்து உட்கார்ந்தது. வலது கையைத் தனத்திடம் நீட்டியது.

"என்னாது.." ஆயாவின் செய்கை விளங்கவில்லை.

"அந்த ஊசிய எடுத்துச் சொருகி விடு" குளுக்கோஸ் வயரைக் காண்பித்தது.

"இப்ப வேணாம் ஆயா. டாக்டர் வரவிட்டு கேட்டுவிட்டு ஏத்தலாம். சும்மா படுத்துக்க."

சொன்ன சொல்லுக்குச் சிறுபிள்ளை போல, கட்டிலில் படுத்துக்கொண்டது.

"ஒரு மடக்குத் தண்ணி இருந்தா தர்ரியா..நா வறட்சி எடுக்குது."

தனம் பாட்டிலைத் திறந்து தம்ளரில் நீரை ஊற்றிக் கொடுத்தது. ஆயா, அதனை வாங்கி அண்ணாந்து குடித்தது. டம்ளரைக் கொடுத்துவிட்டு ஒரு சின்ன செருமல். "அய்யா.. வாங்கய்யா.." என உதயனைப் பார்த்துப் பேசியது.

உதயன் சிரித்தார். "நீங்க எப்படி இருக்கீங்க பாட்டி"

ஆயா, அந்த அறையைக் கண்களால் ஒரு சுற்று துழாவிப் பார்த்து, "தெரியல.." என்று கைகளை விரித்துச் சொன்னது.

"தனம்.. நீ எப்ப ஆத்தா வந்த?" என எழுந்து உட்கார்ந்தது.

“பேத்தி வந்து மூணு நாளாச்சு. பக்கத்துலயே தான இருக்கு.”

“மூணு நாளாகுதா?”

பயந்துவிடப் போகிறதென நினைத்து நான், “ரெண்டு நாள்தெ” என்றேன்.

“ரெண்டு... நாளா...? புள்ளக வந்திருக்காகளா?”

“பள்ளிக்கூடம் போக வேணாமா ஆயா..”

மெதுவாகத் தலை ஆட்டிய ஆயா, என் பக்கம் திரும்பி, எனது வேலை பற்றி விசாரித்தது. “மத்தியான வேல” என்றேன்.

அதற்குள் உதயன், “ஆயாம்மாவுக்காக பேரேம் பேத்தி எல்லாரும், வேல வெட்டிய விட்டுப் போட்டு, ஒங்க பக்கத்துலயே தான் இருக்காங்க. எந்தக் கவலயும் இல்லாம, டாக்டர் சொல்படி ரெண்டு நாள் ரெஸ்ட் எடுத்துக்குங்க. வீட்டுக்குப் போயிரலாம் என்றார்.”

அவர் சொல்லச் சொல்ல, சிறு பிள்ளையைப் போல, வார்த்தைக்கு வார்த்தை தலையை ஆட்டிய ஆயா, என்னைப் பார்த்து, “தங்கச்சிய ஊர்ல விட்டுட்டு வந்துரு சாமி. எனக்குத்தே நீங்கல்லா இருக்கீங்கள்ல. ஒரு வீட்டுக்குப் போன பிள்ளைய பொழுதீனிக்கும் அலய வெய்க்கெக் கூடாது, பிள்ளப் பொழப்பு கெட்டுரும்,” என்றது.

“இல்ல ஆயா, வீட்டுக்காரர்தே கூப்பிட்டு வந்து விட்டுட்டுப் போனாரு. அதப் பத்தியெல்லாம் நீ பொலம்பாத.” தனம் ஆயாவுக்கு சமாதானம் சொல்லியது.

“அது தப்பு ஆயி. படச்சவனாவே இருந்தாலும், விக்குன சோத்துக்குத் தண்ணி மோந்து குடுக்க ஆளில்லேன்னா, டக்குனு புத்தி பேதலிச்சிரும். அதுக்கப்புறம் நீ தேனும் பாலுமா வச்சி, ஊட்டி விட்டாலும் முடிஞ்சது முடிஞ்சதுதே.” அனுபவமாய்ப் பேசியது.

அதற்கு மேல் தனமும் நிற்கவில்லை. அதற்கு மனசுக்குள் என்ன தோன்றியதோ, மதியச் சாப்பாடு கூட வேண்டாம் என்று பரபரத்துக் கிளம்பத் தயாரானது.

“ஆயாவுக்கு இட்டிலி இருக்கு. பால் இருக்கு. பன்ரொட்டி

இருக்கு. வேணுங்கறத கேட்டுக் குடுங்க. நானு வீட்டுக்குப் போயி அம்மாவ வரச் சொல்றே." என்று பதிலுக்குக் கூடக் காத்திருக் காமல், செருப்பை அணிந்து கொண்டு கிளம்பியது.

புதுக் குழப்பமாயிருந்தது.

ஆயாவும் 'சாப்பாடு வேண்டாம்' என்றது. 'பெறகு சாப்பிட்டுக் கறேன்' என்றது. "நிய்யும் வேலக்கிப் போ கண்ணு. எனக்கு ஒண்ணுமில்ல. சரியாப் போச்சு?" என்று இயல்பாய்ப் பேச ஆரம்பித்தது.

அப்போது பக்கத்து வீட்டு மலக்காரம்மாளும், பிச்சைப் பெரியம்மாளும் ஆயாவைப் பார்க்க வந்தனர். ரெண்டு பேருமே பின் கொசுவச் சேலை கட்டி இருந்தனர்.

"கெழவி என்ன சொல்றா. குள்ள மொயலு மாதிரி விளுக்கட்டி விளுக்கட்டின்னு முழிச்சிக்கிட்டிருக்கா?" கேட்டுக் கொண்டே பிச்சை பெரியம்மா கட்டிலருகில் வந்தது.

"சாப்பாடு வேணாங்கிறாங்க." உதயன் பதில் சொன்னார்.

"யே...ன்? மருமகனுக்கு காசு மிச்சம் பிடிச்சுக் குடுக் குறாளாக்கும்,"

"பசிக்கலியா..ம்?"

"பெரிய அரங்கத்தனம் பிடிச்ச கெழவி, வீட்ல முணுக்குன்னு பிரச்சன வந்தா மூணு நாளக்கிக் கூடப், பல்லக் கடிச்சிக்கிட்டுப் பச்சத் தண்ணியக் கண்ணுல பாக்க மாட்டா" என்று உதயனிட மும், என்னிடமுமாக மாறி மாறிப் பேசியவர்கள், ஆயாவிடம் நேரடியாகத் திரும்பினார்கள்.

"ஏனாயா... என்னத்தியாச்சும் நேரத்துக்கு ரெண்ட வாயில பிச்சிப் போட்டுக்கற வேண்டிதான. அப்புறம் அதுக்கொரு ஊசி மாத்தரன்னு, நாமதான இம்சப்படணும்." பிச்சைப் பெரியம்மா தான் சொன்னது. மலக்காரம்மாளும் உடன் வந்து நின்றார்.

உதயன் கிளம்பினார்.

நான் சன்னலொரமாய் நின்று கொண்டேன். மழையை வேடிக்கை பார்க்கத் தொடங்கினேன். சிலுசிலுவென வந்த காற்று, ஈரப்பசையுடன் முகத்தில் வந்து மோதியது. பெருத்த

மழை என்றில்லாமல் இன்னமும் விடாமல், ஒரே சீராய் சாரல் விழுந்து கொண்டிருந்தது.

“ஆருக்குமே நா... ஒரு நல்லதும் செய்யல..” ஆயா அவர்களிரு வரிடமும் ஒப்பித்துக்கொண்டிருந்தது.

கம்பவுண்டர் சார் சொன்னது நினைவுக்கு வந்தது. “பாட்டிம் மாக்கு மென்ட்டலி ஏதோ ஒரீஸ் இருக்கு. யாருமே ஆதரிக்காத பிளைன்டான ஒரு ஸ்டேஜ். இப்ப போட்டி போட்டுக்கிட்டு பாதுகாக்கற கட்டம். பாவம் அவங்களால ரெண்டையுமே தாங்கிக்க முடியல.”

“நாங்க. அதப் பாதுகாக்குறம்னு நெனைக்கிதா ?”

எங்கள் மேல் நல்லெண்ணம் வைத்திருப்பார் போலிருக்கிறது. இப்பிடி ஒரு பதிலைக் கேட்டதும், ஒரு அதிர்வோடு என்னைப் பார்த்தார்.

“ரைட்... அதயும் கூடப் பிரிச்சுப் பாக்க முடியாத, இன் னொசன்ட் வீக்தான் அவங்களுக்கு நோய்னு நெனைக்கிறேன். டாக்டர் என்ன சொல்றார்னு பாப்பம்.” என்றார்.

திடீரென பிச்சைப் பெரியம்மா என்னைக் கூப்பிட்டது. “லே... பெரயவனே.. ங்மொம்மத்தா என்னா சொல்றான்னு கேட்டியா ?”

“ஊசியப் போட்டு கொன்னு போடுவீங்களாம்,” மலைக் காரம்மாள் மீதியைச் சொன்னது.

ஏனோ அது எனக்கு அதிர்ச்சி தரவில்லை. ஆனாலும் அவர்கள் முன்னால் நடிக்க வேண்டி இருந்தது. ஆகவே சன்னல் அருகில் நின்றபடியே, தலையில் அடித்துக் கொள்வது போலப் பாவனை செய்துவிட்டு மறுபடி திரும்பிக்கொண்டேன்.

“நீ நிம்மதியா போய்ச் சேர்ந்திருவ. பிள்ள குட்டிக பூராம் செயில் கஞ்சி குடிக்கட்டும்னு பாக்குறியா ?” பிச்சைப் பெரியம் மாள் எங்களுக்காக பேசிக்கொண்டிருந்தது.

“என்னால் எல்லாருக்குமே தொந்தரவுதான..” ஆயா என் பக்கம் திரும்பாமல், அவர்களை மட்டுமே பார்த்துப் பேசியது.

“தொந்தரவுன்னு நெனச்சா வழியா இல்ல. . ந்தா

வெளிய கொட்டு மழ கொட்டுது. வீரவாண்டி ஆத்துல கர கொள்ளாம தண்ணி ஓடுதாம்ல. பேசாம அங்க போயி எறங்கிற வேண்டிதான. என்னா பிச்ச..” மலக்காரம்மாளும் ஆவேசமாய்ப் பேசியது.

“அதான. ஓம் மேல இம்புட்டு அக்கறப்பட்டு, ரவ்வும் பகலும் பாக்காம, இப்பிடி விழுந்து விழுந்து பாக்குற, பணம் பெத்த பிள்ளைகள்ட்ட தெரியாமக் கூடப் பேசிறாத. எம்புட்டுச் சங்கடப் படுவாங்க. செஞ்சும் புரயோசனமில்லில்ல...”

அதற்கப்புறம் ஆயா அவ்வளவாகப் பேசவில்லை. சன்னல் வழியே மழையை வெறித்துப் பார்த்தபடி இருந்தது. தனம் ஊருக்குக் கிளம்பிப் போனது. அம்மா வீட்டு வேலைகளை முடித்து வைத்துவிட்டு வருகிறவரை, நானும் சரவணனும் ஆஸ்பத்திரியில் காவல் இருந்தோம்.

இரவில் ஆயாவுக்குத் துணையாக அம்மா படுத்துக் கொண்டது. நாங்கள் எல்லோரும் வீட்டுக்கு வந்து விட்டோம். திடீரென நடு இரவில் போன் வந்தது. ஆயா மறுபடி தொந்தரவு செய்ய ஆரம்பித்துவிட்டதாம்.

சரவணனும் நானும் ஆஸ்பத்திரிக்கு ஓடினோம். அதற்குள், ஆயாவுக்கு ஹெவி டோஸ் தூக்க மருந்து செலுத்திப் படுக்க வைத்திருந்தார்கள்.

வீட்டில் மாதிரியே ஒப்பாரி வைத்து அழுததாம். அம்மா நடுங்கிக் கொண்டிருந்தது.

“சாகுறேன் சாகுறேன்னு அந்த வண்ணாத்தி முண்ட என்னத்தியோ செஞ்சுட்டுச் செத்துருக்காடா. அதுதே நம்ம கெழட்டு முண்ட, பாட்டாப் பாடி நம்மளக் கொல்லுறா.”

மேலும் ஒரு மணி நேரம் அங்கயே இருந்தோம். ஆயா உறக்கத்தில் கிடந்தாலும் கையும், கால்களும் அவ்வப்போது, தூக்கித் தூக்கிப் போட்டவாறு இருந்தது. வாய் எதனையோ முணுமுணுத்துக் கொண்டிருந்தது.

“இத்தனை ஹெவிடோஸ் குடுத்தும் பாட்டியம்மா அசரலியே. ஆனா இப்படியே அடிக்கடி டோஸ் தர முடியாது பிரதர்.” என்று கம்பவுண்டர் வருத்தப்பட்டார்.

சற்று நேரத்தில் அறையின் விளக்கு அணைக்கப்பட்டது.

சரவணன், "சரிண்ணெ.. நா வேணா இருந்து பாத்துக்கறேன். நீ வீட்டுக்குப் போறியா?"என என்னை அனுப்பி வைத்தான்.

வீட்டுக்கு வந்தும், சரியானபடிக்கு உறக்கம் இல்லை. ஆயாவைப் பார்த்து அனுதாபப்படுவதா? கோபப்படுவதா? கடைசியில் அழுகைதான் வந்தது.

எப்பொழுது உறக்கம் வந்ததெனத் தெரியவில்லை. நல்ல உறக்கத்தில் யாரோ என்னை உருட்டி உருட்டி எழுப்புவது தெரிந்தது.

கண்ணைப் பிய்த்துத் திறந்தேன். அம்மாவின் உருவம் போல மங்கலாய்த் தெரிந்தது.

அம்மாதான்.

"ஆயாவெக் காணாமாம்டா..." அம்மா பரபரப்பாய்ச் சொன்னது.

பீதியுடன் எழுந்து வெளியில் வந்தேன். முகம் கூடக் கழுவ வில்லை. வெளியில் மழை பெருந்தூரலாய்ப் பொழிந்துகொண்டே இருந்தது.

30

‘ஒரு ஊருல ஒரு பெரிய்ய கோட்ட வீடு ஒண்ணு இருந்துச்சாம்..’

‘கோட்ட வீடுன்னா.. என்னா ஆயா...?”

‘கோட்ட வீடுன்னா ரொம்பப் பெரிய்ய வீடு. அரம்மண மாதரி. சுத்துக்குச் சுத்து ஒய..ரமா.. சொவரெழுப்பி, நாலு பக்கமு தலவாசல் வச்சு, கட்டுன பெரிய்ய வீடு. சொவத்து உச்சில, நாலு பக்கமும் மாடம் கட்டி, ரவைக்கும் பகலைக்குமா காவலுக்கு ஆள் போட்டுருப்பாக. மாடு, வண்டி, குதுர, குளுதானின்னு, அதுக்குள்ள ஒரு ஊரே அடங்கி இருக்கும்.’

‘அதுல ஒரே ஒரு அப்பா, அம்மா. அவங்களுக்கு மக்கமாரு ஏழுபேரு. ஏழுபேரும் பொண்ணுமக்க. மானோடயும் மயிலோட யும் துள்ளி விளையாடி... மைனாவும் கிளியோடயும் கொஞ்சிப்பேசி,.. கோட்ட வீட்டுக்குள்ளேயே கும்மாளமும் கூத்துமா இருந்து வந்தாக.

‘பிள்ளைகளுக்கு பருவம் வந்ததும் அக்கம் பக்கத்துச் சொந்த பந்தமெல்லா ஆளாளுக்கு வந்து பொண்ணு கேட்டு அலபாயிறாக. பிள்ளைக ஒண்ணொன்னும், ஒரொரு அழகு. ரம்ப, ஊர்வசி ஆரும் அவங்க முன்னாடி நின்னு செயிக்க முடியாது. அதப் போல கொணத்துலயும், இம்மி குத்தஞ் சொல்ல முடியாது. மூத்தவகளுக்கு மரியாதயும், முடியாதவகளுக்கு ஈயற கொணமும் வாச்சவக. அதுக தரத்துக்கு ஏத்தபடி, கட்டிக் குடுக்கணும்னு, ஏழூரு அலஞ்சு

மாப்பிள தேடிக் கரசேத்து முடிக்க, போதும்டா சாமின்னு ஆச்சு, அப்பனுக்கும் ஆத்தாளுக்கும்.

கலியாணம் முடிச்சதோட பொம்பள பிள்ளைக பாடு முடியாதுல்ல. ஒவ்வொரு பிள்ளைக்கும் மாசத்துக்கொரு செய் முறையும், வருசத்துக்கு ஒரு வளகாப்பும் செஞ்சு, பெத்த கடம முடிச்சாக. ஆச்சு, ஏழு மக்கமாருக்கும் வேணுங்கற அளவு சீரு செனத்திய அள்ளிக் குடுத்தாச்சு. அவங்களும் வாங்கி வாங்கிச் சலிச்சு புளிச்சிட்டாக..."

'இதுக்கு மேல இங்க சீவிக்க நமக்கு அருகத கெடையாது. பெறவிக் கடன் தீக்க, காசி, ராமேஸ்வரம்னு தீர்த்தமாடி கட்டயச் செலுத்தனும்னு நெனச்சாக,"

'கடசீயா பிள்ளைகளப் பூராத்தியும் கூப்பிட்டு வச்சு, மிச்சம் மீதாறி இருக்க பண்டபாத்திரம், மாடு கண்டுகளப் பிரிச்சுக் குடுத்துப்புட்டு, அத்தன மக்கமார்கிட்டயும் வாக்கரிசி வாங்கிக்கிட்டு, எல்லாருக்கும் விபூதி போட்டு, ஆசி சொல்லி கெளம்புனாங்க. அவக ஆவகமா பிள்ளைக ஒண்ணொன்னும், ஒரொரு பொருள கேட்டு வாங்கி முடிஞ்சு வச்சிக்கிருச்சுக."

'மூத்தவளுக்கு மூக்கத்தி, ரெண்டாமவளுக்கு ஒத்தக் கல்லு பேசரி...ன்னு குடுத்து வந்தவக... கடைசியா ஏழாவது மகளுக்கு குடுக்கக் கையில் பொன்னு இல்ல. செரட்ட நெறையா ஆத்தா கைப்பட அரச்ச, கண்ணு மையிதே மிஞ்சுச்சு.

'யே... செல்ல மகளுக்கு புருவத்து மத்தில வெளக்கா நின்னு பாப்பேன்...னு கருப்பு மையக் குடுத்தா."

"செரட்டப் பொட்டு செலவாயிருமே அம்மா... கரயாத பொருளாக் குடுத்தா கண்ணுக்குள்ளயே வச்சிருப்பேனே...ன்னு. சிணுங்கிப் பேசுனா சின்ன மக."

"இந்தக் கட்ட சாய்ற மட்டும் ஆத்தா குடுத்த பொட்டு தீராது. பொட்டு அருவாயிருச்சின்னா கட்ட கங்கைல கரஞ்சிருச்சுன்னு நெனச்சு, ஆத்தா அப்பனுக்கு நீர்க்கடன் கழிச்சிரு ஆத்தான்னு.." செல்ல மகள சேத்தணச்சி முத்தம் வச்சி கெளம்பீட்டாக."

'பிள்ளைக ஏழும் தனித்தனியா, தன் குடும்பம், பொழப்புன்னு பாத்து, பரம்பர பெருமய விடாம காத்துவார வேளையில, அன்னும் பகலும் அறுவது நாழியிலும் ஆத்தா

அப்பன மறக்காம, தொழுது கும்பிட்டு சீவியம் பண்ணி வருதுக."

"இதுல, கடசிப் பிள்ளைக்கித்தே, கையில இருக்க பொட்டு செலவாகச் செலவாக, கவல கூடிக்கிட்டே போகுது. தாய் தகப்பன் ஒருதரம் கண்ணாரப் பாக்க வேணுமிங்கிற ஏக்கம் பிடிச்சு, சரியா சோறு தண்ணி எடுத்துக்கறதில்ல. புருசம் புள்ளைன்னு அக்கறயா இருக்க முடியல. ஒரு வேல செய்யும் போதே, மொத செஞ்ச வேல மறந்து போகுது. தொடங்குன பேச்ச முடிக்க முடியாம, தறி கெட்ட பேச்சா ஓடிக்கிட்டே இருக்கு..

புருசெங்காரனும் ஊர்லருக்க வைத்தியரப் பூராம் புடிச்சு வந்து பண்டுதம் பாக்குறான். நாட்டு வைத்தியம், காட்டு வைத்தியம், பாட்டி வைத்தியம்னு..."

"ஒண்ணுக்கு ரெண்டு புள்ளய வேற பெத்து வச்சிருக்கா. தன்னப் பாக்காட்டியும், தாம் பெத்த புள்ளைகள வாச்சும் ஒழுங்காப் பாத்தா போதுமேன்னு புருசனுக்கு கவல. வார வைத்தியருக பூரா, 'ஒடம்புக்கு கேடு இல்ல, மனசுக்குள்ளதா அலையடிக்கிது. அவ கைப்பிடில இருக்கற, கருப்பு மை பொட்டு கரையும் மட்டும் அவ, தன் நெனவுல சேரமாட்டா..ன்னு அடிச்சு சொல்லீட்டாக.."

"வீட்டு வேல பாக்கவும், தன்னக் கவனிக்கவும்னு ஒரு நாலஞ்சு பொம்பளைகள வேலக்கி வச்சுக்கிறான் புருசங்காரன். அதுல ஒருத்தி, மதிமயங்கிப் போயிருக்க இவளையும், புள்ளைகளையும் பாத்துப் பாவப்பட்டு, ஒடம்பொறப்பா நின்னு கவனிச்சுவாரா...

இதுக்கெடையில, அவகிட்டக்க இருக்க, அந்த கருப்பு மைப் பொட்டப் பிடுங்கி எறிஞ்சிட்டா, அவ தெளிஞ்சி வந்திடுவான்னு கணக்குப் போட்டு, செரட்டையப் புடுங்க, பல வழியில ஏற்பாடு செய்றான் புருசெங்காரெ. எப்பயும் உள்வீட்டு மாடக்குழியில செரட்டய வச்சிட்டு ஒறங்குறவ, புருசெங்காரன்ட்ட இப்பிடி ஒரு நெனப்பு வந்தது தெரிய, அவ தன்னோட சேல முந்தில முடிச்சுப் போட்டுக்கிறா."

"அவ ஒறங்கும்போது முடிச்ச அவுக்கலாம்னா, அம்புட்டு இறுக்கமா முடிபோட்டு வச்சிருக்கா. கத்திய வச்சு முந்திச் சேலய அறுத்தெடுத்தரணும்னு அறுத்துப் பாக்குறான்.

எப்பேர்ப்பட்ட கத்தியையும், சேல என்னான்னு கேக்குது. எத்தன கத்தி வந்தாலும் மொட்டக் கத்தியாத்தே கூர் மழுங்கிப் போயிருது. சேல இரும்பா நிக்கிது."

சரி, செரட்டையப் புடுங்காம, அதில இருக்க பொட்ட கரச்சு விட்றலாம்னு தண்ணிய விட்டு கரச்சுப் பாக்கறாக. அது பளிங்காங் கல்லா நின்னுக்கிட்டு மின்னுதே ஒழிய, கரையமாட் டேங்கிது."

"அவ தொட்ட வெரல்ல மட்டுந்தே பொட்டு ஒட்டுது. யாரு தொட்டாலும் கல்லா ஒறஞ்சு போகுது. சரி, எங்குட்டோ பேய்த் தனம் கூட்டுச் சேந்துருக்கோன்னு அச்சப்பட்ட புருசெங்காரெ, அவள எங்குட்டாச்சும் கண்காணாத பக்கம் விட்டுட்டு வரச்சொல்லுறான். வேலக்காரங்க மாட்டுவண்டி கட்டி, அவள ஏத்தி ஒக்காரவச்சு, ராவெல்லாம் வண்டி ஓட்டி, விடியக் கருக்கல்ல அனாதிக் காட்டுல, மாட்ட அவுத்துப் பத்திவிட்டுட்டு, வண்டிய மட்டும் நிறுத்திட்டு வந்திர்ராக..."

"நடுக்காட்டுல எறக்கிவிட்டவங்க, வீடு வந்து கூலி வாங்க கையேந்தி நிக்கிறப்ப, கொல்லப் பக்கமிருந்து, குளிச்சு முடிச்சு கூந்தல ஒலாத்திக்கிட்டு நிக்கிறா. எந்த வழில வந்தா.? எப்படி வந்தான்னு ஆருக்கும் வெளங்கல".

கேரளத்து மந்தரவாதி ஒருத்தெ, 'அவளத் தீய வச்சு பஸ்பமா ஆக்கிட்டா தீந்தது ஒங்க பிரச்சனன்னு புருசன்கிட்ட ஓசன சொல்ல. 'இன்னிக்கி மதி பிடிச்சி நின்னாலும், என் ரெண்டு பிள்ளைக்குத் தாயவ, சாந்தமான வழி இருந்தா சொல்லு'..னு கேக்க, 'ஆழமான தண்ணீல எறக்கி விடலாம்'னு குறி சொல்றான். வழக்கம் போல, அவ ஒறங்குற நேரம் ஒடம்புல கல்லக்கட்டி, ஊர்க் கெணத்துல எறக்கி விட்றாக. அப்பவும் எறக்கி விட்டவக மேல ஏறி வரங்குள்ள, அவ வீட்டுக்குள்ள ஒறங்கி எந்திரிச்சு ஒய்யாரமா வர்றா."

"பிள்ளைகள விட்டு, பெத்த மனசு பிரிய வகை இல்லாமத்தே, திரும்பி வந்திருக்குதுன்னு' இன்னொரு சோசியக்காரேஞ் சொல்றான்.'

'மக்யா நாளு, பிள்ளைகளோட சேத்து, அதே கெணத்துல எறக்கி விட்றாக. ஜோசியெஞ் சொன்ன மாதிரியே, கெணத்துக்குள்ள போனவக மேல வரல, ஒடனே புருசெங்காரெ பொண்டாட்டி புள்ளயக் காணாம்னு ஊரச் சாட்றான். ஆள்

விட்டுத் தேடச் சொல்றான்"

"அவமேல பாசம் வச்சிருந்த வேலக்காரி ஒருத்திக்குத்தே, இவக சூச்சி தெரியிது. வேலக்காரி வெளிய சொல்ல முடியாதே..? தனக்குள்ளே வச்சுக்கிட்டு தானும் தேடுறா.

'அப்படி ஒருநா தேடிவாரப்ப, ஒரு கெணத்துக்குள்ளருந்து யாரோ தன்னக் கூப்பிடற சத்தங் கேட்டு வேலக்காரி நின்னு பாக்குறா."

"அப்படியே கெணத்துக்குள்ள எறங்கி வாடி.." ன்னு மறு விசக்க கொரலு சொல்லுது.

'அது ஆயி கொரலுன்னு அவளுக்குத் தெரிஞ்சு போச்சு. "தண்ணிக்குள்எப்பிடி ஆயா எறங்க.." ன்னு மலச்சி நிக்கிறா.'

'நீ.. எறங்கி வர வர, தண்ணி தானா வழிவிடும்'னு கூப்புட, அதேபோல தண்ணி அவளத் தீண்டாம, அவளுக்கு வழி விடுது. உள்ள பாத்தா... ஆத்தாளும் பிள்ளைகளும் அம்புட்டு லச்சணமா இருக்காக. மானும் மயிலும் துள்ளிக் குதிச்சு வெளாடுது, கிளியும் மைனாவும் பேசிப் பேசி சிரிக்குதுக. ஆன, குதர, ஆளு, அம்பாரி, மாடு, வண்டின்னு பெரிய ஊரே இருக்குது"

"வேலக்காரிக்கி கண்ணெல்லாம் பூத்துப்போச்சு. தண்ணிக் குள்ள இம்புட்டு அதிசியமா..?ன்னு கேக்குறா. இது கீலோகம்னு அவ சொல்றா. 'மேல எப்ப வருவீகன்னு வேலக்காரி கேக்குறா. 'கொஞ்ச நாள்ல புள்ளைக பெருசாகிரும். பொட்டப் புள்ள, பூத்ததும், பூலோகம் வருவெ. ஒனக்கு என்னப் பாக்கணும்னு நெனப்பு வாரப்ப தாராளமா வந்து போ....ன்னு அனுப்பிச்சு விடுறா."

'புருசெங்காரனுக்கு பொண்டாட்டிய கெணத்துல எறக்கிவிட்ட மனக்கொற தீரவே மாட்டேங்குது. ஆவுகம் வார பொழுதுக்கு, கெணத்து மேட்டுல நின்னு அழுதிட்டுப் போவான். அந்தச் சமயம் உள்ள இருக்க புள்ளீக, அய்யாவப் பாத்துப் பேச ஆசப் பட்டு, ஆத்தாகிட்ட கேப்பாக. 'எனக்கும் வருத்தம் மிக்க இருக்கு மக்கா. தாலிகட்டுன புருசெ கண்ணார அழுகறத காணத்தாம் பொறுக்கல. அதுக்கு இன்னம் நேரம் வரல பொறுங்க மக்கா..ன்னு அடக்கி வச்சிடுறா."

'சின்ன மக பூத்து ஏழாம் நாளு தண்ணி ஊத்துனதும்,

வேலக்காரிய வரச் சொல்லிப் புருசெ வீட்டுக்குப் புள்ளைகளோட சேந்து வாரா. ஊரே கூடி நின்னு கூப்புட்டு வருது. புருசெங் காரனுக்குப் புல்லரிச்சுப் போச்சு. 'புத்தி வந்திருச்சின்னு' அவகிட்ட மன்னிக்க சொல்றான். 'எல்லாமே நல்லதுக்குத்தேன்'னு அவளும் சமாதானம் சொல்லி சந்தோசப்படுறா.'

'மறுபடி முந்தில முடிஞ்சிருக்க செரட்டய எடுத்து, வீட்டு மாடாக்குழில வக்கிறா. செரட்டைல பொட்டு தீந்து போற நெலமயில இருக்கு. ஆத்தா சொன்ன ஆவுகம் வருது. அழுகுறா அழுகுறா... அப்பிடி அழுகுறா."

"பொட்டும் வத்திப் போச்சு. போனவகளும் தடந் தெரியல. இந்தப் பொட்டப்புள்ள கண்ணுக்கு..ஏ.. ஆத்தாளே.. அய்யாவே ஒரு காச்சி வரக் கூடாதா.. ஏங் கவல இப்ப தீராதான்னு கதறி அழுகுறா.'

"அப்ப மானம் இடி இடிக்க.. மின்னுவெட்டுக் கண்ணப் பறிக்க மழ, ஓ..ன்னு பெயிது. அந்த நேரம் பாத்து, ஈசாணி மூலயில பல்லி ஒண்ணு கச்சுக்கச்சுன்னு கூப்புடுது.'

'நாங்க பெத்தமக்க எல்லாம் நல்லபடி இருக்க,

ஏழாங் கடக்குட்டி ஏங்கியழ விடுவோமா..

ஆவணி மொதவெள்ளி,

நாங்க ஆண்டவன அடையற நாளு.."

'நெத்தில கடசிச் சொட்டுக் கரும்பொட்ட, அகலமா இட்டு வச்சி, வீரவாண்டி ஆத்துக்கு வந்துரு. ஈஸ்வரங் கோயிலுல, எறங்கு படியில எள்ளுந்தண்ணி எறச்சு, எங்கள நெனச்சி நின்னா... ஆத்துத் தண்ணீல ஆத்தா அப்பெ தச்சுருவம் பாக்கலாம்'னு பல்லி சொல்லீட்டு மாயமா போயிருச்சு.'

'அடேயப்பா... அன்னீலருந்து, ஆவணி மொத வெள்ளி வரைக்கிம், அம்புட்டுச் சந்தோசமா இருந்தா. புருசங் கூட கொஞ்சறதும் கொலாவறதும், புள்ளீகளுக்கு புத்தி சொல்றதும், அதுகளுக்கு பூவச்சு விடுறதும், பொட்டு வச்சு அலங்கரிச்சுப் பாக்கறதுமா அம்புட்டுச் சந்தோசத்தக் கொண்டாடுனா.

'ஆச்சு, அந்த நாளு வந்திச்சு. ஆருக்கும் சொல்லாம,

அன்னிக்கி ராத்திரி சாமக்கோழி கூவயில எந்திரிச்சு, சலம்ப தண்ணி வச்சுக் குளிச்சு தலமுழுகி, தலநெறையா பூவச்சு, கை நெறய வளயல் மாட்டி, நெத்தீல ஆத்தா குடுத்த பொட்ட அகெலமா வச்சு, ஈரத் தலயோட புருசெங்காரன கும்புட்டு, புள்ளைகளுக்கு முத்தங் குடுத்துட்டு, பளபளன்னு பொழுது விடிய வீட்லருந்து வெளியேறுனா."

'வேகு வேகுன்னு நடந்து வீரவாண்டி ஆத்துக்கு வந்திட்டா,'

'ஆத்துல தண்ணி அலமோதி ஓடுது. ஆத்தா அப்பெ சொன்ன படி, ஈசுவரங் கோயிலு எறங்கு படில நின்னு, எள்ளுந் தண்ணி எறச்சுவிட்டு, கையெடுத்துக் கும்பிட்டு ஓடுற தண்ணீல உத்துப் பாத்தா...'

'நாம் பெத்த மகளே...ன்னு' அய்யாவும் ஆத்தாளும் கை நீட்டி கூப்புடுறாக.'

'அய்யாவே.. ஆத்தாவே..'ன்னு மெள்ள மெள்ள ஆத்துக்குள்ள எறங்குனா.

ooo